RA KHƠI

TẬP 2

Tháng 1-2020

NHÀ XUẤT BẢN
NHÂN ẢNH
2020

RA KHƠI 2
Tạp chí Văn học Nghệ thuật
Bìa: Nguyễn Thành
Tranh bìa: Họa sĩ Tín Đức
Trình bày: Nguyễn Thành
Nhân Ảnh - Xuất Bản 2020
ISBN: 9781989705193

LỜI NGỎ

Lại thêm một mùa Xuân về…!

Mọi chuyện cuối năm diễn ra tấp nập, vội vã hơn như chạy đua với thời gian… và những tâm hồn thơ văn lại có dịp thấu cảm những chuyện vui buồn đọng lại trong năm dâng trào cảm xúc thổi hồn vào con chữ thăng hoa theo nhịp điệu cuộc sống.

Tết là dịp gia đình tụ họp theo phong tục cổ truyền từ bao đời nay, dù nguồn gốc xâu xa do ảnh hưởng văn hóa từ những hoàn cảnh mà đất nước đã trải qua, nhưng qua bao đời đã trở thành cái nếp văn hóa đẹp trong dân tộc Việt. Mỗi năm, dù ở xa mấy mọi người vẫn cố thu xếp công việc để về với gia đình. Thăm hỏi, chúc Tết, vấn an người cao tuổi và đi thăm bà con, họ hàng, lối xóm… và có dịp gặp bạn bè cũ tán gẫu chuyện ngày xưa…

Nhưng có người không về được, vì cuộc sống mưu sinh không đủ điều kiện để về làm tròn trách nhiệm với gia đình, họ đành phải hy sinh… Tết xa quê!

Người Việt ở khắp năm Châu, dù cuộc sống ổn định quen với nếp sống và sinh hoạt tại hải ngoại. Nhưng trái tim vẫn theo nhịp đập của quê nhà, từ trong dòng huyết quản vẫn có gì huyền bí thôi thúc dõi theo mùa Xuân về cố xứ.

RA KHƠI 2 được thực hiện với chủ đề XUÂN VIỄN XỨ như một sự đồng cảm sâu sắc, và chia sẻ những buồn vui cùng các anh chị em đang xa quê.

Ngoài ra, ấn phẩm RA KHƠI được Ban Chủ trương thực hiện như một tập san nên chủ đề được mở rộng gồm các bài viết như biên khảo văn học, nhận định phê bình văn học, truyện ngắn, tạp văn, bút ký, tùy bút, tản văn, giới thiệu tác giả và tác phẩm, thơ…

Như tiêu chí mà Ban Chủ trương đã đặt ra phương hướng từ lúc khởi đầu, ấn phẩm RA KHƠI là một sân chơi văn nghệ theo tinh thần góp sức một phần nhỏ bé trong sự phát triển văn học nước nhà. Không có tham vọng lớn, chỉ muốn hòa mình làm cỏ cây trong vườn hoa văn nghệ dưới những bóng cây cổ thụ để góp thêm chút hương sắc với đời.

Ban chủ trương rất phấn khởi khi được các anh chị tên tuổi trong nước cũng như hải ngoại ủng hộ và cộng tác nhiệt tình, bài vở phong phú, nội dung hay, sâu sắc phản ảnh được nhiều góc nhìn rộng về mọi mặt, là chất liệu văn học quý giá đáng quan tâm để học hỏi. Ban Chủ trương cũng quan tâm đến những tay viết trẻ có nội hàm đang sung sức trong sáng tác, có cách nhìn nhạy bén, sung mãn và chịu dấn thân trong sự thử thách để vươn lên, hy vọng sẽ có sự đồng điệu của các thế hệ để hòa mình thân thiện trong sân chơi này và cùng tiến ra biển lớn đúng nghĩa với cái tên ấn phẩm: RA KHƠI.

Có một điều quan trọng, xin thưa với các anh chị là ấn phẩm RA KHƠI chủ trương theo hướng văn học thuần túy không mang nặng quan điểm, để có sự dung hòa mọi mặt, chú tâm đến Chân, Thiện, Mỹ nhằm phát triển tính nhân văn hầu góp phần làm đẹp cho đời để cuộc sống thêm phần ý nghĩa… mong được các anh chị chiếu cố và thông cảm.

Ban Chủ trương cũng rất mong, trong số tới RA KHƠI 3 sẽ được thêm sự cộng tác của nhiều tác giả mới nữa, thuộc mọi tầng lớp, nhiều thế hệ… để ấn phẩm thêm phong phú từ nội dung đến hình thức.

Tất nhiên, chẳng có gì là hoàn hảo, trong quá trình thực hiện sẽ có sự chủ quan để lại những khiếm khuyết trong ấn phẩm, cũng mong được các tác giả châm chước và góp ý chân tình để giúp ấn phẩm hoàn thiện, phát triển ngày càng tốt hơn.

Thay mặt Ban Chủ trương xin chân thành cảm ơn Quý anh chị em tác giả đã cộng tác bài vở cho ấn phẩm RA KHƠI. Kính chúc sức khỏe, an vui và sức sáng tác bền bỉ…

Nguyễn Thành

Mục lục

BIỂU TƯỢNG VĂN HÓA XƯA VÀ NAY

HUỲNH VIẾT TƯ

Chẳng biết cái quan niệm về bông sen là biểu tượng cho vẻ đẹp đầy bí ẩn đến trong tôi từ khi nào. Khi bông sen đã đến đích trên hành trình chinh phục danh hiệu quốc hoa, tôi viết bài thơ Nàng Sen: *Chân quê gót bước thiên thần/ Vượt lên nhơ nhớp hạt mầm đầy gương/ Nắng mưa khuya sớm em thương/ Bên người chân đất còn vương nỗi niềm/ Bao nhiêu khát vọng anh tìm/ Một mình gom hết vào tim cho đời/ Hồn hoa hồn nước non tôi/ Nàng Sen đất Việt muôn đời thủy chung*. Tương đồng với Nhật Bản, bông sen là biểu tượng cho sự trong sạch ở Việt Nam: *Trong đầm gì đẹp bằng sen/ Lá xanh bông trắng lại chen nhị vàng/ Nhị vàng bông trắng lá xanh/ Gần bùn mà chẳng hôi tanh mùi bùn*. Câu ca dao Việt Nam đã được truyền từ xa xưa đến tận bây giờ vẫn còn lay động lòng người.

Ở Ai Cập bông sen là nhất hạng, sinh nở ở những vùng nước tù đọng và bẩn đục nhưng bông sen có một vẻ đẹp không bì với các loài hoa khác. Sự sống đã xuất hiện đầu tiên trên khoảng mênh mông, không rõ sắc màu của những vùng nước khởi nguyên. Trong tranh hình Ai Cập nó có ý nghĩa như vậy. Trước tất cả và sau đó, tạo hóa và vầng thái dương mới lóe ra từ trái tim rộng mở. Phải chăng, bông sen trước hết là bộ phận sinh dục, là âm hộ mẫu gốc, bảo đảm cho các cuộc sinh thành và tái sinh truyền lưu mãi mãi. Từ Địa Trung Hải, Ấn Độ cho đến Trung Hoa, tầm quan trọng về mặt trần tục cũng như về mặt linh thiêng đều bắt nguồn từ hình ảnh căn bản này. Bông sen xanh được coi là linh thiêng nhất trên vùng đất Ai Cập, là loại bông tỏa ra hương thơm cuộc sống thần thánh.

Tại Ấn Độ bông sen là quốc hoa, màu sắc trong trắng vượt lên bùn nhơ được hiểu với nghĩa đạo đức. Những người theo Ấn giáo ví bông sen với niềm tin tín ngưỡng và thường được gắn với các vị thần như Vishnu, Brahma hay Lakshmi. Từ thời cổ đại, bông sen đã là biểu tượng thiêng liêng của người Hindu và thường được dùng để ví với vẻ đẹp linh thiêng. Chẳng hạn Sri Krishna, những người có đôi mắt đẹp, thông thường được miêu tả như là "người có mắt sen". Các cánh hoa đã nở được coi là sự mở rộng tâm hồn, biểu tượng cho sự thăng hoa tinh thần.

Vẻ đẹp bông sen tương phản với nguồn gốc từ bụn lầy, thể hiện một sức mạnh tinh thần đầy bản lĩnh và dũng cảm. Bông sen được hòa nhập là biểu tượng trong giáo lý Phật giáo. Từ Ấn Độ đã truyền sang từ rất lâu và bám rễ sâu vào văn hóa Việt Nam, trở thành một biểu tượng Phật giáo trong cảm thức dân gian. Vẻ đẹp của sen nhìn dưới khía cạnh Phật giáo: *Lá xanh thăm thẳm lòng Bi/ Dũng cành vươn thẳng, thoát ly bùn sình/ Nâng nụ sắc Trí kết tinh/ Nở thành hoa thắm lung linh giữa đời.*

Trên đất nước Việt Nam, không riêng gì ở Hội An, sen nằm xen kẽ ở những cánh đồng lúa Điện Bàn, dọc theo đường vào Hội An, những hồ sen nho nhỏ ở Cẩm Châu, Cẩm Hà, Trường Lệ… Các nơi khác, nơi nào cũng có bông sen, bởi loài bông này không khước từ địa chỉ nào. Khi sang trọng trong sân vườn, dưới hồ nơi lăng tẩm vua chúa, đền, chùa… khi quấn quít cùng ruộng lúa, làm bạn với nhà nông… Sen mênh mang đất trời, đẩy cảm xúc con người thăng hoa. Khi đến mùa ra bông, lá sen xanh mướt mát vô vàn, những lá, những bông chen nhau, lồng ghép vào nhau. Màu xanh, màu hồng, màu trắng cùng với đất trời và mặt nước hồ, tạo nên bức tranh sống động mà không một nét bút danh họa nào có thể mô tả nổi. Bông sen khiến đất trời thêm dịu mát, nhất là trong những tháng ngày hè oi bức.

Một buổi sáng mùa hè, tôi đến Điện Bàn - Quảng Nam thăm vườn nhà Đặng Hiệp Hoàng, anh có bộ sưu tập sen hiện lên tới 40 loài, gồm sen cung đình trắng, hồng bách diệp, trắng hồng, sen Nhật trắng... Có những giống sen hiếm thấy trên thế giới như sen ngàn cánh tịnh đế. Có vài trăm chậu và khoảng hai mươi hồ nhỏ trồng và nhân giống các loại hoa sen rải rác trong vườn. Nhìn vườn sen đang rộ nở, ta mới thấy được kiến thức và công sức chủ nhân đã bỏ ra. Muốn trồng sen thành công, yếu tố quan trọng nhất là nắng, nên phải chọn nơi có nhiều ánh nắng trực tiếp, có không gian thoáng mát, đất dưới hồ màu mỡ, lượng NPK có trong bùn không được đậm đặc dễ làm thối củ và sốc cây. Nếu trồng trong chậu thì hằng ngày tưới đều đặn và đủ nước, định kỳ bón phân mỗi tháng một lần, mỗi lần hai muỗng NPK vào chậu. Mùa đông ngừng bón phân để cây lụi cành lá, củ sen lúc này là nơi ấp ủ, tiềm tàng năng lượng để sang mùa xuân nước ấm lên, củ sẽ nảy mầm và sen sẽ khởi động một chu kỳ sống tiếp theo.

Sự hưng thịnh của thời đại nào rồi cũng đến hồi suy thoái như một quy luật tất nhiên. Hết mùa, sen tàn, bông lá xác xơ, gieo vào lòng người một nỗi buồn vô cớ. Và, Đóa hoa vô thường của Trịnh Công Sơn làm lòng ta ngậm ngùi cho kiếp vô thường đời người: *Sen hồng một nụ, em ngồi một thuở/ Một thuở yêu nhau có vui cùng sầu/ Từ rạng đông cao đến đêm ngọt ngào/ Sen hồng một độ, em hồng một thuở xuân xanh/ Sen buồn một mình. Em buồn đến trọn mối tình...*

Quá trình đi tìm chân ngã (true self), tìm người yêu muôn thuở, đích thực trong ảo hóa vạn hữu vô thường - khi chính người đi tìm cũng vô thường đầy ảo vọng, khổ đau... Niềm hạnh phúc tương ngộ trần gian, duyên khởi, hợp tan mau qua như những cánh hoa vô thường. Thế giới là một trường biến hóa không ngừng. Không còn nổi trên mặt hồ nữa nhưng sen không chết. Sự sống của loài sen nén lại trong củ, âm thầm dưới đáy hồ, thủ thỉ cùng với những lớp bùn, đợi đến khi thời tiết ấm áp lại vọt lên khoe sắc hương, cùng vạn vật ban tặng trần gian những vẻ đẹp mà con người ngưỡng mộ.

Mùa sen nở lộng lẫy đem đến niềm vui tươi mới, khi sen tàn lại cho con người những phút giây ngẫm nghĩ ngậm ngùi về thân phận con người, về cuộc đời và vòng tuần hoàn sinh tử trong cõi nhân gian. Sen như một biểu trưng cao cả của phẩm giá con người, sự bền bỉ, âm thầm chịu đựng, hấp thụ, chuyển hóa, đợi đến một ngày bung nở giữa cuộc đời, tận hiến tặng cho cuộc đời những tinh túy đất trời!

Tôi đã có một thời gian sống ở Hà Nội và sau này mỗi khi có dịp ra Hà Nội là đến Hồ Tây thưởng ngoạn cái không gian đẹp hiếm có của đất trời ban tặng thủ đô Ngàn năm văn vật. Có lần trong giấc ngủ, tôi mơ thấy mình đang bay là là trên cánh đồng sen như con chuồn chuồn, bên dưới là những bông sen nở rộ, mùi thơm ngan ngát đến nao lòng. Sáng hôm sau thức dậy, ngước nhìn qua cửa sổ, xa xa, một đầm sen mênh mang phủ kín mặt hồ. Thì ra đêm qua nàng Sen đã ướp hương cho giấc mơ! Và tôi không bỏ qua cái cảm xúc thăng hoa cùng tột:

Anh khướt say chiều thu quyến rũ Tây Hồ mong một con sóng lăn tăn mà mặt nước vô cùng phẳng lặng, trời trong xanh có thể đếm những cọng mây lang thang về phương trời vô định, xa xa cây liễu rủ như mái tóc em buông xõa xuống mặt hồ đáy nước lung linh in bóng.

Trốn đi cái ồn ào phố thị anh đưa em ra tựa lan can nhìn sang chùa Trấn Quốc, tiếng ngân chuông chiều như lòng anh đằng dặc nỗi khát khao chưa thỏa những nụ hôn nồng cháy, chiều rơi nhẹ nhàng để nhuộm vàng trời mây non nước đưa anh và em vào thế giới thần tiên cổ tích...

Hẹn em đêm trăng mười sáu với sắc màu huyền ảo bằng tận cùng cảm xúc đất trời ban tặng nhưng rồi như bao cái nợ trần gian cả đời anh không trả được, có phải em là Hà Nội và Thăng Long nghìn năm trong em nên anh ngây ngất đam mê một đời khi mỗi bận thu về dù ở nơi nào trong suy tưởng nỗi nhớ mênh mang tràn ùa.

Sen Hồ Tây đẹp nổi tiếng, cả hình hài và những giai thoại mà con người thêu dệt và thi vị nên khi ta ngắm nhìn và nhấm nháp vị trà ướp hương sen trong mùa sen sớm. Ta có thể thưởng thức sen vào buổi sáng tinh sương, thẩm thấu cái khí vị "dâm đàm" đã thành tên một thời ở cái hồ huyền thoại. Vào buổi chiều muộn khi ông mặt trời nổi giận mặt đỏ như gấc, chìm vào làn khói bạc bao phủ mặt hồ, ta lại thấu nhập cái khí vị Đường thi như một nguồn cảm hứng.

Thi sĩ Cao Bá Quát khi xưa đã ví Tây Hồ chân cá thị Tây Thi (Tây Hồ đẹp chẳng khác gì nàng Tây Thi). Khi trời về khuya, gió hồ lộng thổi và ánh trăng phản chiếu xuống mặt hồ như dát bạc. Lúc ấy trong cõi u minh sương khói, làn hương nàng còn thoang thoảng càng nồng nàn hơn bởi nàng đã cụp cánh nhốt con chim mải mê sờ soạng nhụy hoa! Ta có thể thấu thị sâu sắc hết vẻ đẹp quyến rũ của nàng khi chiêm ngưỡng, khi nhắm mắt lại mà ngắm nghía trong suy tưởng, nàng sẽ hiện lên trong bát ngát ca dao và làm xao động nhẹ mặt hồ như những nàng tiên trong điệu múa ly kỳ khi trút bỏ xiêm y.

Trọn vẹn nhất là qua đêm trong lều canh hồ sen để sớm mai tỉnh dậy đón bình minh, sảng khoái tận hưởng những cảm xúc êm dịu và chiêu những ngụm chè sen ngạt ngào hương vị "nàng". Người hái sen luôn bắt đầu công việc từ rất sớm, để hái được những bông sen mới nở với hương thơm toàn vẹn nhất. Người ướp trà cũng đến rất sớm, họ loại bỏ những cánh hoa lấy phần nhụy, còn gọi là gạo sen để ướp trà. Người dùng trà sành điệu cũng không chịu bỏ lỡ cơ hội duy nhất trong ngày, họ đi hớt những giọt sương đọng lại trên các lá sen để lấy những giọt nước tinh túy này nấu trà! Trà sen, cốm Vòng gói lá sen Tây Hồ là đặc sản Hà Nội.

Khi đến mùa sen, thỉnh thoảng, qua các ngõ phố Hà Nội ngan ngát hương sen dịu dàng và điệu đàng trà sen, những bông sen được cắm trong bình của một ngôi nhà nào đó bay ra làm lòng ta khoan khoái và dễ chịu. Từ Hồ Tây xa xưa cho đến ngày nay, yếm thắm và sen hồng là hình tượng nghệ thuật đặc biệt để người nghệ sĩ sáng tạo và người thưởng lãm nghệ thuật không thể làm ngơ.

Tại chùa Phước Kiến hay người ta quen gọi là chùa Sen, có một loài sen rất lạ được xếp vào hạng quý hiếm ở Đông Nam Á, được đặt cho nhiều cái tên: sen vua, sen nia, sen nong tằm... Bông của loại sen này chuyển bốn màu trong ngày. Buổi sáng sắc trắng như tuyết, đến giữa trưa chuyển sang hồng. Khoảng ba giờ chiều, màu tim tím rồi sang đỏ khi mặt trời lặn. Sen tiếp tục nở và chuyển màu theo chu kỳ như vậy đến ba ngày, khi sang màu tím thẫm rồi tàn. Hoa này tàn đi, hoa khác lại nở...

Sen vua hay còn gọi là sen Victoria Regia là một trong những loại thực vật khá lạ mắt, có nguồn gốc từ Amazon xa xôi, thoạt nhìn, hoa sen vua cũng na ná như hoa súng được nhân ảnh nhiều lần. Đường kính lá sen vua có thể đạt đến hai mét. Vào những ngày nước nổi, sen được "uống nước" nhiều nên phát triển nhanh, có thể đạt khoảng hơn ba mét, mép lá uốn cong lên khoảng hai centimet, trông giống như một cái nia lớn. Mặt trên lá sen nhẵn bóng, màu lục nhạt, mặt dưới màu đỏ tươi khi còn non và đỏ sậm khi lá già. Những đường gân to vững chắc và có rất nhiều gai nhọn như cái khung, như một bệ đỡ chắc chắn bảo vệ lá sen, không bị tác động bởi các sinh vật sống dưới nước tấn công hay gió lùa nát lá. Bông sen vua to và rất đẹp, bên ngoài màu đỏ thắm, trong màu trắng tuyết.

Đồng Tháp Mười nổi tiếng với những ruộng sen mênh mông. Vào mùa nước nổi, khoảng tháng Tám đến tháng Mười một hằng năm, hệ sinh thái càng thêm phong phú: sen, súng, năn, lác, rong, tảo... mọc lên nhiều vô kể. Đặc biệt sen có mặt khắp nơi, trên những cánh đồng độc canh cây sen ở Đồng Tháp Mười như Tam Nông, Cao Lãnh... Trên ruộng lúa chín vàng cũng thấp thoáng sen, tạo ra những điểm nhấn cho bức tranh miền quê đồng bằng Nam Bộ nhiều gam màu thanh thoát, dễ chịu và hút hồn du khách.

Đồng Tháp Mười những ngày cuối tháng Ba sắp vào mùa sen nhưng những vùng đìa nằm trong Gò Tháp huyện Tháp Mười sen nở quanh năm. Khi đứng trước cánh đồng bông sen nở bát ngát, thôi thúc con người muốn hóa mình vào ruộng sen. Muốn tận tay sờ từng cánh hoa, ngửi từng búp non mới nhú, vuốt ve những chiếc lá sen mát rười rượi, cứ như là chú bướm, chú ong, ra sức mà mân mê, mà sờ soạn, mà hút lấy, hút để thỏa thuê những tinh hoa mật ngọt trời đất đã ban tặng trần gian. Còn người yêu sen, khi ngắm sen mà ước mơ, mà thèm thuồng, muốn tận hưởng tất cả, muốn yêu và thương toàn phần như là người mình yêu thương!

Người dân Đồng Tháp Mười gắn bó với sen từ xa xưa vì ngoài sức sống mãnh liệt và nghị lực vươn lên phi thường, sen đã trở thành một đỉnh cao vĩnh hằng của nghệ thuật: *Tháp Mười đẹp nhất hoa sen...* Đồng Tháp Mười sen mọc từ ao hồ đến thấp thoáng trên ruộng lúa. Khi thu hoạch gương sen, người ta hái ăn tại chỗ vừa giòn, vừa ngọt, ăn hạt sen luộc vị bùi, hạt sen nướng mùi thơm, hạt sen nấu chè ăn mát và bổ dương nên có lợi cho cánh đàn ông: *Thương chồng nấu cháo le le, nấu canh hoa lý, nấu chè hạt sen.* Lá sen xanh gói cơm gạo huyết rồng ăn với cá kho tộ, đọt sen non cuốn cá lóc nướng trui, chấm nước mắm me thật là khoái miệng...

Trong không gian phòng khách, phòng trà có một bình bông sen làm tăng thêm vẻ đẹp và sự sang trọng, khi ta ngắt khỏi đầm mấy bông sen mang về đem cắm vào bình gốm hay sứ. Nghệ thuật để cắm được một bình bông sen đẹp quả là không dễ. Làm sao để hài hòa cái cuống sen cao thanh tú với búp sen đầy căng nhựa sống? Làm sao - một cách tự nhiên, để một cánh sen rớt thõng xuống lơ lửng, lộ ra một phần gương sen bên cạnh những búp sen vẫn còn tươi mơn mởn? Nếu cắm được một bình bông sen đạt đỉnh cao nghệ thuật, nó sẽ trở thành điểm nhấn và tôn thêm vẻ đẹp sang trọng và quý phái trong nhà.

Thương nhớ quá, chỉ một lần tôi tận mắt, đăm chiêu với niềm hứng thú bay bổng, khi chứng kiến cô gái Hà Nội duyên dáng, thướt tha như cánh lá sen, tỉ mẩn ngồi cắm những cành hoa sen vào bình, cứ như là đang sáng tác ra một tác phẩm diệu kỳ...Và tôi không cầm lòng: *Em yếm thắm hay loài sen hóa kiếp/ Tôi ngất ngây ngơ ngẩn ngón tay mềm/ Lòng trào dâng bao nỗi niềm luyến ái/ Đời chỉ một lần đủ thương nhớ trăm năm...*

Một mùa sen nữa sẽ đi qua, nhưng mãi mãi trong lòng hồ kia và trong lòng tôi, loài bông ấy vẫn luôn luôn tồn tại như một thực thể vĩnh hằng. Bông sen ẩn mình như minh chứng cho sự bất diệt. Cũng như con người vậy thôi, mọi chuyện theo dòng thời gian đều sẽ đi qua và phai mờ và đi vào quên lãng, chỉ có phẩm giá con người là còn lại trên thế gian này.

Huỳnh Viết Tư

Tác giả
Chân dung
& tác phẩm

"CƠN ĐỊA CHẤN" CUỐI CÙNG CỦA NHÀ THƠ NGUYỄN BẠCH DƯƠNG

TRẦN HỮU DŨNG

Vùng đất miền Tây Nam Bộ thế hệ những nhà thơ lão thành có vợ chồng thi sĩ Đông Hồ, Mộng Tuyết, Kiên Giang, Truy Phong, Trang Thế Hy… Trước năm 1975, tạp chí Văn rất có uy tín, chuyên về văn chương lần lượt xuất hiện nhiều cây bút thành danh. Ngoài nhà thơ Tô Thùy Yên tên tuổi lừng lẫy ở Sài Gòn; ở Sa Đéc có Trần Tuấn Kiệt; Bến Tre có Tô Nhược Châu; An Giang có Lộc Vũ, Yên Uyên Sa; ở Châu Đốc có Trịnh Bửu Hoài, Ngô Nguyên Nghiễm; ở Cần Thơ có Phù Sa Lộc, Trần Phù Thế. Còn ở Vĩnh Long với Nguyễn Bạch Dương, Nguyễn Sinh Từ…

(Nhà thơ Nguyễn Bách Dương)

Ai từng tiếp xúc với nhà thơ Nguyễn Bạch Dương hầu như dễ nhận ra đây là con người chân thực, chất phác, hồn hậu sống hết lòng vì mọi người xung quanh. Thi ca là một dòng chảy sáng tạo trong sáng, dào dạt bất biến trước và sau năm 1975 trong anh. Nguyễn Bạch Dương tên thật là Nguyễn Kim Dũng, sinh năm Quý Mùi, năm 1943, tại An Bình, huyện Cao Lãnh, tỉnh Đồng Tháp, sống nhiều năm ở tỉnh Vĩnh Long, mất ngày 11 tháng 12 năm 2006, tại quận Tân Phú, thành phố Hồ Chí Minh, hưởng thọ 63 tuổi. Tác phẩm gồm có *Sau cơn địa chấn* – tạp chí Biểu Tượng 1964, *Hoàng* – tạp chí Biểu Tượng 1965, tập thơ *Thơ anh và tình em* – Hội Văn học Nghệ thuật Cửu Long 1987, *Lặng lẽ vần thơ yêu em* – Hội VHNT Cửu Long 1991, *Bí mật của bé* – NXB Đồng Nai 1996, *Gió không mùa* – NXB Văn Nghệ 2001.

Nhiều kỷ niệm man mác trở lại trong lòng chúng tôi, trước năm 1975 anh Nguyễn Bạch Dương từng trốn lính quân dịch, cạo đầu đi tu, ôm bình bát khất thực giữa chợ đời, chịu bao lận đận gian nan. Thống nhất đất nước năm 1975, anh lại nhập cuộc vào Hội Văn học Nghệ thuật Cửu Long, dòng thơ Nguyễn Bạch Dương hồn hậu, trong sáng yêu đời tha thiết, xuất hiện khá đều trên các trang văn nghệ, các tạp chí, tuần báo ở miền Tây, thành phố Hồ Chí Minh, Hà Nội. Lúc về hưu, hằng ngày anh vẫn chăm sóc bà mẹ già ở Vĩnh Long tận tình, khi bệnh nặng anh Nguyễn Bạch Dương lại gia nhập gia đình cư sĩ để tìm sự thảnh thơi, an lạc tâm hồn.

Nhà thơ Thu Nguyệt ở tỉnh Đồng Tháp hồi tưởng: “Tôi nhớ nhất ở anh không chỉ là những vần thơ, mà còn là một anh Thiện Định với chiếc áo lam tôi gặp ở chùa. Nhớ nhất là lần gặp anh ở chùa Hoằng Pháp (Hóc Môn) khi thiền sư Nhất Hạnh về mở khóa tu ở đó. Anh từ Vĩnh Long lặn lội về thành phố, đến tập trung còn sớm hơn tôi. Những ngày tu tập, đầu óc tôi luôn vướng mắc, còn anh thì... bất cứ lúc nào trong hàng người đông đúc, bất chợt nhìn sang tôi cũng thấy anh cười. Có khi đứng gần bên anh trong hàng ngũ, tôi nghe anh hát thật say sưa: “Thở vào/ Thở ra/ Là hoa thơm mát/ Là núi vững vàng/ Nước tĩnh lặng chiếu/ Không gian thênh thang...” Lúc ấy, nhìn anh rạng rỡ, những vần thơ như hóa thành hoa cỏ, quấn dưới chân anh”.

Ngày 29 Tết Bính Tuất anh Nguyễn Bạch Dương trở bệnh nặng, tràn dịch phổi, bệnh viện Vĩnh Long chở xe cứu cấp chuyển lên Trung tâm Ung Bướu thành phố Hồ Chí Minh. Sau đó hơn mười tháng vật vã chống chọi với cơn bệnh ung thư tại nhà người vợ thứ hai là chị Huỳnh Ngọc Kim Phượng ở thành phố Hồ Chí Minh. Ai chỉ bảo thầy thuốc nào giỏi, thứ thuốc gì hay, anh Nguyễn Bạch Dương đều tìm đến, dùng qua với chút ít hy vọng le lói kéo dài ngày tháng ở trần gian. Chứng bệnh di căn trầm trọng, anh cố gắng hết mực vẫn không “triển hạn thời gian” được, đành trút hơi thở cuối cùng vào lúc 2 giờ 30 phút sáng ngày 11 tháng 12 năm 2006 tại bệnh viện Nguyễn Trãi.

Con người Nguyễn Bạch Dương sống trong sáng, nhân hậu ở đời, sáng tác thơ đầy tình yêu bao dung nhân ái, quả thực là hiếm có trong cuộc sống ở thế giới phẳng hiện nay!

Cái chết của anh là "cơn địa chấn" cuối cùng mạnh mẽ nhất trong lòng bạn hữu, người thân.

Nhà văn Ngô Khắc Tài từng khắc khoải: "Nhớ về Nguyễn Bạch Dương, tôi không thể nhớ lại một thời biết tìm đâu. Vẫn nhớ mỗi lần gặp Nguyễn Bạch Dương hay hỏi 'Có viết gì mới đưa coi'. Anh chứng tỏ được sự quan tâm đến bạn bè nên mấy tay làm thơ trẻ ở Vĩnh Long thường đưa bài cho anh đọc trước khi gửi đăng báo, để nghe những lời góp ý chân tình. Lần lượt anh em được kết nạp vô Hội Nhà văn Việt Nam, Nguyễn Bạch Dương rất xứng đáng nhưng lại không chịu vô. Mọi người theo vận động mãi cuối cùng Nguyễn Bạch Dương đến năm 1992 mới đồng ý,như là số mệnh đã định sẵn. Hội nhà văn Việt Nam kết nạp anh làm hội viên, thì khoảng hai năm sau anh qua đời…"

Anh thường ký là *Lê Trung Hiệp, Nguyễn Kim Dũng*… trong đó có một bút hiệu mang tên phụ nữ là *Lê Thị Tư* làm xôn xao bạn đọc một thời trên tuần báo Khởi Hành, tạp chí Thời Tập khoảng cuối thập niên 60 và đầu những năm 70. Lúc Lê Thị Tư mới xuất hiện với dòng lục bát đậm chất Nam Bộ, phóng khoáng, cuồn cuộn: "Lên cầu đứng ngó vàm sông/ Nước trôi biệt dạng tình không ngó về" làm nhiều người yêu thích, dự đoán đây là cây bút đặc sắc ở đồng bằng miền Tây Nam Bộ.

Nhà phê bình Uyên Thao trong cuốn *Thơ Việt hiện đại 1900 –1960*, do NXB Hồng Lĩnh năm 1969 từng viết: "…Những người đang nắm ưu thế trên thi đàn Việt Nam vào những năm sau 1960 là những người mới đang bước qua hoặc vừa mở đầu làm quen với thi ca. Trong lớp người này qua những thi bản đã xuất hiện trên các tạp chí chúng ta có thể ghi nhận được một số tên tuổi đầy hứa hẹn như Nguyễn Bắc Sơn, Lê Thị Tư, Thương Hoài Thương, Nguyễn Tất Nhiên, Nguyễn Thị Trường Hoa…"

Ở đây chúng tôi sưu tập những bài thơ Lục Bát dưới bút danh *Lê Thị Tư* cống hiến cho bạn đọc, để tưởng nhớ nhà thơ Nguyễn Bạch Dương, một giọng thơ Nam Bộ nồng nàn, phóng khoáng vùng đất đồng bằng sông Cửu Long.

THƠ LÊ THỊ TƯ

CỘI XƯA

Lụa ai phơi trắng trên đồi
Áo hoa ai trải xanh ngời rừng cây
Một lời chim vỗ cánh bay
Ngựa điên mê vọng bao ngày đổ xuôi
Đêm trùng bủa lưới nhện tôi
Mộng không về nữa lá rơi tình này…

BUỔI XA CHÀNG

Trưa nay mưa xuống tình cờ
Giấc tôi ru giấc bên bờ nam hoa
Nằm nghe lá rụng hiên nhà
Góc xanh con bướm trên đà cây tươi
Vãng sanh tôi ở cõi đời
Một mai đất trích tìm người yêu thương…

MƯA VEN SÔNG

Ngủ trưa ven bãi đá gầm
Nằm trên thu tượng, ngậm cần xanh bông
Nhớ trăng châu thổ một dòng
Ngùi trong bóng lạ, tay không vãn hồi
Thơ tình viết một trang thôi
Gởi người đã gặp trên đồi hôm kia…

CHIỀU QUA ĐÒ VÀM CỐNG

Khi về chân lạnh mưa reo
Cuối sông mây bạc, nắng theo xuống vàm
Quán trưa vắng phố bụi dàn
Chút ngây ngất lạnh dưới hàng mưa tro
Đi về đường cũ quanh co
Mé sông nước ngập bến đò đã đông…

ĐI QUA CẦU THAM TƯỚNG

Lên cầu gặp buổi nắng trưa
Cỏ hoa mê ngủ quên mưa bụi hồng
Lên cầu đứng ngó vàm sông
Nước trôi biệt dạng tình không ngó về
Mây tan rã gió ngã đề
Mắt ta chửa khóc đầm đìa lệ tuôn…

GIỮA NGÀN XANH

Lệ sầu đỏ mặt tay trơn
Ngộ người lá thị nguồn cơn tỏ vừa
Ải xanh bóng gió bay mưa
Một trăm năm khóc lệ chưa buồn tàn
Mai xa sương gió áo vàng
Tình lưng chừng giữa mây ngàn gió bay
Bước chân đau đớn dặm dài
Tôi từ Đâu Suất té dài trần gian…

LỆ TRẦN

Hung tin như sét xuống đầu
Mẹ cha ngất lệ em sầu giọt xa
Hết rồi, kiếp mỏng người ta
Che thân da ngựa, mồ ma chiến trường
Tự ngàn xưa, cuộc nhiễu nhương
Những mồ hoang với những xương gởi rừng…

TRONG HẦM TRÚ

Những đêm trở mắt tính giờ
Những đêm nín thở ngồi chờ nắng vui
Đêm qua đêm trước đêm này
Lửa ai thắp với bóng dài khói xanh
Đêm tròn sáu khắc năm canh
Gọi tên ai giữa lời thanh thót buồn
Trở mình đụng bụi cát tuôn
Lệ ta rụng ướt trên vuông gạch tàu…

CHIỀU TRÊN BẾN ĐÒ MỸ THUẬN

Tay dù che nắng chiều nghiêng
Bến đông người chật chàng riêng bước dài
Gió nâng vạt áo ta bay
Quán đường thưa khách một vài tiếng kêu
Tới đây ta tới lúc chiều
Thấy chàng đứng đó hồn siêu phách buồn
Ta thầm kêu gọi ta luôn
Lỡ thêm một chuyến trăm nguồn cơn đau…

GỞI CẨM LIM XA

Lộ dầm ướt tấm lá bay
Rớt mưa xuống lục quá ngày vọng sang
Với trăng vườn áo em vàng
Với mây nhớ tóc suối đàn tiếng gieo
Lòng đương hoa nở bên chiều
Chuốc vui rượu đắng đã liều cơn say
Duyên may rong ruổi gặp người
Đời mai sau dẫu xa rời cũng cam…

TRONG HẠT MƯA BAY

Mưa trên đồi, mưa ban ngày
Ta hai chật đất bước ngoài hư vô
Lệ tình rớt giọt phù hư
Trong đêm xanh đã mộng từ quá khuya
Mưa đêm rồi, mưa đêm kia
Đèn chia bóng quế lạnh chia sông ngoài
Với tình này đợi sớm mai
Với tình ta đó trải dài sông xa…

TÌNH BUỒN

Ven rừng suối một con xanh
Bên đường liễu hạ xuân thành một phai
Phất phơ cồn gió thu dài
Lắc lư cánh bướm chao ngoài vườn sương

Mây chưa nguôi, giấc vô thường
Chân non giọt liễu rủ buồn chiều hôm
Đèn khêu diễm phố bên cồn
Thuyền im gác mái hạ buồm chờ trăng…

BƯỚC TUYỀN ĐÀI

Xin rừng ngủ một giấc mau
Tôi trong thiên hạ tôi chào trăm tay
Nhìn quanh quất dấu chân người
Lệ xưa nhỏ giọt chân trời quay tơ
Rượu vui một chốc tình cờ
Tiễn người cay mắt vườn xưa nắng đào
Ngàn năm đỉnh núi non cao
Chút lòng cố quận xin chào người quen
Bước tuyền đài gót bon chen
Chiều đưa con nhạn bay men mép rừng…

TRÊN NGUỒN

Sóng xanh lê giạt hai bờ
Khắp chung thiên hạ vui chờ cuộc vui
Đầy trời nắng bụi mưa tuôn
Quẩn quanh, quanh một buổi vuông ý hồng
Đầm đìa sương rụng đầy sông
Dấu chân quan tái chút lòng bỏ quên
Đi rồi chân vạt hai bên
Rừng cây lá gió buồn tênh góc trời.

NỬA MẶT TRÔNG XA

Áo phơi lên một cành đào
Lưng trời cánh nhạn bay vào vườn chiêm
Rượu tàn cạn một cuộc vui
Áo khuya cổ đứng dáng người đi đêm
Chân xiêu bước lạc bên thềm
Vỗ ta ngủ giữa hồn chim ru chiều.

Trần Hữu Dũng

thơ

CHẾT LỊM MÙA THU

THƯƠNG VAN NGUYÊN

Gom hết tình thu trong mắt em
Gió thu nhè nhẹ lướt qua rèm
Trăng thu vỡ vụn rơi đáy cốc
Bóng xõa hồn em anh sao đêm

Gỡ sợi trăng thu bám qua rèm
Cài lên mái tóc hương dịu êm
Dáng thu rơi rụng hồn xiêu ngã
Níu giữ hồn thu đêm trong đêm

Sợi tóc dùng dằng treo bóng trăng
Vần thơ lã chã gợi cung hằng
Thơ ru thổn thức mờ trăng khuyết
Một nửa vầng trăng em gió trăng

Bóng khuya ngã sập khiêu sương vắng
Đánh thức đèn khuya trêu bóng trăng
Đêm thu chết lịm bờ môi mặn
Ôm cả tình thu ôm sao băng.

thơ

EM Ở ĐÂU. MÙA XUÂN…

NGUYỄN THANH CHÂU

một thoáng
những nhành mai trên màn hình. gọi nhớ
mùa xuân
trái tim ta gia tốc. đập

em ở đâu. giấc lạnh
tháng hai. những sợi tuyết còn bám đầy cửa kính
lũ chim câu không mổ mỏ xin ăn
niềm cô đơn gặm nhấm

em ở đâu. mùi hương. say
trong đêm sương hay đi giữa nắng ngày
áo lụa hà đông. rạng rỡ
em có còn cười nói hồn nhiên

em ở đâu. dáng bụi
ký ức tìm về
căn nhà bị trấn yểm. những hồn ma
gió. những chiều lọt luồn mấy tàng trứng cá
thương. ràn rụa mắt xưa

một thoáng
bài hát *Ly rượu mừng*. đắng giọng
quán bệnh. ngồi co ro
trời xuân xa. xế đời. cơn hôn thụy…

MÙA XUÂN VĨNH VIỄN

TIỂU LỤC THẦN PHONG

Thế là mùa xuân về, em ở đâu chẳng về phó hội? Em ở đâu mắt biếc má đào có còn long lanh giữa dòng đời? Áo lụa, gót son có về kịp xênh xang đón xuân sang?

Hỏi tức là thưa, hỏi chỉ để mà hỏi! Em chẳng về phó hội thì làm sao có mùa xuân, mắt biếc má đào không còn long lanh thì đời làm gì có mùa xuân, chắc chắn em sẽ về mỗi độ xuân sang. Mùa xuân đẹp lắm ư? Nói thế khác gì khen: "Phò mã tốt áo", mùa xuân là hiện thân của cái đẹp cơ mà! Mùa xuân mở đầu vận hội mới, mùa xuân là sức sống, là tuổi trẻ, là niềm tin và hy vọng trong đời.

Có gã từng bảo rằng:

Xuân đất trời bây giờ mới đến
Trong lòng tôi xuân đến đã lâu rồi

(Thơ TLTP)

Mùa xuân của đất trời mỗi năm có một lần, mùa xuân trong lòng người thì chẳng nệ thời gian. Nó lại lệ thuộc vào tâm tưởng của chính mình, khi mình vui thì xuân hiển hiện; khi mình đau buồn thì chẳng thể thấy mùa xuân. Xuân trong nhà Phật còn gọi là xuân Di Lặc, vì ngày đầu xuân là ngày vía của Ngài. Trong văn học nước nhà, thơ văn Lý – Trần là một mảng quan trọng, là thành tựu, là dấu ấn của một thời độc lập tự chủ, một thời phát triển rực rỡ của dân tộc. Trong ấy có bài thơ – kệ "CÁO TẬT THỊ CHÚNG" của Mãn Giác thiền sư mà hầu như ai ai cũng biết, cũng thuộc:

Mạc vị xuân tàn hoa lạc tận
Đình tiền tạc dạ nhất chi mai

Mùa xuân vĩnh viễn, mai có rụng, hoa tàn hương tận thì mùa xuân vẫn không bao giờ tàn. Hoa mai của đất trời có nở, có tàn nhưng đóa mai trong lòng người thì vĩnh viễn và mãi mãi.

Mùa xuân dân tộc ta cũng trải dài mấy ngàn năm, tuy có lúc thăng trầm, có lúc tưởng chừng như diệt vong nhưng rồi lại hồi sinh. Mùa xuân năm 40, Hai Bà Trưng khởi nghĩa đuổi Tô Định về phương Bắc, lấy sáu mươi thành lập quốc đóng đô ở Mê Linh. Mùa xuân 504 Lý Bí đánh đuổi bọn thái thú về Tàu và lập nhà nước Vạn Xuân, xuân đất trời, xuân dân tộc cùng rạng rỡ. Xuân Kỷ Hợi (939), Ngô Quyền khôi phục nền độc lập tự chủ, chấm dứt ngàn năm Bắc thuộc. Mùa xuân Mậu Thìn (968), Đinh Bộ Lĩnh xưng đế lập nước Đại Cồ Việt, đóng đô ở Hoa Lư. Kế đến là những mùa xuân nhà Hậu Lý, mở đầu một kỷ nguyên mới, làm nền tảng cho một thời kỳ độc lập tự chủ và phát triển rực rỡ của dân tộc. Mùa xuân Yên Tử, Thượng hoàng Nhân Tông lên núi tu hành mở ra trường phái Trúc Lâm – Yên Tử, một dòng thiền thuần Việt, những mùa xuân của thời kỳ mà lịch sử gọi là "hào khí Đông A". Mùa xuân Mậu Tuất (1418), Lê Lợi dựng cờ khởi nghĩa đánh đuổi quân Minh, dựng lại cơ nghiệp bị giặc Bắc phương hủy diệt mong đồng hóa dân ta. Mùa xuân Kỷ Dậu (1789), với chiến thắng Đống Đa, mở ra một kỷ nguyên mới, đây là đỉnh cao của chủ nghĩa anh hùng ca dựng nước và giữ nước. Giặc phương Bắc chưa bao giờ sợ ta đến như vậy! Mùa xuân Kỷ Dậu còn gọi là "mùa xuân Đống Đa", "mùa xuân chiến thắng"... Sau này, khi vua Quang Trung băng hà. Ngọc Hân, nàng công chúa tài hoa đã viết những dòng thơ tâm huyết ca ngợi người anh hùng dân tộc vắn số:

Mà may áo vải cờ đào
Giúp dân dựng nước xiết bao công trình

Dòng sử dân tộc gắn liền với những mùa xuân hiển hách, nhưng cũng có những mùa xuân đau buồn lắm. Để bảo toàn tính mạng của dòng tộc trước sự tận diệt của Trần Thủ Độ; Hoàng tử Lý Long Tường phải mang gia đình và gia nhân vượt biển sang Cao Ly lánh nạn, cuộc lánh nạn kéo dài mười thế kỷ, mãi đến cuối thế kỷ hai mươi này hậu duệ mấy mươi đời mới tìm về cội nguồn ở Đình Bảng. Những năm tháng lưu lạc, hoàng tử đã lập "Vọng Quốc đài" để ngày ngày lên đài ngóng về quê hương. Người Việt vốn là cư dân của nền văn minh nông nghiệp lúa nước, sống quây quần trong xóm làng, dòng tộc... ít khi nào đi xa, những khi buộc phải ly hương là bất đắc dĩ lắm. Người Việt dù sống ở đâu cũng nhớ về quê cha đất tổ, có thể con người ta ra đi với nhiều lý do nhưng ai cũng mang trong tâm hồn mình hình bóng quê nhà. Đạo Phật gắn liền với dân tộc hai ngàn năm nay, dù có là Phật tử hay không thì ít nhiều hình bóng ngôi chùa cũng có trong tâm tưởng. Tư tưởng sống "ở hiền gặp lành", "nhân nào quả nấy", "gieo gió gặt bão"... đều thấm đậm tư tưởng và triết lý của nhà Phật. Vì vậy khi ly hương, khi sống nơi viễn xứ con người ta lại thường tìm về những mái chùa Việt, nhất là những ngày lễ hoặc ngày Tết. Mọi người tìm về mái chùa để không chỉ lễ Phật mà tìm chút hơi ấm và hình bóng quê hương. Thi sĩ – nhà sư Huyền Không đã viết:

Mái chùa che chở hồn dân tộc
Nếp sống muôn đời của tổ tông

Đạo Phật đã ăn sâu vào văn hóa và lối sống của người Việt Nam. Người ra đi mang theo cả hai trong tâm tưởng mình, làm sao mà có thể tách rời hình bóng quê hương với mái chùa được? Nói đến quê hương không thể không nhắc đến đồng lúa, dòng sông, con đò, góc phố... dĩ nhiên càng không thể không nhắc đến mái chùa, dù là chùa làng hay chùa nơi phồn hoa phố hội. Người sống đến chùa lễ Phật cầu an, nương tựa tinh thần. Người chết gửi nắm tro tàn xương cốt, ngày đêm nghe kinh hưởng hương khói. Sống hay chết cả đời cũng gắn bó với chùa, thậm chí nếu còn tái sinh trở lại kiếp người thì chắc vẫn gắn bó với chùa:

Em về trẩy hội xuân
Hoa đào rực rỡ
Thấp thoáng má hồng
Như ngàn năm cổ tích tự phương Đông

(thơ TLTP)

Người ly hương viễn xứ, lòng canh cánh nhớ thương nhất là khi mỗi độ xuân về. Mùa xuân cũng là lúc sum họp gia đình, bạn bè... Mùa xuân về lòng khắc khoải lắm nhưng không phải ai cũng có đủ điều kiện để về thăm. Mùa xuân với hoa mai, hoa đào như gợi lại dĩ vãng của phương Đông:

Mùa xuân son sắt vĩnh hằng
Năm rồi năm vẫn đãi đằng đôi nơi
Mình xa góc bể chân trời
Nhớ mùa xuân nhắn một lời nước non

(thơ TLTP)

Người ra đi lòng vẫn nhớ, con tim chia hai nửa mang theo nửa để lại quê nhà. Phần nhiều ai cũng nhớ quê hương, với những gã du tử thì càng tha thiết biết bao. Những gã du tử mang nghiệp chữ lòng mang mang viết nên những bài thơ, áng văn dâng cho đời. Mùa xuân về nước non cố quận mình tưng bừng trẩy hội, cho dù có nhiều hư hao và dang dở. Nước non dù còn nhiều nguy hiểm tồn vong, đời dù lắm dâu bể đổi thay, lòng người dù đa đoan... nhưng tình vẫn tha thiết lắm em ơi! Bởi vậy mà:

Mùa xuân cố quận tưng bừng
Mặc đời dâu bể chưa từng hư hao

(thơ TLTP)

Ất Lăng thành, 9/2019
Tiểu Lục Thần Phong

NHỮNG MÙA XUÂN ĐẦU TIÊN

NHƯ QUỲNH de PRELLE

Mẹ sinh tôi ở quê nội, vào ngày 8 Tết, lúc đó bố đang công tác. Bà đỡ là ai đó trong làng, gần gũi với gia đình bà nội. Thế là cứ Tết về, xuân sang, tôi được đón sinh nhật. Sau đó một tháng, mẹ và tôi trở về nhà. Bố chở mẹ và tôi trên xe đạp, một chặng đường khá dài, hơn 70km. Cứ kể lại chuyện ngày xưa với những kỷ niệm nghèo, khốn khó mà ai cũng không hề hấn gì kêu ca. Cả nước như thế, cái thời đó ai cũng như thế. Đám cưới bố mẹ tôi, cũng chở nhau bằng xe đạp Liên Xô cùng với các bạn bè cùng cơ quan bố mẹ, quần loe, ống rộng, áo vest. Mẹ tôi ngồi sau xe một chặng đường dài, ngồi một bên như ngày xưa các thiếu nữ. Tôi lớn lên bắt đầu bằng những câu chuyện kể như thế.

Tôi thích sinh nhật, vì luôn có quà, luôn được gặp các bạn trong lớp đông đủ, luôn được chụp hình. Năm nào bố mẹ cũng tổ chức sinh nhật cho tôi cho đến khi tôi không ở nhà cùng mọi người nữa. Tôi đi xa và độc lập. Sinh nhật luôn vào Tết, mùa xuân nên cái không khí ấy nó làm tôi tươi tắn và như mang nhiều hy vọng. Tôi thích thời gian mình được sinh ra, cung Bảo Bình. Tôi giống hết mọi phần tính cách của ông bà nội ngoại, của cả bố và mẹ… như sự chịu khó và lành tính như bà ngoại, như mẹ; sự sắc sảo khéo léo nếu có được từ bà nội; sự nghiêm cẩn chu đáo từ ông ngoại; sự giao hòa thân thiện của bố… Ông ngoại ảnh hưởng lớn trực tiếp đến cá tính độc lập của tôi. Bố ảnh hưởng trực tiếp đến khả năng giao tiếp, cuộc sống bên ngoài xã hội và sự thích ứng. Hồi nhỏ, bố luôn giúp tôi học hành ở nhà như các môn thủ công hay toán. Ông chịu khó và kiên nhẫn với chúng tôi vô chừng. Đến bây giờ chúng tôi có con cái, trở thành phụ huynh, ông vẫn làm bánh chưng, tự gói bánh ngày Tết nhất. Nếp nhà tôi bao năm nay vẫn như thế, không hề thay đổi. Chúng tôi lớn lên, đi xa và trưởng thành, luôn nhìn thấy từ xa cha mẹ, quê hương, luôn giữ những thói quen ấm áp cùng nhau, dù chỉ một món ăn nhỏ hay sự quây quần. Trở thành mẹ hai bạn nhỏ, xa quê hương, nấu các món ăn, chăm chút gia đình, tôi như thấy hình bóng mẹ, tinh thần của mẹ trong bản thể của mình, chịu khó và không bao giờ than thở, kêu ca. Mẹ tôi rất độc lập, không bao giờ phiền ai. Bà chăm chút nhà cửa, vườn tược chu đáo, tỉ mỉ. Tôi có được cả cái phần ấy trong con người thơ ca, có phần điên rồ của mình, như làm cân bằng lại để sống một cuộc đời rất đỗi bình thường. Viết giữa những công việc thường ngày mà tôi luôn coi là nghệ thuật, nghệ thuật thường ngày chứ không phải nghệ thuật của chữ nghĩa cao xa, hay của những xa vời, không gắn liền với hơi thở của con người.

Mùa xuân đầu tiên khác, tôi đi học lớp 1, lúc năm tuổi. Tôi đi học sớm và biết đọc sớm, đọc nhiều từ nhỏ. Sách luôn bên tôi, cùng tôi. Tôi nhớ căn hộ tập thể mới ngày xưa bên đồi mà gia đình tôi ở đó nhiều năm cho đến khi bố mẹ mua một căn nhà cũ trên mảnh đất rộng, sau đó xây lại thành nhà mới của chúng tôi lớn lên. Hồi ở khu tập thể, chơi chung cùng các bạn đủ trò, nào trồng hoa, trồng cây, nuôi tằm, nuôi ốc… Đó là khu tập thể xây theo kiểu Liên Xô, nên trước nhà luôn có vườn rất xinh. Vườn nhà cái Quyên lúc nào cũng xanh mướt vì bố nó làm thầy thuốc nên ông ấy trồng rất nhiều loại cây khác nhau. Tôi hay trồng rau vào các mùa, làm hàng rào cúc tần. Ở khu vườn đó, bọn tôi còn chơi đóng kịch nữa. Khu vườn bên cạnh cửa sổ. Mỗi mùa hè, bố mẹ đi làm, chúng tôi bị nhốt trong nhà, thế là các bạn đến chơi đứng bên ngoài cửa sổ, chúng tôi đem đủ thứ mời bạn, nào bánh mì rán, bánh quy bơ… có khi rủ bạn chui vào nhà chơi rồi trước giờ bố mẹ về, bọn chúng chui ra, mọi chuyện như thường. Bố mẹ tôi đều biết mấy trò trẻ con ngộ nghĩnh này. Sau này lớn lên, mọi sự thay đổi, mọi người dần chuyển đi mua nhà lớn hơn, chỗ rộng hơn, có những phận người ngắn như một cái thở dài, có những số phận hẩm hiu trong tích tắc… Tôi hầu như ít gặp lại ai.

Mùa xuân của tuổi thanh xuân luôn cô độc, nhớ thương. Mối

tình đầu kéo dài nhiều năm không dứt. Những hành trình một mình trên những chặng đường. Cũng là những mùa xuân tôi nhận ra bản thể, cái tôi và sự tự do. Tôi thuộc về những giá trị ấy, những con đường thênh thang ấy, dù một mình, luôn một mình. Một mình ngồi viết giữa café ở Hội An, một mình lênh đênh đi đến mũi Cà Mau, một mình ăn cơm trắng giữa hoàng hôn xa lạ, một mình xem phim, một mình giữa những chuyến bay đêm trở về nhà giữa Sài Gòn – Hà Nội, một mình giữa những giờ quay quên thời gian… Những mùa xuân không ở nhà cùng cha mẹ, những mùa xuân nhìn bánh chưng từ rất xa dù vẫn trên dải hình chữ S. Những mùa xuân luôn rộn ràng trong lòng và một trái tim thương yêu, ít nói nhiều, ít bộc lộ và sẻ chia.

Mùa xuân của bảy năm trước khi tôi có một quê hương mới ở đây. Tết nào tôi cũng có hoa đào hoa mận, bánh chưng và giò. Tôi hay nấu các món ăn bằng ký ức của tuổi thơ, của gia đình và nhớ thương những hương vị từ bà ngoại, từ mẹ, từ bếp ấm của những người đàn bà hiếm hoi còn lại của xã hội truyền thống Việt xưa. Mùa xuân này, mùa xuân đầu tiên, tôi trở thành công dân Bỉ chính thức, vẫn là tôi, một người gốc Việt truyền thống như mẹ, như bà giữ nếp nhà và chăm sóc bọn trẻ. Tôi luôn kết hợp giữa hai nền văn hoá Đông và Tây cùng những giá trị chung như gia đình hay con người yêu thương, sự tự do và tôn trọng để tạo dựng một cuộc sống đơn giản mà hạnh phúc. Mùa xuân nào chúng tôi cũng có hoa nhài ướp trà giữa cái lạnh vùng ôn đới.

Những cơn trầm cảm mùa xuân như sự cởi bỏ những trầm tích buồn bã, sự tuyệt vọng. Chính những màu xuân này, tôi nhận ra, sự tồn tại của một người viết, hay một nghệ sĩ, một con người độc lập, dù ở đâu, trong hoàn cảnh nào cũng biết dừng lại, biết im lặng và không ngừng tích cực. Tích cực sống hay có trách nhiệm với chính bản thân mình chính là sự trưởng thành, sự cởi bỏ của những đôi mắt mù thiên kiến… Đó cũng là những mùa xuân, mùa lễ hội của thi ca, của những gặp gỡ văn hóa, ngôn ngữ, sự đa dạng và khác biệt.

Mùa xuân này, tôi và chúng ta vắng bóng một tinh thần thi ca Việt, gia tài tiếng Việt kết nối giữa nhiều thế hệ, nhà thơ Du Tử Lê. Ông ra đi vào mùa thu năm cũ, lúc lá rơi rụng đầy. Tôi nhận ra những thảng thốt, nhìn lại chặng đường viết, từ giải thưởng của ông trao cho "Tác phẩm đầu tay" và *Song tử*, tôi lại muốn tiếp tục con đường đi này, dù có thể là ý thoáng qua chốc lát. Tiếng Việt và quê hương xa xôi luôn là sợi dây kết lại với một người viết như tôi, dù thế hệ của tôi, chúng tôi nói nhiều ngôn ngữ khác, thích ứng văn hóa khác một cách nhẹ nhàng và đơn giản hơn nhiều. Sự ra đi của ông, như níu lại rất nhiều ký ức, cả những ký ức trong tưởng tượng, về thi ca tưởng tượng, về những mối quan hệ con người trong tưởng tượng, với tôi, luôn bắt đầu từ chữ, chữ nhìn thấy nhau, nhìn thấy tinh thần, nhân cách của nhau để gần nhau, chia sẻ. Nếu chữ chia rẽ chúng ta, thế giới sẽ lụi tàn, biến động. Chữ luôn làm thay đổi thế giới loài người, kết nối và thương yêu, hàn gắn và thứ tha.

Mùa xuân khác hay một thế hệ khác của chúng tôi, thế hệ của những đầu tiên, luôn như bắt đầu, thật rạng rỡ và tươi sáng. Hãy sống như lần đầu tiên, đang tồn tại. Mọi mùa xuân đều đến như thế, luôn nảy lộc mới, thật xanh.

Brussels, mùa thu 2019

Như Quỳnh de Prelle

thơ

LÌ XÌ LÓT TỔ ẤM NGAY CHỖ THÈM

SỸ LIÊM

mồng em rớt xuống nụ đầu
môi hai năm mới nằm chầu chực hôn
mồng ba chưa kịp hoàn hồn
nhảy qua mồng bốn đuổi dồn mồng năm

mồng sáu, mồng bảy ghé thăm
đã nghe mồng tám âm thầm hở hang
mấy mồng đại diện khang trang
đi qua để lại vết hoang dại khờ

mồng em khép lại vu vơ
những ve vuốt chạm đẫn đờ quanh thân
hơi yêu thơm phức tan dần
theo từng nhịp thở bần thần luyến thương

cành mai ta cũng vấn vương
vàng rơi nhan sắc má hường tiễn đưa
hương xuân còn chút vị thừa
ngấm vào da thịt... dạ thưa: để dành!

ta theo tuổi mới tập tành
thủy chung chúc tụng loanh quanh mỗi ngày
phong bì đỏ thắm bàn tay
lì xì lót tổ ấm ngay chỗ thèm

xin mời em liếc ngang xem
tình yêu theo tháng năm kèm khát khao
hồn thơ mở cửa xin chào
mấy mồng còn lại bóng thao thức... hình!

thơ

ĐÔI LỜI CÒN XANH

ĐẶNG TƯỜNG VY

Xuân này con có về không?
Mặc chiếc áo bông lòng giá bốn mùa
Con thôi đi sớm về trưa
Trong vòng tay mẹ võng đưa ơi à

Chiều thu ngọn gió la đà
Bước chân lữ thứ nghe già ngãi nhân
Quê hương tiếng vọng xa gần
Thuyền trôi ngược nước già lần nói yêu

Quê người sương khói lều bều
Nằm trong chăn lạnh phủ rêu tâm hồn
Thơ tình viết trắng lá môn
Mai sau ép vở dại khôn để dành

Mẹ ơi, con nhớ Sài thành
Gió mùa xứ lạ lớn nhanh dậy cuồng
Nâng ly dốc cạn cội nguồn
Sóng lòng gào thét quẳng buông gánh đời

Quê mình én liệng lả lơi
Con về gặt hái đôi lời còn xanh
Tình quê trái chín trĩu cành
Lời thơm tiếng thảo để dành cho nhau
…
Mẹ ơi, mưa nắng dãi dầu
Trắng trời, tím chữ, từng câu nuốt lòng.

07/01/2018

thơ

MÙA XUÂN YÊU NGƯỜI...

PHẠM HIỀN MÂY

đã bắt gặp xuân rập rờn hoa cỏ
lúc sương treo đầu lá biếc long lanh
phơi mình mèo vàng nắng rụm giòn chanh
xoe cặp mắt bi ve tròn làm biếng

đã bắt gặp em trời chim én liệng
tóc vai mềm thả gió ngát bình yên
suối hay mây thơm mát quá hồn nhiên
hương chúm chím thẹn thùng hồng non má

đã thấy xuân em những điều rất lạ
nhịp tim rung mười sáu đập bồi hồi
vấn vương sâu lòng mắt lộc đâm chồi
xanh mơn mởn bâng khuâng màu nỗi nhớ

đã thấy xuân em ngày lên rạng rỡ
sớm mai tình nô nức giục chợ phiên
ấm áp trưa quà muộn buổi tất niên
ba mươi Tết khói nhang trầm rưng rức

đã bắt gặp xuân âm thầm nao nức
trái mọng nhành đỏ chín ngọt ngon môi
nghe líu lo em dành mỗi anh thôi
quay mặt giấu cười anh ừ chờ đó

đã bắt gặp em đào phai lấp ló
đóa yêu người
vừa trổ
nụ tầm xuân...

thơ

HỒI XUÂN

HỒ TỊNH VĂN

Anh từng hát cho em nghe
Và ru em ngủ
Tiếng anh cười tan vào giấc em vừa đủ
Và đưa hồn em bay xa

Anh thương em tháng Ba
Xa em tháng Bảy…
Sương giăng đầy sàng sảy
Heo may chắn lối anh về…

Giờ đây biển quê quên mất lời thề
Sông quê không còn dòng xanh thấy đáy
Con cá mương không đợi ngày anh trở lại
Đồi chè heo hắt giữa mùa khô

Thương chắc ở nơi mô
Yêu chi mà yêu rứa
Những gì anh hứa
Em găm vào tim như cỏ may xâu lút ống quần

Rồi trời đổi sang xuân
Em lại khát đắm mình trong lòng anh tình tứ
Em lại ước yêu anh nhiều hơn nữa
Tuổi hồi xuân nơi em đang chèo kéo hoang đàng
Tình yêu muộn màng mà lún sâu như trâu dầm bùn mùa hạ
Tim yêu rộn rã
Như thuở mới phải lòng nhau!

Em không sợ niềm đau
Không sợ đời tô vẽ…

Em đẹp đẽ, trong ngần như sông, biển thuở sơ khai!

TÌNH YÊU MÀU HOA ANH ĐÀO

NGUYỄN AN BÌNH

Nghi đáp tàu từ ngoại ô và xuống ga ở trạm Tokyo Metro Kudanshita lúc 8 giờ. Anh lướt nhìn đồng hồ rồi thầm nghĩ chỉ năm phút đi bộ đến công viên Chidori-ga-fuchi là mình sẽ gặp được lại Khúc Diễm là anh đã cảm thấy niềm vui tràn ngập trong tâm hồn. Hôm nay hai người hẹn nhau đến công viên nhân ngày nghỉ cuối tuần để cùng ngắm hoa anh đào đang vào thời kỳ nở rộ. Ở đất nước xứ sở mặt trời mọc, khi mùa xuân về tiết trời trở nên ấm áp, cả Nhật Bản tràn ngập sắc hồng và hương thơm dịu nhẹ của một loài hoa sakura mà ta thường gọi là hoa anh đào, người ta có cảm giác muốn được cùng ai đó chia sẻ cảm giác dịu dàng, thân thương trước vẻ đẹp của một loài hoa mảnh mai và thanh khiết. Mùa xuân ở Nhật Bản thường bắt đầu từ tháng 3 và kéo dài đến tận tháng 5. Đây cũng chính là thời điểm hoa anh đào khoe sắc rực rỡ nhất, mãn khai nhất trong năm. Mỗi một bông hoa anh đào được ví như cuộc đời của một võ sĩ đạo samurai khi cần có thể hy sinh trong nụ cười bình thản, vô ưu đi vào cõi chết nhẹ nhàng như một bông hoa anh đào thanh thản lìa cành về với đất mẹ. Hoa này vừa tàn thì hoa khác lại bung nở, rụng xuống đất rồi vẫn còn tươi nguyên và vẫn còn thoang thoảng mùi hương trong gió làm ai cũng phải xao lòng ngất ngây.

Cũng ở thời điểm này thường diễn ra lễ hội Hanami – lễ hội ngắm hoa truyền thống nổi tiếng nhất của Nhật Bản và được coi là một quốc lễ của họ. Nghi sống ở Tokyo đã hơn bốn năm, tức là anh đã trải qua bốn mùa lễ hội Hanami trên đất Nhật, hai năm đầu anh còn có cái cảm giác háo hức đi lang thang khắp nơi, hòa vào dòng người đi trẩy hội ngắm hoa anh đào nở khắp nơi tìm cảm hứng cho nét cọ của mình được tung tẩy đầy ngẫu hứng về loài hoa độc đáo này, có một cảnh tượng mà anh không bao giờ quên khi tàu điện chạy qua một khu vực trồng toàn hoa anh đào, cảnh một rừng hoa chạy ngược về phía sau như một khúc phim quay chậm làm anh liên tưởng như mình đang lạc vào chốn thiên thai trong câu chuyện Lưu Nguyễn lạc thiên thai vậy. Những năm sau cái háo hức ấy bớt dần đi vì anh cảm nhận niềm vui tràn ngập ấy đơn độc quá, không biết chia sẻ cùng ai nên không còn thích thú khám phá lắm như năm đầu mới đến nữa. Nhưng mùa Hanami năm nay lại khác, hình như ông trời đã ưu ái đem đến cho anh một người có thể san sẻ niềm vui mà tưởng chừng không thể tìm ra được: Đó là Khúc Diễm.

Ở cái xứ Phù Tang này người Việt sinh sống và làm việc không phải là quá ít ỏi đến độ ra đường không thể tìm gặp được một người đồng hương nhưng để được làm bạn và có thể tâm sự trao đổi với nhau một điều gì đó trên xứ người thì phải nói khó lòng tìm được người bạn đồng hành với mình. Nghi gặp lại Khúc Diễm cũng là một sự tình cờ hay có thể là do sự run rủi của trời đất chăng? Buổi họp mặt diễn ra ở Đại Sứ Quán Việt Nam với các Việt kiều, sinh viên, nghiên cứu sinh đang sinh sống làm việc, học tập trên đất Nhật Bản mừng cái Tết cổ truyền của dân tộc. Khúc Diễm đã nhận ra anh ngay từ cái nhìn đầu tiên, nhưng còn anh lại lớ ngớ đến tội nghiệp trước một cô gái xinh đẹp gọi tên anh với vẻ mừng rỡ, một hồi lâu mới nhận ra được cô em gái của người bạn thân hồi còn đi học ở Sài Gòn. Lúc anh nhận được học bổng sang Nhật nghiên cứu về hội họa đương đại của nước bạn thì Khúc Diễm đang học năm cuối của bậc phổ thông. Sau đó cô cũng tìm được học bổng nghiên cứu về văn học Nhật Bản và qua đây. Thế mà thoáng chốc đã 5 năm rồi còn gì. Khúc Diễm trở thành một thiếu nữ xinh đẹp, hoạt bát khác xa thời anh gặp cô ở quê nhà mỗi lần đến chơi nhà người bạn – Huy là anh của Khúc Diễm – cũng là người đam mê hội họa và có một vài giải thưởng trong và ngoài nước khi còn ở quê nhà. Khác với sở thích của Nghi, luôn tìm tòi khám phá những đường nét uyển chuyển, khói sương trong hội họa phương Đông thì Huy lại thích những đường nét phóng khoáng, mạnh mẽ trừu tượng trong từng mảng màu của hội họa phương Tây nên Huy đã sang Mỹ để tiếp tục theo đuổi niềm đam mê của mình. Gặp lại nhau trên xứ người làm cả hai rất vui, vì họ có chung một người thân quen nên tình cảm cũng cởi mở gắn bó hơn. Hôm ấy Khúc Diễm uống rượu vang hơi nhiều có lẽ vì vui mừng nên má cô có vẻ hồng hơn, mắt long lanh hơn làm Nghi tự hỏi sao hồi ấy mình không thấy cái đẹp duyên dáng tiềm ẩn của Khúc Diễm nhỉ, suy nghĩ ngây thơ ngộ nghĩnh này làm anh bật cười đã làm Khúc Diễm hơi ngơ ngác hỏi anh: – Anh Nghi cười gì thế, chắc anh thấy em xấu xí quá chăng? Khiến anh phải vội vã đính chính: – Khúc Diễm đẹp như thiên nga ấy mà, sao hồi đó anh không nhận ra nhỉ? Câu nói của Nghi đã làm Khúc Diễm cảm thấy xôn xao, nao nức trong lòng vì có người khen mình đẹp làm sắc mặt của cô càng đỏ hồng hơn dưới chùm đèn vàng cam dịu dàng của tòa sảnh đường đại sứ quán.

Bước vào công viên Chidori-ga-fuchi một đoạn ngắn phía bên tay phải, Nghi đã thấy Khúc Diễm ngồi chờ sẵn trên một băng đá trống tự lúc nào. Hôm nay ngày cuối tuần nên khách tham quan khá đông và ồn ào, Khúc Diễm mặc chiếc đầm màu nâu cánh gián và chiếc khăn quàng cổ màu xanh ngọc thạch làm tôn nước da nền nã mịn màng của người thiếu nữ đang xuân, mái tóc được chải khéo, buông xõa xuống bờ vai một cách tự nhiên trông Khúc Diễm thật xinh xắn tươi mát. Nghi bước tới ngồi cạnh nàng, nói một cách vui vẻ:

- Khúc Diễm chờ anh có lâu lắm không?

- Ồ! Em cũng mới vừa đến thôi mà. Ký túc xá nơi em ở cũng gần đây thôi, chỉ băng qua một con lộ là tới đây ngay. Anh Nghi đi metro có lâu lắm không?

- Em biết giao thông ở Nhật rất tuyệt vời mà, khoảng hai mươi phút là cùng. Mọi cái như lập trình sẵn, giống như người ta cố tình lập trình cho chúng ta gặp lại nhau trên cái đất nước mặt trời mọc này vậy mà.

Khúc Diễm nhìn Nghi cười khúc khích:

- Anh làm như ông trời ban cho chúng ta nhiều ân sủng mà không ai có vậy làm cho em mừng hụt. Thôi chúng ta đi dạo ngắm hoa anh nhé.

Nghi khẽ gật đầu. Cả hai cùng đi theo con đường đã có sẵn. Công viên Chidori-ga-fuchi rất rộng lớn nằm gần cung điện hoàng gia, một nơi mang nhiều nét cổ kính nằm lọt thỏm trong một thành phố hiện đại, người ta ví nó như một ốc đảo giữa lòng Tokyo hào nhoáng. Ở đây bạn có thể vừa ngắm hoa anh đào vừa có thể chèo thuyền suốt dọc dòng kênh để chiêm ngưỡng nhiều loại hoa anh đào tuyệt đẹp được đem về trồng tại đây. Nếu bạn đến vào ban đêm sẽ càng hấp dẫn lý thú hơn nữa. Bầu không khí sẽ thay đổi hoàn toàn khác. Từng cây hoa anh đào được thắp sáng, phản chiếu lên mặt nước lung linh một ánh sáng huyền ảo tạo nên một bầu không khí vô cùng lãng mạn. Đây cũng là địa điểm ngắm hoa nổi tiếng khắp nước Nhật bởi nó vừa có hoa đẹp, vừa có mặt hồ lung linh lại được chèo thuyền xuôi theo dòng kênh để ngắm hoa thì còn thú vị nào bằng, không phải công viên nào trên hòn đảo này cũng được thiên nhiên ưu đãi như thế.

Họ đi dạo một vòng quanh các con đường trong công viên. Hoa anh đào có nhiều màu sắc đẹp đến nao lòng. Từ màu đỏ rực đến hồng thắm, trắng tinh khôi đến phớt xanh, vàng vương giả, người ta đã khéo léo chọn những giống anh đào đẹp khác nhau khắp nơi đem về đây tạo nên một quần thể hoa có một không hai. Cả hai vừa đi vừa nói chuyện với nhau rất vui giống như một cặp tình nhân đang đi dạo một cách nhàn nhã khiến người ngoài nhìn vào có thể ghen tỵ. Nghi nói với Khúc Diễm:

- Khúc Diễm biết không, hoa anh đào được trồng khắp nơi trên đất nước Nhật Bản từ công viên, bờ kênh, ven sông hay trong các sân vườn của người dân, nó là biểu tượng quốc hoa của người Nhật vì nó mang một vẻ đẹp thật tinh khiết. Nhất là về mùa xuân, mọi nơi tràn ngập sắc hồng của sakura. Có một điều rất đặc biệt, loài hoa này khi lìa cành sắc hoa vẫn còn tươi thắm bởi sự tàn lụi vào đúng lúc đỉnh cao rực rỡ của nó lại chính là cái đẹp thanh cao nhất nên hình ảnh cánh hoa anh đào lìa cành được người Nhật liên tưởng đến cái chết nhẹ như lông hồng của các võ sĩ samurai, vì vậy người Nhật có câu nói thật ví von nhưng không kém phần tôn kính: "Nếu là hoa xin làm hoa anh đào. Nếu là người xin làm võ sĩ đạo".

Đang đi, chợt Khúc Diễm thấy trước mắt mình một hàng cây anh đào mà hoa của nó màu hồng đậm, hình dáng giống như một cái chuông rất lạ mắt làm cô ngạc nhiên reo lên:

- Màu giống hoa anh đào này đẹp quá anh Nghi ơi. Chẳng biết nó có tên gì anh nhỉ?

Nghi nhìn theo hướng tay chỉ của Khúc Diễm, cười trả lời cô bạn nhỏ của mình:

- Đó là hoa anh đào Kanhi Zukura, mình gọi là Hàn Phi Anh. Giống hoa này xuất xứ từ Đài Loan và đảo Okinawa, nằm trong giống hoa nở sớm vào khoảng tháng 1 và 2.

- Đã vào tháng 4 rồi mà nó vẫn còn nở sao anh.

- Ừ! Đợt hoa này tàn thì tới đợt hoa khác bung nở thôi mà.

Rồi Nghi giải thích thêm:

- Ở Nhật có mấy trăm loài hoa anh đào khác nhau như Nhiễm Tĩnh Cát Dã Anh (Somei Yoshino Zakura) hoa có màu hồng nhạt hay trắng. Vẻ ngoài của chúng đặc biệt đẹp nhờ vào lá cây không trồi ra cho tới mùa cao điểm hoa nở. Hoa có sắc hồng chuyển dần sang trắng, các biểu tượng hoa sakura đều bắt đầu từ loài này. Còn có Sơn Anh (Yama Zakura) cũng màu hồng nhạt, hoa năm cánh nhưng nhỏ hơn, Chi Thùy Anh (Shidare Zakura), hoa màu hồng có những nhánh rũ xuống, rồi Hàn Anh (Kanzakura) là loại hoa anh đào nở sớm, Hà Tân Anh (Kawazu Zakura). Hàn Phi Anh hoa có màu đỏ đậm giống như cái chuông mà Khúc Diễm thấy đấy. Thời gian rộ nở của hoa anh đào cũng rất khác nhau như Hàn Phi Anh có thể rộ nở từ tháng 1 làm cho du khách rất thích thú, có loại nở rất muộn như Nhất Diệp Anh (Ichiyou Zakura) nở vào cuối tháng 4 một bông có khoảng hai mươi cánh, rồi Uất Kim(Ukon) hoa có màu vàng nhạt, Anh Đào Hoa Cúc (Kikuzakura) có khoảng một trăm cánh trong một bông, đặc biệt là Anh Đào Mùa Thu(Jugatsuzakura) thời gian nở từ tháng 10 đến tháng 1 và mùa xuân, là một trong những loài hoa nở vào mùa thu và mùa đông. Hoa nhỏ và ít nhưng tạo nên cái nhìn ngạc nhiên trong sự kết hợp của màu sắc mùa thu hoặc tuyết trắng.

Khúc Diễm vỗ tay thán phục:

- Ồ! Anh Nghi giỏi thật. Cái gì cũng biết. Em phải học hỏi ở anh nhiều mới được.

Nghi cười khì:

- Làm họa sĩ mà không nắm bắt sự thay đổi kỳ diệu của thiên nhiên xung quanh mình thì làm sao thể hiện trong nét vẽ được phải không Khúc Diễm. Nói vậy chứ sống lâu lên lão làng thôi mà. Biết đâu mai mốt Khúc Diễm còn giỏi hơn anh gấp nhiều lần thì sao?

- Chuyện đó chắc còn lâu đó anh Nghi ơi.

Cả hai cùng cười vang. Có vẻ đi lòng vòng ngắm hoa một lúc thấm mệt, họ tìm một thảm cỏ đối diện với con kênh để nghỉ chân, nơi đây vừa có thể ngắm hoa vừa có thể thấy những chiếc thuyền chèo hai người chèo qua lại trên dòng kênh lòng cảm thấy muôn phần thú vị. Bỗng một cơn gió lớn thổi ngang, hoa từ các cây được một phen tung ngược lên trời tạo thành một vũ điệu hoa đẹp không thể tả. Nghi đột nhiên nhắm mắt lại để xem cảm giác của mình như thế nào trước sự dịch chuyển của những cánh hoa bay trong gió trước khi chạm xuống đất. Khúc Diễm tò mò nhìn anh một cách thích thú rồi hỏi:

- Sao anh Nghi nhắm mắt lại kia chứ? Nhắm mắt có thấy gì đâu nà?

Nghi nhìn cô gái cười ra vẻ bí mật:

- Anh đang thử cảm giác của chàng hiệp sĩ mù Zatoichi nghe gió kiếm ấy mà.

Khúc Diễm ngơ ngác:

- Hiệp sĩ mù ở đâu ra thế?

Nghi bật cười:

- Hiệp sĩ mù nghe gió kiếm trong bộ phim trường thiên của Nhật Bản nổi đình nổi đám những năm đầu thập niên 1970 do tài tử Shintaro Katsu đóng đấy mà. Zatoichi tuy mù nhưng lại có đường kiếm tuyệt luân, với chiếc gậy dò dẫm trên khắp nẻo đường thiên lý để trừ gian diệt bạo. Chỉ cần một tiếng động khẽ là biết vị trí của đối phương ở đâu, ra chiêu như thế nào mà nhanh chóng hóa giải đánh bại được đối phương trong chớp mắt.

- Em thì chịu thôi. Có người tài giỏi như thế sao? Anh Nghi lúc nhắm mắt nghe được gì nào?

- Anh nghe được tiếng gió, tiếng hoa rơi và cả tiếng thì thầm của Khúc Diễm.

- Anh nói xạo ghê. Em có nói thì thầm gì đâu.

- Đó là tiếng thì thầm của hoa anh đào.

- Hoa anh đào cũng biết thì thầm sao anh?

Nghi nhìn vào đôi mắt của Khúc Diễm thật lâu rồi nói:

- Nhắc đến đường kiếm tuyệt luân của chàng hiệp sĩ mù Zatoichi làm anh nhớ đến đường kiếm của chàng samurai Vũ Đằng trong truyền thuyết hoa anh đào của Nhật Bản quá. Hoa anh đào tượng trưng cho mối tình bất diệt của đôi trai gái yêu nhau mà không sống gần nhau được đó Khúc Diễm.

- Thật thế sao anh? Anh kể cho em nghe đi.

- Vào một thời rất xa xưa, nước Nhật sống dưới sự cát cứ của các sứ quân, có một lãnh chúa vô cùng tàn ác đã sai một samurai cũng là một người luyện kiếm tài giỏi đúc cho mình một thanh kiếm chém sắt như chém bùn để trấn áp được thiên hạ. Dưới áp lực của vị lãnh chúa, người samurai ấy buộc lòng phải đúc kiếm. Sau khi đúc xong thanh kiếm báu ông lại không giao cho tên lãnh chúa vì ông biết khi ông giao xong ông sẽ nhận lấy cái chết vì thế nào tên lãnh chúa sẽ giết ông để ông không còn có thể đúc gươm báu cho một ai khác được nữa nhất là đối với kẻ thù đối nghịch với ông ta, người samurai ấy trao thanh kiếm cho vợ bảo bồng con trốn đi, sau này hãy giao lại cho con khi nó lớn khôn để nó trả thù cho ông và dặn thêm rằng thanh gươm chỉ phát huy tác dụng khi nó được tắm máu của một người nữ đồng trinh tình nguyện chết.

- Sao lại tàn độc thế. Sao phải có sự hy sinh của người nữ đồng trinh thanh kiếm mới có tác dụng thế anh?

- Hình như đó là thuật luyện kiếm của người xưa đó thôi. Giống như bên Trung Quốc có truyền thuyết về luyện kiếm Can Tương và Mạc Tà thời Chiến Quốc ấy mà.

- Rồi câu chuyện diễn ra thế nào anh Nghi?

- Người vợ sau đó trốn đi, mười bốn năm sau bà trao lại thanh kiếm cho đứa trẻ và kể lại lời trăng trối của người cha. Đứa trẻ bấy giờ với cái tên Vũ Đằng run rẩy cầm thanh kiếm thốt lên trong tâm trạng nghẹn ngào: "Ta phải trả được mối thù cho cha và sẽ trở thành một kiếm sĩ nổi tiếng nhất trên đất nước này". Thế là Vũ Đằng tìm đến một vị võ sư nổi tiếng xin làm đệ tử. Vị samurai ngắm nhìn chàng trai từ đầu tới chân thấy cốt cách thật phi thường nhưng ẩn sau nó là một luồng sát khí vô cùng mạnh mẽ khiến người ngồi trầm ngâm suy nghĩ hàng giờ liền. Cuối cùng ông thở dài lẩm bẩm một mình "oan nghiệt" và chấp nhận Vũ Đằng làm đệ tử. Thời gian qua đi, chàng kiếm sĩ đã 18 tuổi, một lứa tuổi đẹp nhất đời người võ sĩ đạo và tay kiếm của chàng khiến cho những samurai kiêu hùng nhất cũng phải e dè, cũng là lúc người thầy dạy già yếu qua đời, bên cạnh chàng chỉ còn lại người thân duy nhất là nàng Phương Tử con của vị võ sư cũng là thầy dạy của chàng.

Từ đó mỗi ngày khi nắng bắt đầu lui dần về phía sau đỉnh núi Phú Sĩ, đêm đen tràn về xóm núi, Phương Tử lại thấy Vũ Đằng ngồi buồn bã, trầm tư bên bếp lửa. Vũ Đằng biết thanh kiếm chỉ trở nên dũng mãnh phi thường, biến hóa thần kỳ khi nó tắm được máu của một người nữ đồng trinh chịu hy sinh một cách tự nguyện nhưng ai sẽ tình nguyện làm chuyện đó, không một ai có thể hy sinh cái chết của mình cho một câu chuyện tưởng chừng hoang đường như thế.

Phương Tử buồn bã hỏi Vũ Đằng:

- Anh thân yêu! Có phải thanh kiếm đó đối với chàng là tất cả chăng? Nếu nó không được tắm máu người nữ đồng trinh để trở thành một thanh kiếm báu thì mãi mãi chàng buồn đau vì không trả được thù nhà ư?

Nhìn bếp lửa chàng trai vuốt ve thanh kiếm và nói chậm rãi nhưng thật quả quyết:

- Chỉ buồn đau thôi ư? Không đâu! Mãi mãi đó là sự tuyệt vọng sẽ làm ta chết mất. Đối với ta, thanh kiếm là sự nghiệp, là con đường đi tới vinh quang của ta, làm sao ta có thể trở thành một samurai chân chính khi thanh kiếm báu không phát huy tác dụng của nó chứ?

Cô gái mỉm cười đau đớn. Cô chỉ hỏi để khẳng định lòng quyết tâm của mình mà thôi. Cô dịu dàng nói với Vũ Đằng:

- Anh thân yêu! Hãy cho em được cầm lấy thanh kiếm của chàng một chút để ngắm xem nó đẹp dường nào mà chàng say mê đến vậy.

Cầm thanh kiếm đen bóng, sắc lạnh trong tay, Phương Tử nhìn Vũ Đằng bằng một ánh mắt buồn vời vợi, tội nghiệp cho chàng, tội nghiệp cho ta quá, tình yêu ta dành cho chàng đành đem xuống tuyền đài mà thôi. Phương Tử đột ngột dùng thanh kiếm đâm thẳng vào tim.

Một dòng máu nóng trào ra đẫm ướt tấm thân mảnh dẻ, nhuộm đỏ chiếc áo kimono trắng nõn, trinh bạch mà nàng đã chuẩn bị từ trước để chấp nhận sự hy sinh của mình cho người mình yêu dấu.

Vũ Đằng hốt hoảng thét lên một tiếng kinh hoàng, vội lao mình tới, vươn tay rút phăng thanh kiếm khỏi ngực cô gái nhưng không kịp nữa rồi, cô gái đã lả mình và lịm thiếp đi trước sự bàng hoàng sửng sốt hối hận của chàng trai. Dưới ánh lửa bập bùng, thanh kiếm bỗng đột ngột ngời lên sắc xanh rực rỡ, hào quang lóe lên lộng lẫy lạ thường: Nó đã được uống những dòng tinh huyết của người thiếu nữ trinh bạch và giờ đây nó trở thành một thanh kiếm vô địch.

Chàng trai từ đó thành một samurai lừng danh thiên hạ, chàng bắt tên lãnh chúa phải đền tội, tiếng tăm của chàng làm kẻ thù khắp nơi phải run sợ, chàng hiện thân của cái thiện của chính nghĩa mà những kẻ gian tà chỉ mới nghe nhắc đến tên chàng là hãi hùng tháo chạy, nhưng ngược lại bên cạnh chàng không còn một người thân nào, chàng hoàn toàn cô độc.

Cho đến một hôm, một buổi chiều mùa đông lạnh lẽo buồn bã, khi những bông tuyết đầu mùa bắt đầu rơi. Chàng trai bây giờ đã trở thành một người đàn ông trung niên mệt mỏi trở về quê cũ, ôm thanh kiếm báu quì xuống bên cạnh mộ cô gái. Chàng thì thầm trong tiếng gió: “Hãy tha lỗi cho anh. Anh đã hiểu ra rồi…”

Rồi chàng bình thản, lặng lẽ cắm thẳng mũi kiếm vào bụng, rạch một đường thật sâu và rút gươm ra nằm gục bên mộ nàng Phương Tử. Thanh bảo kiếm cắm sâu vào lòng đất lạnh. Ngoài trời tuyết vẫn không ngừng rơi, rơi mãi.

Những bông tuyết đã ôm trọn chàng trai và ngôi mộ vào vòng tay của mình. Từ đó mọc lên một cây hoa lạ, vươn lên tràn đầy sức sống, mỗi độ xuân về, cây hoa ấy bung nở những chùm hoa hồng thắm, rực rỡ dưới ánh mặt trời. Không ai biết loài hoa ấy hóa thân từ thanh kiếm nhuộm máu của hai kẻ yêu nhau nhưng không đến được với nhau. Loài hoa ấy được người dân xứ Phù Tang đặt một cái tên thật thân thương: Sakura, tức Hoa anh đào.

Khúc Diễm nhìn lên bầu trời, khắp nơi nền nã một màu hoa hồng thắm tinh khôi, nàng cảm thấy hình như trong từng cánh hoa run rẩy trong gió như đang thì thầm nói với nàng hãy yêu nhau đi, thời gian đi qua sẽ không bao giờ quay lại. Khúc Diễm nhìn Nghi nói khẽ:

- Câu chuyện cảm động anh Nghi nhỉ?

Nghi khẽ khàng nắm bàn tay của Khúc Diễm đặt trong hai tay của mình nói một cách chậm rãi:

- Ừ! Rất cảm động. Anh mong mình cũng yêu nhau như chàng trai và cô gái trong truyền thuyết hoa anh đào được không Khúc Diễm?

Khúc Diễm để yên bàn tay của nàng trong đôi tay ấm áp của Nghi. Nàng ngả đầu vào vai chàng và nói:

- Nhưng em không thích cái kết thúc buồn thảm của loài hoa ấy đâu.

- Anh cũng thế. Tình mình sẽ đẹp như mùa hoa anh đào vậy.

Lại một cơn gió mạnh thổi lên. Vũ điệu hoa mới lại bắt đầu. Lần này trong mắt hai người yêu nhau nó rực rỡ và tuyệt vời biết bao nhiêu.

Nguyễn An Bình

truyện ngắn

MÙA XUÂN KHÔNG NGUYÊN VẸN

NGUYÊN CẨN

Buổi chiều ông Lưu ra vườn loay hoay bên những chậu mai, niềm vui bé nhỏ của người đàn ông chỉ biết công việc và gia đình. Ông có ba gốc mai, hai khóm trúc, mấy chồi lan và ông thường tự hào rằng: "Người quân tử trong nhà phải có mai lan cúc trúc thì mới đủ khí chất thanh tịnh để vui thú điền viên".

Ông bảo trồng mai với nhiều người để sống và ra hoa thì rất dễ, họ chỉ vứt hạt ra vườn mọc thành cây hoặc trồng một vài cây để tự nhiên cây vẫn có thể sinh trưởng phát triển và sau vài năm cây sẽ ra hoa. Tuy nhiên ông Lưu trồng để ghép cành, uốn thế để có cây mai kiểng cổ, lại phải canh sao cho ra hoa đúng Tết Nguyên đán nên việc chăm sóc, tỉa cành tạo tán… là công việc khiến ông dành rất nhiều thời gian, công sức.

Bây giờ chỉ còn chưa đầy một tháng nữa là Tết rồi nên ngày nào ông cũng xem lại dáng cây, cành lá. Ông lo nhất là khi lặt lá mai, giúp mai nở hoa đúng vào mồng Một. Thời gian để trẩy lá không nhiều, nếu kéo dài thì mai sẽ nở hoa không đúng ngày. Muốn cây mai trổ hoa nhiều, người trồng mai cần trẩy hết lá non, lá già, chú ý không làm gãy ngọn cành. Ông chọn cách khó: cầm lá kéo theo chiều của chiếc lá. Cách này không làm xước vỏ, nhưng tốn nhiều công sức. Ông dặn mấy đứa nhỏ, dặn cả bà vợ ông nhưng không yên tâm vì bà Lưu nào có quan tâm gì đến hoa, bà chỉ chú ý mấy cây ớt, cây cà, dàn mướp trong vườn. Đang lui cui làm thì thấy ngoài cổng có người gọi. Ông nhìn ra thì thấy cô Nụ, người giáo viên mới chuyển về trường ông hôm qua. Cô khúm núm bước vào, tay xách nặng trĩu một giỏ quà khá lớn. Ông hỏi:

- Sao cô ghé tui có việc gì không?

- Dạ, con đến cám ơn thầy đã nhận con về trường.

Ông cười khà:

- Vậy là cô muốn tới thăm hay sao?

Cô Nụ lí nhí:

- Dạ, sẵn có chút quà gửi biếu thầy cô dùng Tết.

Một người đàn bà thấp bé trong nhà bước ra, dáng đi loắt choắt, mắt híp nhướng lên hấp hé, chờ đợi, giọng hơi chát:

- Cô vào nhà chơi.

Cô giáo Nụ bước theo người đàn bà vào nhà.

Ông Lưu rửa tay và ra sau thay áo, bước vào phòng.

Họ nói chuyện khoảng năm phút thì nghe tiếng ông Lưu nạt ngang:

- Bây giờ cô đem quà về hay muốn nghỉ việc?

Nhìn gương mặt ông Lưu tuy tròn trịa, đầy đặn nhưng quắc thước, nghiêm nghị, cô chùn bước. Cô ấp úng:

- Dạ, con chỉ muốn cảm ơn thầy cô nhân dịp Tết sắp đến.

Tiếng ông Lưu dõng dạc:

- Cô hỏi mấy người trong trường này coi Tết lễ tui có nhận quà của ai không? Cô không nghe thiên hạ gọi tui là gì sao?

Đằng hắng rồi ông nói tiếp:

- Người ta gán cho tui cái tên "Cha Lưu khùng, cha Lưu "bôn sê vích" đó, cô nghe chưa? Thôi được rồi, tôi ghi nhận tấm lòng của cô, còn bây giờ cô mang quà về đi.

Cô Nụ lí nhí xin lỗi rồi cúi chào bà Lưu đang đứng ngoài cổng, chờ đóng cửa. Bà nói:

- Lão nhà tôi liêm khiết khùng điên lắm cô ơi! Tôi theo lão từ ngoài Bắc vào đây tôi biết. Mấy thằng con nó bảo: “Khi bố chết bỏ vô quan tài chừa hai bàn tay ra ngoài cho người ta thấy ông là cán bộ nhà nước duy nhất trắng tay từ khi còn sống và khắc thêm ba chữ “Hàng quý hiếm” vào bia mộ ông cho người ta tôn thờ”.

Ông Lưu đã về làm hiệu trưởng ngôi trường này gần mười lăm năm, từ một ngôi trường ọp ẹp, xiêu vẹo, đầy rẫy khó khăn buổi đầu cho đến khi được tỉnh bỏ ra vài trăm tỷ đầu tư trở thành một trường trung học khang trang, uy nghi, với ba dãy lầu ba tầng, phòng thí nghiệm, mấy phòng máy thực hành tin học, trông khá bề thế cho xứng với việc thị xã được nâng lên “thành phố”. Người ta đã đồn rằng ông sẽ bị thay khi trường xây xong nhưng ông vẫn vững như bàn thạch vì ông nói: “Mình là cây ngay sao sợ chết đứng?”. Suốt quá trình thi công, ông thường xuyên ra hiện trường kiểm tra soi xét từng viên gạch, từng cột kèo, cái nào nghiêng xiêu, cái nào lỏng lẻo phải sửa ngay đến nỗi bọn thợ ghét ông ghê gớm. Có khi nửa đêm trời mưa ông khoác áo ra công trình xem có thấm, dột không rồi gọi cho bên thi công ghi chép những chỗ chưa ổn, phải làm lại.

Công trình xây dựng kéo dài hàng năm mà ông thì kiên trì bám trụ nên cấp trên rất tin ông vì hiếm có cán bộ nào lại chịu khó và hy sinh vì tập thể như thế! Ông thường xuyên nhắc nhở giáo viên, công nhân viên vai trò người thầy, người cán bộ ăn tiền thuế của dân phải sống cho xứng đáng để nhìn mặt họ, rồi khi chết đi không hổ thẹn với lòng mình. Từ khi có trường mới, đã năm năm, ông thường đi trực đêm dù nhà trường có bảo vệ. Ông cho phép hai nhân viên bảo vệ, và vì cám cảnh cô Quy, làm tạp dịch có chồng nghe đâu là tài xế xe tải đường dài từ Ninh Bình vào, không nhà, ở lại trong trường. Những đêm đó, ông đi dạo quanh trường, xem xét dặn dò bảo vệ và vào phòng Hiệu trưởng ở lại tới sáng. Ông hay mắng đám nhân viên và cả con cái trong nhà: “Tụi bay xúi tao làm cái này cái nọ kiếm thêm, nhận quà cáp của thiên hạ rồi chết đi tao mang theo được không? Tao nói tụi bay nghe cái nút áo cũng không mang đi được! Bay không hiểu hả? Trước khi liệm, người ta phải cắt hết nút áo rồi mới mặc cho người chết. Người chết phải mặc cái áo ấy xuống mồ… hiểu chưa? Hãy nhớ sau tấm vải liệm chúng mày không mang theo được cái gì!”. Thế nên danh xưng Lưu “bôn sê vích” ra đời từ đấy!

Có lần cô Dần, một cô gái khá sắc sảo về trường đã vài năm, phụ trách tài vụ, tìm đến ông trong đêm cả trường dự Hội trại 26/3, mang theo một chai rượu Bàu Đá nói đến xin "cưa" với ông anh. Nể lời, ông cũng uống vài chung. Về khuya, Dần ngồi sát người ông và nói vào tai vừa đủ nghe:

- Đêm nay em với anh chia đôi mọi thứ, kể cả thân em cũng chia đôi cho anh. Anh lấy phần nào thì cứ lấy thử. Em chiều anh tới bến! Sau đó anh em mình bàn chuyện làm ăn vì có nhiều khoản chi thu trong trường anh em mình có thể hợp tác.

Ông nhỏ nhẹ hỏi:

- Khoản nào, cô cho ví dụ.

Dần nói nhỏ sát bên tai ông:

- Anh yêu, khoản thu từ căn tin, từ phòng y tế, chi mua sách thư viện,... còn nữa... Nhưng phải "giao lưu" với em đêm nay, em mới nói.

Đến lúc này ông Lưu mới nghiêm sắc mặt lại và nói một cách lạnh lùng:

- Cô Dần, cô là cọp nhưng lắm trò mèo. Tôi cảnh cáo cô. Cô phải quên ngay những thủ đoạn gian manh bòn rút tiền nhà nước ngay đi.

Cô Dần tiu nghỉu, lí nhí xin lỗi rồi bỏ ra ngoài.

Sau đó ba tháng, cô bị chuyển đi nơi khác mà không rõ lý do. Trước khi đi cô mắng xéo ông Lưu: "Già liệt dương. Lão già trong sáng và ngu muội".

Khi nghe tin cô ấy mắng như thế, ông chỉ cười xòa và nói: "Sống cho xứng với chữ Liêm chữ Chính, phải làm tròn vai trò cán bộ nhà nước giao phó".

Ông không tin vào kinh kệ, nhưng ông vẫn chấp nhận ngồi nói chuyện với một vị sư khi đi khất sĩ qua nhà. Ông đóng góp ít đồ ăn và bà Lưu vì muốn cầu nguyện cho đứa con gái bị câm đang trở bệnh mấy ngày gần đây mới thỉnh thầy vào nhà uống nước và cầu nguyện hộ. Vị sư có gương mặt khắc khổ nhưng nụ cười phảng phất trên môi bước vào, nhìn mắt cô gái rồi nhẹ nhàng nói:

- Cô ấy chỉ cảm xoàng thôi, không sao đâu. Hai ông bà chớ lo.

Tôi phạm giới khất sĩ khi vào nhà ông bà, chỉ để nhắc ông phải cẩn thận sức khỏe. Tuy nhiên, nghiệp duyên nó đến thì không tránh được.

Vị sư đọc một bài kệ:

Ba cõi phù du mây thu bay.
Sinh tử khác nào vũ điệu say.
Chúng sinh mạng mỏng như chớp lóe,
Trôi nhanh như thác đổ non ghềnh.

Giọng từ tốn, nhẹ nhàng, vị sư nói như không nói:

- Bài kệ này trích từ kinh Phổ Diệu có nghĩa là Tam giới vô thường và không bền vững. Cuộc sống trôi nhanh về phía cái chết, như điệu nhảy của vũ công, tia chớp trên bầu trời, hay dòng thác đổ; chúng liên tục chuyển động và biến đổi không ngừng dù chỉ trong giây lát. Hơn nữa, cảnh giới và giây phút cái chết đến chúng ta không thể biết trước được. Kinh Suhllekha viết: "Đời người với bao khổ não vô thường hơn cả bong bóng nước trước gió. Vì vậy, phi thường thay nếu được thở ra, hít vào và được thức tỉnh sau cơn mê dài". Vì thế, ông hãy suy ngẫm về cơ may đang có để thực hành giáo pháp. Hãy nhiệt tâm tinh tiến tu hành không sao nhãng dù hơi trễ. Ông nên làm phước, bố thí cho bá tánh đi.

Bà Lưu nói:

- Hồi giờ chúng tôi toàn làm phước không à! Ông giúp người không cầu lợi.

Vị sư bình thản nói như không nghe bà nói gì:

- Không, ông bà cần cho đi nhiều hơn nữa. Phước báu ông có nên của cải không bỏ ông ra đi, tuy nhiên ông cần thực hành hạnh bố thí nhiều hơn vì tai họa có thể đến bất kỳ lúc nào ai biết được.

Chờ bóng vị sư đi khuất, bà Lưu lẩm bẩm: "Lão sư già này lẩm cẩm quá! Chắc ông ấy muốn mình cúng nhiều hơn?".

Bỗng dưng vài ngày sau ông Lưu đột quỵ ngoài vườn. Ông té xuống sân trong buổi chiều chăm sóc cho mấy cây mai. Ông lết được vào nhà, ú ớ. Gia đình đưa ông đi cấp cứu ngay. Các bác sĩ tập trung cứu chữa vì có điện thoại từ Văn phòng Tỉnh ủy. Ông được chẩn đoán bệnh tình khá nặng.

Hai ngày sau, ông mở mắt. Lập tức, gọi Lạc, cậu em trai, đến bên giường và thều thào nói, ngắt quãng nhiều lần:

- Em đến phòo…ng anh, góc trái tủ sách có bộ Lê ee… Nin… toàn tập, em lấy cuốn… thứ…13, trong đó anh… để… tiền, em lấy… về… lo cho mẹ.

Lạc ngớ người giây lát rồi nói với anh:

- Anh yên tâm, không sao đâu.

Ông Lưu cố gắng lấy hơi nhấn mạnh:

- Em lấy ngay đi, đừng chờ. Anh mệt lắm rồi!

Lần lữa được hai ngày, Lạc quyết định lấy cuốn sách theo lời anh dặn vì thấy ông Lưu yếu dần. Ghé nhà ông Lưu, Lạc cẩn thận rón rén vào phòng sách của anh mình. Quan sát trước sau, anh bước đến kệ sách, lựa đúng quyển 13 trong bộ *Lenin toàn tập*. Anh lẩm bẩm: "Ông anh mình đọc sách toàn kinh điển, thâm hiểu lý luận cách mạng! Hèn chi ổng "bôn sê vích" quá!". Anh cẩn thận mở sách ra, ở trong khoét rỗng chỉ có một chiếc hộp bằng gỗ nhét ở giữa quyển sách. Lạc cẩn thận khui hộp, vừa đếm vừa khóc, những đồng tiền nhăn nhúm, thấm mùi mồ hôi nước mắt của một đời nhà giáo liêm chính. Tội anh tôi quá! Cả chẵn lẻ anh đếm được chín mươi triệu. Thở phào, anh lấy dây thun cột lại thì bỗng một giọng nói chát chúa vang lên sau lưng:

- Chú Lạc, tiền ấy chú đưa ngay cho chị.

Lạc sững người. Bà Lưu đứng ngay sau lưng, cặp mắt sắc lẻm. Người đàn bà nhỏ con sở hữu giọng nói the thé không lẫn vào đâu được. Sao bà ấy lại biết nhỉ? Lạc ngần ngừ, nói thật chậm:

- Anh dặn em giữ tiền lo cho mẹ.

Bà Lưu gằn giọng:

- Hôm anh chú nói với chú, tôi nghe cả nhưng tôi giả vờ điếc thôi. Bây giờ chú không dám hay không muốn đưa tôi thì chị em mình nên hỏi anh Lưu xem anh ấy giao cho ai nhé!

Lạc lúng túng nhưng phải nghe theo bà chị dâu. Họ đến bệnh viện vào thẳng phòng Cấp cứu. Lạc năn nỉ:

- Thôi chị, hay mình cứ chờ anh ấy khỏe đã.

Bà Lưu lắc đầu:

- Không, chuyện này phải giải quyết ngay thôi!

Đến sát giường, bà nắm lấy tay ông Lưu và nói gằn từng tiếng:

- Anh Lưu, anh nói xem cái số tiền chín mươi triệu mà anh cất giấu trong cuốn sách ấy ai nên giữ? Chú Lạc hay em? Rồi bà trả lời luôn: "Chắc chắn phải là em. Đúng không? Con dâu trưởng lo cho mẹ chồng là hợp lý nhất! Anh trả lời đi!".

Ông Lưu nhướng cặp mắt mờ đục nhìn lên trần nhà, thều thào:

- Ừ... ai... cũng được.

Ông không thể nói khác được. Hơn ba mươi năm sống cùng người phụ nữ này, ông đã hiểu rõ tính khí của bà. Khi ông theo bố mẹ từ Bình Định tập kết ra Bắc, sống ở Hà Nội hơn ba mươi năm. Cậu sinh viên Lưu vì thiếu nợ, hay mua chịu, nên phải yêu cô gái, dù thiếu nhan sắc, mắt híp má tóp, cằm nhọn môi mỏng, dáng người thấp bé, nhưng rất lanh lẹ và nhiều thủ thuật, đang phụ bán căn tin của trường đại học. Chàng phải yêu để có tiền trang trải thời sinh viên khốn khó. Ngày ấy mậu dịch quốc doanh là một siêu thế lực, chi phối cái ăn cái mặc toàn dân. Cậu Lưu không phải là ngoại lệ, là thánh thần, chàng là người trần mắt thịt, thích ăn ngon, và thế là rơi vào cái mạng nhện tưởng chừng an toàn ấy. Họ đã yêu nhau hay giả vờ yêu nhau như nhiều đôi thời ấy và chàng gặp sự cố "ăn cơm trước kẻng" với cô gái ấy nên phải lấy nàng làm vợ, là bà giáo Lưu hôm nay. Ông giáo Lưu bắt đầu cuộc hành trình vào con đường sư phạm và thăng tiến liên tục nhờ vào sự mẫn cán của ông. Nhưng ông không thể đổi vợ thành công như bao cán bộ đương thời khác vì bà Lưu còn một lá bài: "Ông chú làm trên Bộ Giáo dục".

Đêm hôm ấy, ông Lưu lên cơn đau đầu dữ dội, mắt mờ đi. Ông lên cơn mê sảng. Trong cơn mê, ông la lên: "Coi chừng mai rụng, tưới nước ít thôi, nhiều quá, hoa ra sớm..." Tay ông bắt chuồn chuồn liên tục. Ông gọi tên các con Loan, Luận, Lân và cả những tên không ai nhận ra Linh, Lĩnh... Các bác sĩ hội chẩn và tiến hành ca mổ khẩn cấp vì huyết khối tụ trong não. Mọi người trong gia đình vội vã tập trung đến bệnh viện. Hai cậu con trai ủ rũ, cô con gái câm thì ú ớ chỉ trỏ lung tung. Lạc buồn rầu cảm thấy cuộc sống nhạt nhẽo. Anh liếc nhìn bà chị dâu, tự hỏi: "Bà ấy có thật sự yêu thương anh mình không? Hay hài lòng với chín mươi triệu vừa lấy được vì bao năm nay bà ấy nắm toàn bộ thu chi của anh mình trong ngày, trong tháng, trong năm, đến cho mẹ chút tiền cũng khó.

Lời kệ của vị sư khất thực hôm nào như mộng triệu:

Ba cõi phù du mây thu bay.
Sinh tử khác nào vũ điệu say.

Ông Lưu đã không qua khỏi. Ông ra đi vĩnh viễn, gương mặt còn phảng phất nét đau khổ của một người chưa nói hết điều cần trăng trối. Mắt ông trợn ngược, ai vuốt cũng không nhắm. Mãi cho đến khi Lạc khấn bên tai ông: "Anh đi thanh thản nhé! Em sẽ lo cho mẹ dù có tiền hay không!". Ông mới từ từ nhắm đôi mắt lại, nhưng vẫn khép hờ. Ông đi vào ngày 23 Tết, có người bảo rằng chết ngày ấy đẹp, theo ông Táo về giời.

Một đám ma diễn ra với mọi nghi lễ dành cho cán bộ, bà Lưu còn gợi ý ngầm qua một số anh chị em giáo chức là đừng gửi vòng hoa mà cứ phúng viếng bằng tiền cho tiện vì ông Lưu chẳng để lại cho vợ con bao nhiêu. Ông quá trong sạch! Tang lễ rình rang ba ngày, có điếu văn nói về công trạng và công đức người quá cố, đặc biệt khi người ấy là đồng chí Võ Hoàng Lưu, một cán bộ gương mẫu, một vị hiệu trưởng đáng kính và liêm khiết bậc nhất trong hàng ngũ cán bộ còn tại thế hay đã qua đời. Mọi người than khóc vì một con người chính trực đã ra đi, một tấm gương chí công vô tư đã về bên kia thế giới theo cụ Mác cụ Lê, một trí thức xã hội chủ nghĩa đẹp như hình tượng thường được mô tả trong sách giáo khoa… Tóm lại một người rất gần với việc được đúc tượng… thờ hay thậm chí đặt tên đường.

Đám ma diễn ra lúc gần Tết nên hoa rất nhiều. Người ta biết ông yêu hoa nên tặng và biếu đủ loại từ mai tứ quý đến lan hồ điệp… dù bà Lưu cứ xót xa khi biết giá tiền mỗi lẵng hoa.

Ông qua đời như một huyền thoại về lòng chính trực. Nhưng lạ, giữa hoa và người có mối tương thông hay sao mà những cây mai của ông đều nở rộ trước Tết và rụng sạch hôm 30 Tết. Mồng Một chỉ còn một ít hoa thưa thớt và nụ thi nhau rụng đều, không nở thành hoa dù có làm cách gì đi nữa!

Sau Tết khoảng mười lăm ngày, khi gia đình đang chuẩn bị cúng thất thứ ba cho ông theo yêu cầu của bà mẹ, thì nghe tiếng chuông. Một cô gái trẻ mặc áo dài đến nhà. Cô tự giới thiệu:

- Dạ thưa quý ông bà, cháu là nhân viên của Ngân hàng Nông nghiệp đến để yêu cầu bác Lưu tất toán sổ tiết kiệm vì đã quá hai mươi ngày mà không thấy bác ghé ngân hàng. Mọi người ồ lên ngạc nhiên nhưng cũng giải thích cho cô ấy biết là ông Lưu đã qua đời. Cô gái giải thích và yêu cầu gia đình mang Giấy chứng tử ra ngân hàng rút tiền nhưng phải theo luật thừa kế. Bà Lưu phân vân:

- Ông ấy gửi bao nhiêu?

Cô gái hơi ngạc nhiên:

- Bác không biết à?

Bà Lưu nói trớ qua:

- Biết chứ. Vợ chồng sao lại không biết. Nhưng vì ông gửi không chỉ một ngân hàng. Cô cứ đưa cả cho tôi là xong.

Lạc thắc mắc:

- Nhưng phải biết số tiền là bao nhiêu chứ?

Cô gái nhìn mọi người dò xét và nói:

- Dạ, ba mươi tỷ.

Bà Lưu la toáng lên:

- À, ba tỷ, đúng rồi!

Cô gái lễ độ:

- Không, ba mươi tỷ ạ!

Bà Lưu vỗ đầu la lớn:

- Đúng rồi, tiền bán cái nhà ngoài Hà Nội của chúng tôi. Tôi dặn ông ấy gửi hết vào ngân hàng.

Đến lượt bà mẹ chồng tròn xoe mắt:

- Nhà mày ở Hà Nội trong chung cư Trung Tự bằng cái chuồng lợn bán một tỷ không biết được chưa, lấy đâu ra ba mươi tỷ?

Bà Lưu vờ như không nghe. Bà dứt khoát:

- Không thừa kế thừa cung gì cả, của chồng công vợ, cô phải đưa nó cho tôi.

Và bà chạy vào trong nhà lấy ra một cọc tiền và nói:

- Đây chín mươi triệu hôm nọ chú lấy trong cuốn sách. Chú đem về lo cho mẹ. Còn tiền ngân hàng là của anh chị. Không việc gì đến chú.

Cô nhân viên ngân hàng nhìn bà Lưu và nói:

- Thưa bác, theo luật thừa kế, vợ cũng chỉ là đồng thừa kế thôi ạ, vì còn mẹ bác Lưu và các con bác ấy cũng được hưởng.

Bà Lưu tru tréo:

- Luật mẹ gì kỳ thế. Vợ phải là người duy nhất.

Cô gái nói:

- Các bác tự thu xếp và cho cháu biết ý kiến vào ngày mai là rút ra hay gửi tiếp còn chuyện ai hưởng bao nhiêu thì có luật quy định ạ! Hoặc từ giờ đến cuối tuần cũng được.

Bà Lưu gằn giọng:

- Tôi cấm ai để lộ tin này ra ngoài đấy nhé!

Bà quay sang nói với ba đứa con:

- Để mẹ nhận tất rồi chia cho tụi bay một ít làm ăn.

Nhưng thằng con lớn, thằng Luận, nay đã hai mươi tám tuổi gằn giọng:

- Mẹ phải làm theo luật, không phải ban phát nhé! Con lấy phần của con.

Bà Lưu nổi giận:

- Thì ra tao đã nuôi một lũ phản chủ à!

Luận đứng lên, hất hàm:

- Nếu không, con không ký. Đố mẹ rút được!

Lạc cười nhếch mép, chán nản, bỏ ra ngoài.

Bà Lưu không chịu thua, tự ý ra ngân hàng một mình, đòi bằng được số tiền, và làm ầm ĩ, gây gổ với đám nhân viên ngoài đó, cho đến khi gặp cô giám đốc chi nhánh ôn tồn giải thích, bà mới chịu về. Nhưng bà không biết mình đã tự gây họa vì hôm ấy, cái cô Dần ngày xưa bây giờ đang làm tài vụ cho một trường khác, ghé ngân hàng rút tiền, nghe được câu chuyện.

Hai ngày sau, khi gia đình đang họp lần cuối bàn cách phân chia thì có một người xin gặp. Anh ta tự xưng luật sư Lê Công Liêm đại diện cho thân chủ là bà Trần thị Nhỡ. Bà Lưu hơi cáu:

- Chúng tôi đang bận, mà anh đại diện con Nhỡ nào? Cái con làm tạp dịch trong trường đấy à? Mà việc này có gì liên quan đến nó?

- Thưa bà! Anh luật sư nói: "cô Nhỡ khai với tôi là cô có quyền thừa kế với tài sản của ông Lưu".

Bà Lưu trợn trừng:

- Láo, nhảm nhí, con này nhận vơ hay nhỉ?

- Thưa bà, anh luật sư vẫn ôn tồn: "Vì cô ấy có con với bác trai nhà mình."

Bà Lưu choáng váng nhưng lấy lại bình tĩnh rất nhanh:

- Này con của thằng tài xế đường dài nay muốn kiếm chác trên cái xác ông nhà tôi chứ gì? Bằng chứng đâu?

- Thưa bà, không có anh lái xe đường dài nào ở đây cả mà chỉ có bác trai lái xe đến phòng cô ấy với những đêm dài bên nhau. Họ đã có con chung. Bà có thể cho thử ADN nếu muốn.

Anh chàng luật sư mỉm cười, vẻ đắc thắng.

Bà Lưu lúng túng ngồi im. Lạc hỏi gặng:

- Anh tôi chết rồi sao chứng minh được?

Chàng luật sư nhỏ nhẹ:

- May sao, chắc linh hồn bác trai xui khiến. Hôm bác trai sắp mất, cô Nhỡ có lén vào bệnh viện thăm và nhân lúc vắng người, có cắt một ít tóc bác trai về thờ. Ngoài ra chúng tôi còn có khai sinh và nếu bà nghi ngờ chúng tôi sẽ cho giám định ngay. Hy vọng không phải quật mộ để thử vì bác cũng mới mất!

Bà Lưu rùng mình khi nghe chuyệt quật mộ. Cả gia đình ngồi lặng thinh. Họ bàng hoàng hay ngỡ ngàng. Bà Lưu cười gượng:

- Thế phải chia bớt một phần cho thằng súc sinh đó sao?

"Thưa bà!" Chàng luật sư vẫn bình thản: "không phải một mà là hai".

- Sao lại hai?

Bà Lưu đỏ mặt, máu nóng bừng lên.

- Thưa bà, cô ấy sinh đôi, hai đứa Linh và Lĩnh đều 5 tuổi.

Bà Lưu chép miệng:

- Khốn nạn thân tôi, ối giời ơi! Ông Lưu ơi, sao ông đểu thế!

Những cây mai ngoài sân run rẩy. Hoa đã rụng hết còn trơ cành lá chơ vơ trong cái lạnh đầu xuân. Xuân đang đi qua. Bỗng chốc, người ta thoáng nghe hơi nóng mùa hạ, dù xa, đang về quanh đây!

Nguyên Cẩn

thơ

NHỚ MÙA TẾT CŨ

LÊ HÂN

mưa phùn ướt ngọn bông trang
đậu sân gạch rộng ngả sang nâu hồng
hồ cau tàu ngả lòng thòng
đàn chột dột nói chuyện ồn ào vui

lũy tre liên tục tiếng cười
con đường đất dấu chân người còn nguyên
hôm nay bước vào tân niên
ruộng xanh mạ đứng làm duyên gió trời

lơ thơ thoáng hiện vài người
đang đến xông đất nhà tôi hẳn là
nhìn từ đường ruộng xa xa
trâu nhà ai bước nhẩn nha hiền lành

mùi thơm trong gió loang nhanh
trầm hương cúng tổ tiên thành mây bay
mưa phùn ngưng giọt ngọn cây
tôi thay quần áo xỏ giày ra hiên

tết này chắc được nhiều tiền
sẽ mua cuốn vở tập biên thơ tình
tặng cha tặng mẹ chữ mình
nuôi trong tâm trí ảnh hình lâu nay.

CUỐI NĂM NHỚ MẸ

NGUYỄN MINH NỮU

Năm 2000, tôi về lại Sài Gòn lần đầu tiên bằng một vé mời đặc biệt. Năm đó, Korea Airlines mở đường bay thẳng từ Washington DC về Sài Gòn. Korea Airlines mở một văn phòng tại Washington DC và liên lạc với các đại lý bán vé máy bay người Việt trong vùng và tặng vé mời mỗi đại lý một vé tham dự chuyến bay 15 ngày ghé qua Seoul bảy ngày và Việt Nam tám ngày. Chỗ ngồi hạng thương gia, và lộ trình được ghi chú là sẽ được đón tiếp trân trọng từ các điểm thăm viếng. Tôi không phải đại lý bán vé máy bay mà chỉ là đang thực hiện một tờ báo phát hành hàng tuần trong vùng Hoa Thịnh Đốn, tôi được mời là một ngẫu nhiên kỳ lạ. Nhân viên của Korea Airlines đi vào các trung tâm thương mại lấy các tờ báo Việt ngữ trong vùng đem về văn phòng để chọn lựa, và tờ báo Văn Nghệ do tôi thực hiện lọt vào mắt xanh của họ. Khi họ gọi điện thoại tới nhà để mời lên văn phòng tôi vẫn nghĩ là họ muốn đăng quảng cáo trên báo Văn Nghệ, nhưng khi tới nơi, họ nói muốn mời tôi một chuyến du lịch về Korea và Việt Nam và yêu cầu tôi trong ba ngày trả lời cho biết có đồng ý đi hay không. Mọi chi phí di chuyển, ăn ở hoàn toàn miễn phí. Tôi sửng sốt trước lời đề nghị này và hứa sẽ trả lời sớm.

Mẹ tôi từ trần ngày 14 tháng 11 năm Kỷ Mão, nhằm ngày 21 tháng 12 năm 1999. Mẹ tôi mất đột ngột ở tuổi tám mươi ba sau một cơn đau ngực xảy ra chớp nhoáng khoảng vài giờ. Chị Cẩn là người chăm sóc mẹ tôi kể lại, buổi trưa cụ ăn uống bình thường, tới chiều khi đang ngồi xem TV, cụ bảo sao mẹ khó thở quá. Chị Cẩn lấy dầu thoa ngực thoa lưng cho cụ và nhấc máy gọi điện cho con gái là một bác sĩ, lúc đó Lan Anh đang đi ngoài đường, Lan Anh ghé vào một nhà thuốc tây mua ngay vài thứ thuốc cần và chạy về Quận 7, trong lúc đó chị Cẩn tiếp tục xoa bóp cho cụ. Cụ đưa tay lên ngực tự xoa và nghiến răng chịu đựng nhưng một chút sau, cụ thở dài: "Không xong rồi" và thở một hơi dài… Chị Cẩn hốt hoảng la lên nhưng người cụ đã buông thõng, chân lạnh giá, cái lạnh rất nhanh chạy lên bụng lên ngực và cụ mất sau đó. Mẹ tôi mất tại nhà, từ lúc lên cơn đau tới lúc từ trần chỉ trong vài giờ, rất đột ngột. Buổi trưa hôm đó, khi đang ngồi ở quán uống cà phê, tôi nhận được điện thoại viễn liên báo tin mà bàng hoàng không tin được. Từ xa xôi, các con cái bên này không ai có thể về được để chịu tang, ba anh chị em họp nhau và quyết định làm lễ phát tang cho mẹ tại chùa Giác Hoàng vào tuần sau.

Khi tôi lên gặp và nói chuyện với viên Giám Đốc Korea Airlines chi nhánh Washington DC là người Đại Hàn, tôi không hỏi lý do nào ông ta chọn báo Văn Nghệ để tham dự chuyến đi này, trong khi tại ngay Wasington DC lúc đó đang có tới mười ba tờ báo Việt ngữ, nhưng tôi thấy trên bàn làm việc của ông, tờ báo Văn Nghệ mở ra ngay trang ba, nơi đăng bài tùy bút tôi viết trước đó một tuần, bài viết về nỗi đớn đau của một người con mất mẹ khi ở cách xa nửa vòng trái đất. Tôi không hiểu có một người Việt nào làm ở đó để đọc và giải thích với ông ta hay không, hay một trùng hợp ngẫu nhiên, nhưng tôi lại thực sự tin vào một hiển linh có thật vì trong lịch trình chuyến bay, tôi sẽ về tới Sài Gòn ngay vào lễ cúng trăm ngày cho mẹ của tôi.

Về đến Sài Gòn đêm 29 tháng 4 năm 2000 và nhận phòng ở khách sạn Riverside nằm ngay bến Bạch Đằng. Căn phòng ở lầu 5, nhìn xuống bến sông, đã nửa đêm, nhưng tôi vẫn còn nhìn thấy chuyến phà cuối ngày đang từ từ rời bến Sài Gòn đi về bến Thủ Thiêm. Giữa khuya, tiếng vọng từ dưới vang lên rất rõ rệt, tiếng máy phành phạch, tiếng xe gắn máy và những tia sáng lấp loáng trên dòng sông nghe sao quen thuộc và thân thiết quá.

Chương trình của đoàn ngày hôm sau là thăm viếng một số các thắng cảnh di tích của Sài Gòn. Tôi từ chối không đi và đón honda ôm chở về Quận 7. Chị Cẩn vui mừng và xúc động khi thấy tôi xuất hiện trước cửa nhà. Ngay sau đó hai chị em thuê xe đến Bà Quẹo thăm mộ.

Trước ngôi mộ mới, cỏ mọc chưa kín, tôi thắp nén hương lòng xót xa không nói được.

Tôi chưa bao giờ là niềm tự hào của mẹ, là đứa con kém cỏi nhất của dòng họ, học hành dở dang gãy đổ giữa chừng, công danh không có, ra đời cũng không thành đạt, nhưng tôi biết tôi là người được mẹ thương yêu nhất vì chính sự bất toàn này, lại thêm chi tiết là đứa con mồ côi khi còn bé dại, thiếu thốn tình cha và chịu đựng gian khổ khó nghèo từ thời bé dại. Cha tôi mất khi tôi bốn tuổi, và thời thế đã như cơn bão lớn, cuốn tan hoang nề nếp gia đình ngày xưa ở Hà Nội, rồi xô đẩy cả gia đình vào biển dâu cuộc sống. Tôi ngồi yên trước mộ và nghĩ về mẹ, ráng nhớ lại một chút gì đó mà mẹ mong muốn để dành cuộc đời còn lại của mình cố gắng làm cho mẹ vui…

Mẹ tôi lập gia đình khi còn rất trẻ. Cha tôi lớn hơn mẹ tôi 36 tuổi. Câu chuyện thế này:

Khoảng năm 1930, Phó bảng Nguyễn Can Mộng được bổ nhậm làm Giáo thụ huyện Ý Yên, Nam Định, quen biết và kết thân với một ông Thông phán Tòa sứ Hải Dương là Nguyễn Đình Tường, cụ Phán Tường lớn tuổi hơn, thông thạo chữ Pháp nhưng lại yêu thích Hán nho, Bảng Mộng thì là một Đại khoa triều Nguyễn, nhưng khát vọng về giáo dục, muốn tự mình làm cầu nối sự văn minh của Pháp với đồng bào nên muốn trau dồi thêm về Pháp văn. Đôi bên gặp nhau thành đôi bạn vong niên. Khi cụ Phán Tường sắp mất, gọi Bảng Mộng đến nói rằng các con tôi đã lớn khôn thành đôi lứa cả rồi, duy còn cô con gái út tôi muốn đưa nó về hầu ông, ông nghĩ sao. Bảng Mộng từ chối vì mình lớn tuổi. Cụ Phán Tường gạt ngang, ông nói thế không được, trai năm thê bảy thiếp là thường, ngay các cụ khoa bảng trong vùng ai cũng cần người giúp khi đến tuổi già, việc là ông có thuận ý hay không mà thôi. Bảng Mộng đành nói tôi thì được rồi, nhưng không hiểu ý cô ấy thế nào. Khi gọi cô gái út đến bên giường, cụ Phán Tường khuyên nhủ, thầy như ngọn đèn trước gió, chả biết tắt lúc nào, con thì bản chất thông minh nhưng mà nhiều cá tính riêng, khó phù hợp sống với các anh chị, nay cụ Bảng đây là chỗ chi giao với thầy. Dẫu là đã có chính phòng, nhưng ở quê Hoàng Nông, Thái Bình, còn nay ở Nam Định đây thì phòng không, bữa ăn giấc ngủ đều không ai giúp đỡ, ý thầy muốn cho con về hầu cụ Bảng, trước là yên bề gia thất để thầy an tâm, hơn nữa cụ Bảng đây là bậc túc nho quân tử mà thầy kết bạn đã lâu, ý con thế nào?

Cô út quỳ bên giường khóc xin vâng lời. Cụ Phán Tường nói thêm, khi con ở nhà thì gọi tên tục, nhưng nay lấy chồng thì thầy đặt cho con tên mới là Nguyễn Thị Kim Ngọc.

Thân phụ tôi có ba dòng con. Chính thất có bốn người con, dòng hai có hai người con và dòng ba có tám người con, tôi là con út của dòng ba. Hương lửa hai mươi năm, khi thầy tôi mất, mẹ tôi mới 37 tuổi. Con cái của ba dòng coi nhau như ruột thịt, chúng tôi đồng loạt gọi bà Chính thất của cha tôi là Me, bà thứ hai là Đẻ Già và mẹ tôi là Đẻ.

Tôi thương mẹ và được sống bên mẹ nhiều nhất, nhưng tính mẹ tôi nghiêm khắc, không có những âu yếm vuốt ve hay trìu mến ôm ấp. Ở bên mẹ, mới nhận được từng cử chỉ quan tâm, từng ánh nhìn dịu ngọt và từng hành động lo lắng thu xếp cho một cuộc sống bình an. Góa chồng nuôi con, mẹ lúc nào cũng như con gà mái xòe cánh ra che chở, xù lông ra chuẩn bị đối phó mọi tình huống bất ngờ trong đời sống.

(Nguồn ảnh: http://www.phamcaohoang.com)

Khi di cư vào Nam, gia sản bỏ lại hết, nhưng có ba thứ mẹ đem theo và là vật bất ly thân của mẹ cho đến cuối đời. Thứ nhất là cái mâm đồng, chỉ được sử dụng mỗi năm một lần vào ngày giỗ cha tôi, bao giờ cũng là những món quen thuộc: bóng xào, măng hầm, gà luộc, xôi vò, chè đường… nhưng được bày tươm tất trên mâm và sáu cái bát ăn cơm bằng sứ mà mẹ trịnh trọng đặt lên bàn thờ ngay tuần hương đầu tiên. Thứ nhì là cái cơi trầu cũng bằng đồng, hình thù tương tự một cái bát múc canh lớn, nhưng không có đế, trên mặt có nắp cũng bằng đồng, là nơi mẹ đựng trầu, cau, vôi xử dụng mỗi ngày. Cái thứ ba thì quý hơn, đó là bộ uống trà. Trước nhất là cái khay, cái khay được tạo dáng như một cái bàn nhỏ, gờ lên bốn phía như một cái lan can bằng cao chừng 2 cm. Bàn có bốn chân, bốn chân này nối kết với nhau bằng một thanh gỗ, toàn bộ cái khay bề ngang chỉ khoảng hai tấc, dài bốn tấc, được chạm trổ tỉ mỉ và viền bốn bên khảm ốc. Trên cái khay ấy là hai cái đĩa cùng kiểu hoa văn nhưng khác nhau, một cái vũm lòng và một cái bằng phẳng. Cái vũm lòng thì để cái ấm trà nhỏ xíu bằng nắm tay, còn cái phẳng thì để bốn cái chén nhỏ bằng hai ngón tay, và một chén lớn, mẹ tôi gọi là chén Tống, to gần bằng ấm trà.

Các anh chị đi làm xa nhà, mỗi tháng gửi tiền về để hai mẹ con sống với nhau. Buổi sáng của mẹ tôi bắt đầu khoảng từ bốn giờ sáng. Bao giờ cũng khởi đầu là kéo cái bếp lò than từ chân giường ra, bỏ vào vài que củi thông nhỏ, vài ba cục than rồi ra nhà sau hứng một siêu nước đặt lên. Trong lúc chờ nước sôi, thắp mấy nén hương lên bàn thờ. Chỗ mẹ ngồi là cái ghế bành mây kê đối điện bàn thờ. Khi nước sôi, người rót nước vào ấm, lắc lắc cho sạch, đổ ra, với tay lấy hộp trà Thiết Quan Âm, đổ ra lòng tay một vốc nhỏ, nhẹ nhàng bỏ vào ấm và châm nước sôi vào. Khoảng ba phút, trút trà trong ấm ra chén Tống, sau đó lại bỏ nước sôi vào ấm lần thứ hai. Đợi cho ngấm trà, rót từ ấm ra hai cái tách nhỏ xíu, để trên cái đĩa, người đặt hai chén trà trên bàn thờ, trước di ảnh cha tôi. Sau đó mới về chỗ ngồi, rót trà ra hai chén nhỏ còn lại và ngồi im lặng, mắt nhìn đăm đăm lên bàn thờ… không gian cô tịch và bóng người cô liêu.

Khoảng vài tuần trà, mẹ tôi rót toàn bộ cả trà nước ba và bã trà vào cái chén Tống rồi gọi tôi, có ra uống trà thì ra này… Lúc đó là đã xong buổi trà sáng của mẹ mà tôi vẫn nghĩ trong lòng như một nghi lễ Mẹ dành cho Cha.

Nâng tách chè thơm buổi sớm mai
Dáng người như một vệt sương phai
Lẩn vào hương thoảng trầm hương cũ
Lẩn cả hương đêm lúc rạng ngày.

Là lúc thời gian đọng giữa chừng
Không gian dường cũng rất mông lung
Mẹ nối bây giờ cùng quá khứ
Và gửi tương lai một tấc lòng

Con quấn trong chăn, đã dậy rồi
Nhưng nằm mở mắt ngắm xa xôi
Quanh con như lớp tơ mềm óng
Chỉ thở mà ngân tiếng nhạc vời

Thấp thoáng hương bay cuốn bệ thờ
Ánh mắt Cha nhìn như ánh thơ
Con thấy Mẹ nâng tay tách nước
Nghe rung động suốt cõi mơ hồ

Thinh lặng giữa đôi bờ hư thực
Hương chè mạn lục thoảng qua môi
Hắt hiu một bóng soi trên vách
Mà khay vẫn có tách song đôi.

Những sớm mai kia, có chẳng nhiều
Mẹ già bạc tóc với cô liêu
Con thì phiêu bạt theo năm tháng
Đắng lưỡi tê môi với sớm chiều.

Đời con rồi ghé vào hưng phế
Đã biết bao nhiêu cuộc đổi dời
Tĩnh tâm chỉ có khi ngồi lại
Sớm mai nhớ Mẹ, tách chè thôi.

Sớm mai bên Mẹ tách chè thôi
Tâm nhẹ nhàng theo dáng mẹ ngồi.

Những lúc ngọt ngào, mẹ hay gọi các con là các anh các chị, và xưng tôi, nhưng âm thanh dịu dàng thân mến.

Tôi thèm khát được sà vào lòng mẹ, ôm lấy mẹ, nói với mẹ những lời yêu thương nhưng hầu như chỉ có một lần làm được, lúc đó tôi đã lớn và đã lập gia đình mới đủ can đảm làm. Hình như khoảng năm tám mươi, hoặc tám mấy gì đó. Khi tôi dẫn hai đứa con về thăm mẹ vào dịp Vu Lan, tôi kể với mẹ là mới đi chùa, hôm nay trên chùa Vĩnh Nghiêm làm lễ lớn lắm, tụi con có lên hát nữa. Mẹ hỏi hát bài gì? Tôi nói: "Bài *Bông Hồng Cài Áo* mẹ ạ, đây là bài thơ của thiền sư Nhất Hạnh, được phổ nhạc, nói về tình con với mẹ hay lắm, con hát lại mẹ nghe nhé".

Thấy mẹ gật đầu, tôi bước tới ngồi gần bên mẹ và hát: "… *Một bông hồng cho anh, một bông hồng cho em, và một bông hồng cho những ai cho những ai đang còn mẹ… Rồi một chiều nào đó con về… nhìn mẹ* yêu… *nhìn thật lâu…*".

Tôi choàng tay qua ôm mẹ không hát nữa mà nói: "… *Rồi nói với mẹ rằng, mẹ ơi, mẹ có biết cho không? Biết gì? Biết là, biết là con yêu mẹ không…*".

Tôi hát không được nữa và cũng không nói được nữa, một cái gì đó dâng ngang cổ họng làm tôi nghẹn lại và tự nhiên ứa nước mắt. Mẹ tôi cũng sững người, ngồi im lặng một chút dằn cảm xúc lại. Mẹ nhẹ nhàng gỡ tay tôi ra, và nói chầm chậm, dịu dàng…

- Chả cần gì anh yêu thương tôi đâu, anh yêu cái bản thân anh ấy, yêu cái gia đình của anh ấy, gia đình anh no ấm hạnh phúc thì bằng mấy lần yêu thương tôi…

Rồi mẹ cũng sựng lại, nói nghẹn nghẹn, miệng mẹ mỉm cười nhưng đôi mắt mẹ lóng lánh giọt nước mắt.

Xa mẹ thật rồi tôi càng thấm hơn câu mẹ nói, nó là cả một tấm lòng yêu thương vô hạn, chỉ nghĩ tới hạnh phúc của con của cháu chứ không nghĩ gì đến bản thân mình. Người mẹ nào cũng thương con, và thương con theo cách riêng của mình và kỳ lạ là chỉ có con mới hiểu mình được thương yêu thế nào, cái đau xót là thường khi chỉ hiểu được khi không còn mẹ nữa…

Nguyễn Minh Nữu

BỮA CƠM VIỆT LÀ VĂN HÓA

VŨ TRỌNG QUANG

Bà xã tôi có thời gian dài sống ở Mỹ Tho, nên được dịp đi du lịch với bạn bè vợ chồng tôi thường đến nơi này ghé Quán bên đường, không phải *Quán bên đường* của cố nhà văn Trang Thế Hy với bài thơ có câu:

Dè đâu chẳng may là quán
Em bẹo hình hài đem bán.

(Phạm Duy phổ nhạc)

Mỹ Tho nổi tiếng nhiều gái đẹp: Bà Từ Dũ vợ vua Thiệu Trị, mẹ vua Tự Đức là một mỹ nhơn, bà Nguyễn Thị Mai Anh (còn gọi cô Bảy Mỹ Tho) vợ của Tổng thống Việt Nam Cộng hòa Nguyễn Văn Thiệu là một mỹ nhơn. Có phải Mỹ Tho: Mỹ Nhơn?

Quán bên đường ở đây quán cơm bình dân có bán canh chua và cá kho tộ; món canh là một tập hợp: cá lóc, cây bạc hà, đậu bắp, cà chua, thơm, dằn một chút đường, kho tộ nấu trong siêu gồm cá, thịt ba chỉ kho sền sệt; bên cạnh thêm dĩa rau luộc (rau muống, rau cải, hay cần) chấm vào nồi cá kho tộ thì ngon hết biết. Đây là hai món ăn mà những người bạn ở miền Bắc và miền Trung cũng rất thích.

Đến nhà của người bạn, vợ tôi mở lời đề nghị: “Mầy đãi vợ chồng tao cơm canh chua cá khô kho tộ đi mậy”. Dĩ nhiên nữ chủ nhân đồng ý. Cơm nhà thường ngon hơn quán (nhất là cơm nhà… người ta), món này nhà thực hiện có vẻ ngon hơn quán, do cộng tình bạn lâu

lâu gặp lại, cộng thêm rộn rã thời quá khứ; cộng thêm cánh đàn ông rôm rả bên dĩa mồi cá lóc nướng trui cuốn rau sống chấm mắm nêm, cụng ly "dzô 100 phần trăm Gò Đen xịn đây". Rượu Gò Đen đặc sản của Long An, gia chủ nói rượu xịn, là bởi rượu này giả nhiều vô cùng tận, bán hai bên đường lộ đa phần không phải thứ thiệt, rượu giả còn len vào siêu thị nữa. Vui thì vui nhưng cũng phải chia tay ra về, trên đường vợ tôi nhớ tình thân thời con gái, tôi nhớ chữ "Mỹ", chữ "Đẹp" của lịch sử, mỹ nhơn lịch sử.

Lúc chiều về ghé quán cháo lòng, đầy đủ phủ tạng heo bành ky nóng hổi, ai thích có thể chọn cháo cá rau đắng, hai người với hai tô cháo không cộng dĩa cá lóc nguyên con khá khổng lồ, làm cho tô cháo giảm nhiệt dĩ nhiên là phần rau đắng (giảm nhiệt có hai nghĩa là vừa cho nguội vừa cho mát), tôi không dùng ruột cá, nhưng những thực khách khác thì khoái khẩu.

Có những thứ gọi là cơm mà không phải cơm, đó là cây cơm nguội, nhạc sĩ Trịnh Công Sơn viết *Mùa thu Hà Nội*:

Hà Nội mùa thu cây cơm nguội vàng cây bàng lá đổ nằm kề bên nhau phố xưa nhà cổ mái ngói thêm nâu...

Có thứ gọi là gạo mà không phải gạo là bông hoa gạo, đó chính hoa gạo trong bài *Chị tôi* (thơ Đoàn Thị Tảo, nhạc Trọng Đài):

Thế là chị ơi rụng bông hoa gạo
Ô hay trời không nín gió cho ngày chị sinh
Ngày chị sinh trời cho làm thơ

Trời ơi! Ngôn ngữ lạ lùng lạ thường lạ lẫm, nghe nhức nhối nao lòng.

Hoan hô chữ đã mượn từ cơm từ gạo cho ra "cây cơm nguội", "bông hoa gạo" sản sinh thi ca sản sinh âm nhạc.

Hoan hô cơm gạo Việt Nam, hoan hô cơm gạo châu Á, hoan hô cơm gạo thế giới, vậy mà có kẻ nỡ lòng nào "phụ bạc":

Ai cũng phải ăn cơm
Nhưng vẫn luôn thèm phở...

Ai đó nói: "Đường đi đến trái tim người đàn ông đi qua dạ dày", "cơm" đi qua hay "phở" đi qua? Dĩ nhiên câu nói ám chỉ "cơm", chỉ nội tướng hằng ngày bếp lửa lo chồng con ngon miệng, do vậy "cơm" đi qua cho an toàn trên… xa lộ.

Nghe ca dao đạm bạc nhớ cơm:

Anh đi anh nhớ quê nhà
Nhớ canh rau muống nhớ cà dầm tương.

Nghe nhà thơ Phạm Hữu Quang còn da diết hơn:

Giang hồ ta chỉ giang hồ vặt
Nghe tiếng cơm sôi đã nhớ nhà.

Những bữa cơm ngày Tết là không thể thiếu, một mâm cơm thiêng liêng; thịt kho hột vịt, món này trường kỳ từ ba mươi đến ngày mồng mười, mọi người đi chơi xuân, về nhà dùng bữa cơm món này thêm tôm khô củ kiệu là chắc bụng.

Tôi quý những bữa cơm gia đình, thường hay về nhà cùng vợ con chung bát, nhiều khi bạn bè rủ buổi trưa lai rai, tôi lắc đầu (trừ khi bạn bè ở xa lâu ngày không gặp), tôi thích không khí truyền thống gần gũi; văn chương là phải đi tới, những bữa cơm thì phải ngồi lại, sinh hoạt thường trực ấy làm cho ăn uống ngon miệng hơn. Các nhà khoa học đã chỉ ra rằng ăn cơm một mình gây ra những cảm xúc tiêu cực, ảnh hưởng đến tiêu hóa của dạ dày. Ông bà xưa hay nói "rầu thúi ruột" là vậy.

Vũ Trọng Quang

thuyền quyên thục nữ xinh xinh
bất ngờ gặp chuột thất kinh hoảng hồn
chúng ranh mãnh giàu tinh khôn
hay có vũ khí chi ngon hơn người
không chừng em có sẵn rồi
một con chuột biếc tinh khôi trong lòng
lh

thơ

ĐI NÚI TÀ CÚ

NGUYỄN THÁI BÌNH

Tháng Giêng lên núi đi tìm Phật
Ngó xuống dưới đời thấy quanh co
Nhưng nghĩ quanh co đời mới thật
Bần thần mang nặng mối so đo.

Gió núi chao đao thuyền Bát Nhã
Rừng khuya văng vẳng Chú Đại Bi
Chập chờn, mê tỉnh muôn chư Phật
Thôi thì…Thôi cứ mộng vô vi

Tháng Giêng lên núi tìm cây thuốc
Chữa chứng sầu bi, khiếp nhược đời
Thâm u cạn lệ dòng khô nước
Ta vẫn là ta… kẻ thất thời

Xênh xang xuống núi lòng rất lạ
Mặc dù tay nải vẫn trống không
Không tìm thấy thuốc, không thấy Phật
Một vạt rừng xuân… Chợt ấm lòng.

thơ

MÙA XUÂN NHỚ KHÓI...

TRẦN HOÀNG VY

ở đây trời đất như… hong khói
màu khói ngày xuân mùa đốt đồng
bông tuyết vẫn còn đêm bịn rịn
mùa xuân mà cái lạnh đầu đông?

viễn xứ mùa xuân ngồi ngóng xuân
nhớ gì mà con mắt rưng rưng?
nhớ khói bánh chưng khuya chái bếp
tiếng cười dài, câu chuyện cổ trang!

ta đếm tha hương, sương nhỏ giọt
mấy mùa xa khuất bóng quê hương
cũng chọn đào mai làm tri kỷ
đốt khói trầm thơm nhớ tông đường?

ở đây xuân đến buồn quay quắt
bia rượu đầy bàn nhớ nếp than
bằng hữu toàn mắt xanh, da trắng
ngó lại mình ta… gã da vàng!

nhớ Tết, khuya nay nằm nhớ… khói
giao thừa, khói bánh tét, bánh chưng
khói rước, tiễn đưa người khuất mặt
và ta thêm tuổi mới có mừng?

Springfield, MA, Xuân 2019

thơ

NẮNG PHAI

HỒ XOA

Mình tôi qua bên kia sườn sỏi đá
Người xa xôi, có bao giờ ai biết
Rừng xưa đón từng chiều nắng phai
Tiếng lá khô nhẹ nhàng như nỗi buồn
Không ai hay

Và mùa vui nào nhạt nhoà
Như chưa từng qua đây
Nắng phai như từng ngày qua đời ai
Nắng phai trên lối về hoàng hôn
Những loài hoa hoang vu vội tàn

Nắng phai
Con đường em không trở lại
Ai như loài chim xa về đậu nóc nhà thờ
Nghe nắng phai trên thánh ca buồn

Nắng phai trên nhớ thương muôn trùng
Như nỗi đau đời tôi trên da thịt người
Ngày xưa phai trên môi cười
Như nắng phai mùa Xuân tôi qua...

thơ

NỞ RỘ NHỮNG CHIÊM BAO (*)

PHƯƠNG TẤN

Và một thoáng hồn chao trong đáy chén
Cùng lệ ta thánh thót dưới vai đời
Ta duỗi mình trên lưng rượu hát chơi
Tay gõ chén ngỡ ngựa khua lốc cốc.

Đừng. Đừng nhắc rằng đời ta lận đận
Rằng anh em sao đi mãi không về
Rằng tuổi trẻ có cái chi vui quá
Mà thơ ta ngào ngạt những xót xa.

Thêm một chén mừng cho đời loạn lạc
Mừng tóc ta phủ bạc tuổi còn non
Gió đừng thở kẻo lòng ta xào xạc
Những hơi thu buồn ngát một trời xuân.

Một chén nữa nhấp cho say túy lúy
Nghe như trời rót lụa dưới chân ta
Nghe như chim ngậm lúa ở sau nhà
Rơi mỗi hột giữa lòng ta thơm quá!

Ta sẽ vớt hồn ta trong đáy chén
Thả trong mây và vãi ở trong sao
Người sẽ thở tình ta trong trời đất
Để nghe đời nở rộ những chiêm bao.

(*) Thơ: Phương Tấn. Nhạc: Đynh Trầm Ca. Trình bày: Trần Quang Lộc.

thơ

CÁI CHẾT THẬT RA CŨNG LÀ MỘT BẮT ĐẦU

(Tưởng nhớ nhà thơ tài hoa Du Tử Lê (1942–2019))

TRẦN HẠ VI

Tám giờ tối ngày 7 tháng 10
Linh hồn rời tấm xác dãi dầu
Bước vào một hành trình vô tận

Không có những con đường trải nhựa dài bất tận
Không có mái nhà nhỏ
ghế bành
chỗ ngủ ấm êm
Đi tiếp một hành trình nối thêm
Đằng sau những cuộc đời hiện hữu

Kiếp sau
Kiếp sau nữa
Kiếp nào đã cũ
Liệu ta có gặp lại nhau
Linh hồn vạn nếp gấp nát nhàu
Nhờ chữ duyên
Ngồi kể ôn câu chuyện cũ

77 năm có là đủ
100 năm có là đủ
Cho một chiếc thịt da
săn chắc
nhão nhừ

Tầng tầng muôn muôn lớp sóng điện từ
Mã hóa ta
Linh hồn chìm vào vô ảnh
Giã biệt một cuộc đời

Sẽ gặp lại kiếp sau
Dẫu hình hài đổi khác

Cái chết
thật ra
cũng là một bắt đầu.

09/10/2019

thơ

THANKSGIVING 2019

Theme của anh là hoài niệm
dĩ vãng đau đáu
xa xăm
Khuôn mặt thâm trầm
dãi dầu gian khó
Chỉ có thơ anh đôi khi vặn vọ
chọc tức
chọc cười
kết thúc bâng quơ

Theme của em là hiện sinh
nông nổi dập dồn
nóng rẫy
yêu đương rừng rực
Thơ lúc diết da
khi góc cạnh
liếc, hấy
Mặt lại hiền tựa vầng trăng

Lũ hải âu thơ vẫy cánh tung tăng
nối liền hai đại dương
nóng
lạnh
mặt trời mọc bên này
và sẽ lặn ở bên kia

Em nhớ anh
dẫu chưa bao giờ chia lìa
cũng như
chưa bao giờ gắn bó

Hãy nắm lấy em đôi bàn tay nhỏ
hoài niệm nối hiện sinh
trong gióng giã giáo đường
vọng hồi kinh lễ Tạ Ơn…

14/10/2019

truyện ngắn

NHỮNG BÔNG HOA CÚI ĐẦU

VY THƯỢNG NGÃ (NGUYỄN VỸ)

Tôi thấm mệt. Cơn đau khoét sâu tận tủy. Từng nhát nhói lóe lửa, tóe vào thành các bộ phận gần kề. Tôi lưng tròng nước mắt. Thở gấp, từ tốn nhả từng điệu nơi đường mũi nặng nhọc, cố điều tiết làn hơi đang muôn trùng biến động. Tôi ôm vết đau, xoa xoa, ve vuốt dịu hiền, như nói chuyện với nhân tình. Nhân tình cơn đau chỉ có nghe và phúc đáp tôi bằng ngọt ngào, êm êm trên các vùng cơ thể. Vết thương tứa máu. Dấu bầm tua tủa xung quanh. Nét rạn mỏng chia cách bình yên – đớn đau trên mộ phần da thịt. Tôi nhạy mũi ngửi mùi máu hãy còn tươi, tanh nồng, chóng khô. Tôi nếm vệt máu. Vị nó ngây ngây như mùi rỉ sét, bám lâu vào ngón tay, vệt dài, nhạt màu. Tôi tin cuộc đời không gì là vĩnh cửu. Kể cả cơn đau. Rồi chúng sẽ lắng, sẽ lắng, tan theo sớm mai. Nhưng niềm tin và hy vọng, tỷ lệ nghịch với hiện thực. Tôi sẽ đau, hoặc thêm hơn, đằng đẵng – vì cơ thể tôi được nuôi dưỡng, được đắp bồi, cơn đau vươn mình đánh bại tôi cùng kiệt. "Xin hãy yêu nhau" – tôi chắp tay kinh cầu, thủ thỉ, thều thào. Mi khẽ rung rung, tuyến lệ được kích hoạt, giọt đơn rỏ xuống tấm trải giường. Tích tắc, tích tắc. Buông thư thái. Chậm rãi. Tôi tiến dần đến cơn lịm đón đầu. Nó vẫy tôi nhích lại. Tôi chống tay lên giường, áp mạnh người lên thành. Nó đánh tôi xoài người.

Tôi đã lịm đi ít lâu. Tỉnh dậy, ông lão giường bên lắc đầu nguầy nguậy, tỏ ý trách chê tôi yếu đuối, chẳng xứng là nam nhi. Mặt lão đột ngột xám ngoét, tôi cảm thấy buôn buốt, nhớp nháp, ngó kỹ mũi dao dưới gối thò ra tự lúc nào. Lão nín bặt. Lão trừ khử chính mình trong tâm tưởng. Lão phóng đại rồi đâm ra hành xác mình. Tôi đặt con dao để bảo vệ giấc ngủ tôi và xua cơn mơ trái khuấy. Trưa hôm đấy tôi ăn cơm ngon lành. Tôi lại thênh thênh giữa ốc đảo. Mỗi ngày tôi nghe huyên náo ở giường mình ba lần. Người thân sẽ mang chút đồ vặt đặt trên tủ cho tôi. Khi là cuốn sách, lúc vài món trái cây hay thức ăn vừa miệng tôi. Họ ưa nán lại tầm một giờ. Những câu chuyện trò hờ hững, nhạt thếch được đệm bằng tiếng cười xuề xòa. Đa phần họ mở lời trước. Tôi ngồi đọc sách, hoặc viết linh tinh vào cuốn tập nháp nhét dưới nệm, hay cố tìm một điểm tập trung dán tầm nhìn vào tránh cặp mắt chực xoi mói của bất kỳ ai. Lam bảo chiều sẽ vào thăm tôi. Tôi niềm nở tê người đọc dòng tin nhắn. Chỉ Hòa biết việc tôi nằm bệnh viện, tôi giấu tịt, nhất là với Lam. Một mặt, tôi mong Hòa bảo mật thông tin; mặt khác, tôi cầu hắn ta lỡ buộc miệng như mọi khi. Tôi tưởng tượng khoảnh khắc Lam tròn mắt, há hốc, đưa tay bịt miệng, mắt rưng rưng hỏi tôi có làm sao không, nằm ở đâu, phòng mấy. Tôi chờ bao hôm rồi. Quả nhiên Hòa không làm tôi thất vọng. Cảm ơn cái miệng không sao giữ nổi bí mật quá bốn mươi tám giờ của hắn.

Tôi sẽ phải tắm táp, tuốt lại vẻ ngoài cho thật chỉn chu. Tôi chẳng muốn Lam thương hại cho bệnh tình lẫn hình hài xác xơ lúc nhận ra tôi.

Tôi trông gương thật tệ hại! Đôi mắt quầng, lờ đờ; bờ môi trắng bệch, nứt nẻ; tôi thuận tay xé miếng da cố bám trên viền môi. Máu tươm nhẹ, tôi đẩy lưỡi chắp chắp vị máu quen thân. Vẫn dư vị tanh, mùi sét rỉ, nhưng tôi đã không còn nhăn cơ mặt. Tôi tì răng lên môi, bấu mạnh mọc mời máu chảy. Lưỡi mơn man máu tươi nhỏ giọt. Vành môi phút chốc phơn phớt màu đỏ. Sức sống dường chạy ngang cơ thể. Tôi thấy mình nhẹ hẫng…

Khắp mình tôi đầy rẫy vết cắt. Có vết nông, vết sâu hoắm, vết thì vừa kéo da non, vết chảy dịch vàng, vết hình mắc lưới… hiện hữu đủ đầy hai cánh tay tôi gầy còm. Má tôi khóc nhiều. Bà lễ chùa tận đâu đấy xa lắm, qua lời thuật lại của bà. Bà thỉnh cho tôi một lá bùa và mặt dây chuyền hình Phật. Bà đính kim tây lên lá bùa, gài vào túi áo tôi mỗi sáng. Chẳng rõ bà tìm đâu sợi chỉ đỏ, xâu mặt dây chuyền, đeo cổ tôi. Tôi mân mê hai món đồ nho nhỏ trên người. Chỉ khi vào phòng vệ sinh, sợ ô uế, tôi đành tháo ra đặt cạnh gối nằm.

Máu loang lổ trên áo từng chấm li ti. Người nhà ông lão giường bên dìu tôi trở về phòng. Tôi xây xẩm nhẹ. Má tôi xồng xộc trước buồng, tôi nghe bước chân từ lúc hãy còn một quãng nữa. Khoảnh khắc đó về sau tôi khó tìm thấy tự do. Mỗi một tiếng đến một tiếng rưỡi đồng hồ, có người luân phiên chăm non tôi. Tính tôi không muốn phiền ai, đồng thời chả thích ai quấy mình. Tôi ưa nhắm hờ mắt, hay ra cơn đau oặn đột ngột vùng bụng. Giọng nói mềm gõ tai tôi tỉnh thức. Lam đến tự bao giờ…

Lam đẹp não nùng trong chiếc áo tôi thường khen. Da em trắng, mặc gam màu sáng càng điểm lên nét duyên. Tôi đắm đuối rọn người. Tôi thèm được Lam ngồi cạnh, nghe hương nước hoa thoang thoảng, mái tóc thơm mùi dầu gội vỗ đường thở đánh trí óc tôi tuần hoàn nhịp sống. Má tôi nhấc ghế mời Lam, bà ra ngoài để chúng tôi tự do nói chuyện. Lam quan sát khắp căn phòng. Vài rãnh cao trên tường thông gió, ba chiếc quạt rề rà chỉ tỏa toàn hơi nóng, thi thoảng gục gặc chực rơi khỏi tấm đỡ. Lam nâng cánh tay tôi, xoa xoa lòng bàn tay, đầu hơi cúi: “Anh gắng khỏe. Bạn bè mong anh”. Tôi vuốt đuôi tóc Lam: “Em có mong không?”. Toàn thân Lam khẽ run. Tôi đưa Lam cuốn tập nháp tránh cơn xúc động của em chực dâng. Năm ngày nặng nề dần qua, chữ sắp tràn ra trang bìa. Lam không còn tâm trí đọc, em tựa cằm lên hai tay, hát bâng quơ. “Anh nhớ nay ngày gì không?” – Lam vẽ nét mơ hồ lên tấm trải giường. Tôi hiểu Lam muốn đề cập điều gì.

Tôi nôn thốc nôn tháo, nôn thốc nôn tháo. Đan giương đôi mắt ướt gõ vào tấm lưng lạnh lùng tôi lẹ bước. Tôi nôn thốc nôn tháo, nôn thốc nôn tháo. Mùi ngai ngái xộc lên cuốn theo bụi, mùi ẩm thấp trong con phố hắt từng chập nôn mửa ngắt quãng. Ngang những vũng nước đọng, sình lầy phập phồng nhịp thở đoán bàn chân giẫm bừa tung tóe. Lạnh thấm đôi tay, châm li li dây thần kinh dợn cảm giác. Tôi ngồi bệt, xoa tay áp má nóng hổi. Thở hắt. Nước mắt rơm rớm. Bất cứ thứ gì, miễn có thể lấp vào khoang bụng rỗng.

Chiếc xe loạng choạng, tiếng thắng “kít” nghiến mòn khối cao su; lạch cạch lạch cạnh phát lên từ cánh phải, keng keng keng keng đập vào chấn song cửa, “Miu à?” – cô cún nhà Đan nhận ra tôi. Nó vẫy đuôi tỏ vẻ mừng, sủa, tôi đưa tay làm dấu im lặng, nó thụp xuống, thè lưỡi, lẩn quẩn phía ngoài, đứng dựng hai chân sau nhìn tôi. Rèm đã khóa, không còn chút ánh điện ở cửa sổ, tôi đưa tay xoa đầu con Miu: "Ngoan lắm con!". Nó rên ư ử, mắt ngân ngấn; mưa lất phất kéo đến, lạnh, tôi vội vàng không từ giã Miu lầm lũi dắt xe chạy thục mạng trước lúc trời chuyển mình.

Mùa phượng vừa nở, lời chúc tụng bật trên từng đôi môi ít khi hé tâm thơm thảo; con đường trầm nhấn những tà áo trong thinh lặng chia tay. Đan tần ngần bước đến yên sau xe, phủi bụi bám thiếu hơi người đồng hành, chìa nụ cười hiền đầy ý nhị: "Còn nhớ nhau không?" Tôi gật đầu, đứng sững, đưa ngón trỏ chỉ nơi ngực áo. Bóng ma quá khứ ập lên bàn tay tôi khan nóng, cổ họng khô ran. Nắng đứng trên đỉnh đầu nhức bưng bưng. Hành tung đối thủ thôi đánh động vùng trời, tôi đưa tay vén mái tóc Đan đang tư lự: "Không im ắng nào là bình yên thật sự". Đan quay ngược ba lô, mở khóa kéo, hai tay đưa tôi cuốn sổ nhỏ: "Tập lưu bút của Đan chỉ thiếu vài chữ lưu niệm của Di".

Ba tháng chia tay là mất tích
Kẻ còn nhớ giọng, đứa quên tên
Đám ấy giờ đây muôn vạn ngã
Gặp nhau chẳng biết lạ hay quen!

Đan ánh lên những tia vui, đón tập lưu bút, ôm vào lòng ngửi mùi mực hãy còn mới. Đan lia vội, đo bằng gang tay, trách tôi viết ít, chăm chú đọc chậm, nhíu mày ra chiều khó hiểu: "Sao bài thơ không có tên thế?" – "Di chả biết đặt nhan đề sao cho hợp!". "Vậy mai này…" – Đan lừng khừng mấp máy, "Di có quên Đan không…?".

Tôi tạo khoảng lặng kéo dài mươi giây, lướt ngang quang cảnh trường học, vài đôi mắt đỏ hoe giấu vội lên tàng cây, chiếc lá; cái nấn ná lâu hơn những khi tan trường. Tiếng nói cười rời rạc, tản mác; xe chầm chậm nổ máy lờ mờ bóng người bất lực dõi theo. Đan nhẹ ngón rê từng nét mơ hồ, chấm phá lên yên xe hâm hấp nóng ban trưa, đầu hơi cúi, nhoẻn miệng ngắm đâu đâu. Tôi nhìn xuống đã thấy tay Đan cách tay tôi chỉ một gang.

"Ôm Đan một cái đi!" – Đan ngập ngừng đề nghị – "Sắp xa nhau rồi, chẳng biết khi nào còn dịp gặp nữa!" – Đan thở hắt, đăm đăm xa xăm. "Nhưng Di không thể…" – tôi lúng túng, bối rối khước từ.

Thình lình, Đan nắm một cánh tay tôi đưa lên, tự bao mình trong vòng vây, buông cánh tay khép chặt – "Như thế này nhé!" – Tôi cảm nhận ngực mình lấm tấm những giọt nước, tiếng sụt sịt khuấy động – "Giá thế này mãi thì tốt biết mấy Di ha! Ai cũng bảo tuổi 17 đẹp, nhưng không mấy ai muốn mãi ở tuổi 17, chắc có mình Đan thích mãi 17 tuổi ha Di! Mà, Di nè, Di có thể, giả vờ thôi, vui vì sự xuất hiện của một người, được không?". Quãng lặng kéo dài, nắng đổ bóng thêm hanh, đường phố mờ mờ dưới cái nắng oi tiết trời kề hạ.

Đan vẫn lóng ngóng khi tôi dắt xe chào tạm biệt, cô nàng dựa sát tường, nắng liếm mũi giày, Đan giơ ba lô che nắng hắt qua mái đầu. Hôm nay không ai đón Đan. Tôi giật lùi, Đan ánh lên mong manh hy vọng. Tại sao Đan vẫn còn vô tư ký thác niềm tin vào cuộc sống đến thế? Đến bao giờ, Đan một lần tập hoài nghi, biết chất vấn mọi thứ vây quanh? Tôi thích được đi bên cạnh Đan nghe ngọt ngào trẻ dại xâm chiếm cằn khô con tim mỏi mệt. Tôi nhớ những lần tan học ưa tạt vội hàng quán chỉ để mua vui cảm giác. Đan con trẻ lắm. Tôi không thể đồng hành đường dài.

Tôi mặc chiếc áo trắng có chữ ký Đan nằm nơi góc trái. Thời gian là bao, nhưng cảm xúc tôi dành cho Đan vẫn vẹn nguyên. Chỉ có điều, Đan chóng đi xa…

Lam thu đôi mắt thoáng đỏ, xin lỗi đã đổ nước mắt lên bàn tay tôi. Tôi cười to: "Có người khóc trước cũng hay hay, dù chẳng biết cho mình hay không". Lam bảo tôi nói gở, nói thêm câu khác đắp vào. Tôi phủi tay, "có sao. Ai rồi cũng sẽ về với đất, như Đan…" – Lam không nghe thấy hai chữ cuối, tôi chỉ để lại hậu vị nơi đầu lưỡi, chôn ký ức về Đan sau bao năm.

Một buổi nắng gắt, Đan chậm rãi tiến tới gốc cây bàng, trông đôi giày, tôi đã biết Đan. Trông Đan buồn lắm, xanh nữa, gương mặt được tô bằng vẻ buồn ngủ, chán chường. Đan lờ đờ ngồi kế tôi.

"Có một điều Đan muốn hỏi Di được không?". Tôi gật đầu. "Trong lớp, Di có thích ai không?". "Có" – tôi trả lời gấp gáp đợi Đan tiếp tục. "Phải Lam?". "Không! Nhưng… sao Đan lại nghĩ là Lam?" "Các bạn nữ trong lớp kháo nhau". "Khi nào?". "Lâu rồi, ngày Di dìu Lam lên lớp ấy. Cả mấy cử chỉ nho nhỏ Di dành cho Lam nữa. Lớp thấy hết, cả Đan nữa…"

Chuông báo vào tiết réo rắt, Đan vẫn nán lại dưới gốc bàng.

Tôi ngược cầu thang, lội dòng học sinh đang nối nhau tiến về lớp. Tôi tầng 1 nhìn xuống, Đan buông cử chỉ chán ngán chưa chịu chuyển mình đồng điệu toàn trường.

"Đan cần một cái ôm không?" – tôi cách Đan vài bước chân; sân trường thưa người, tôi từ từ tiến gần, đặt tay lên vai Đan. Cơn xúc động bất thình như luồng điện chảy qua đầu ngón tay tôi. Cơ thể Đan không còn vững, cô chóng xoay người, ngã nhào vòng tay tôi đang dang rộng rồi khụy gối. Đan đón ngày mới bằng cơn lã chã cố che giấu tất cả ngày qua ngày. Chiếc mặt mạ rơi, Đan không kiểm soát được cảm xúc chính mình. Ngoài những lớp sau đợi học thể dục muộn hơn, còn lại tất cả đều trên lớp ôn bài cũ; tôi và Đan lạc lõng, tách biệt với không khí huyên náo tuổi học trò. Mắt Đan đỏ hoe, cô nấc nghẹn. Tôi vỗ vỗ vào lưng Đan ươn ướt. Ít lâu, tôi gỡ tay Đan, đẩy vai cô; hai mắt chúng tôi chạm nhau. Tôi chìa gói khăn giấy. Đan vẫn còn ngân ngấn nước. "Ngoan nào," – tôi nhỏ nhẹ đề nghị, "để Di chở che Đan nhé!". Đan òa khóc. Những cặp mắt háu tin ở lớp chúng tôi đồng ra lan can quan sát. Đâu đó có tiếng vỗ tay…

Hòa hẹn tôi ra bãi sau ngày cuối của đợt kiểm tra sắp tới. Tôi và Đan dự định đi dạo dạo ăn chút quà vặt khi hết tiết thứ ba vào cuối tuần, nhưng tôi dời lại sang tuần sau, Đan biết tôi thân với Hòa nên em không rề rà chuyện chúng tôi gặp nhau thay vì tôi đi chơi với em.

Hòa đấm tôi một cái rõ mạnh. Hắn nhắm thẳng má tôi. Cú đấm đột ngột tôi không kịp trở tay, ngã người ra sau tấp lự. Hắn xô tôi xuống khi tôi cố chống tay tạo lực đứng dậy.

"Mày chơi đùa trên tình cảm của Đan, đúng không? Mày định vờn Đan đến bao giờ?" – hắn giận dữ, nắm cổ áo tôi buông lời đắng nghét; chưa bao giờ hắn nói với tôi như thế trong suốt hai năm qua.

"Tao yêu Đan thật!".

"Mày đừng dối tao. Mày chỉ thương hại Đan, muốn Đan đừng nghĩ nhiều. Người mày yêu phải là Lam. Tụi bây có móc nối với nhau đúng không?!" – hắn gằn giọng, lớn tiếng. Nó đá mấy viên sỏi lăn long lóc.

"Mày đừng đụng đến Lam. Lam không dính dáng gì trong chuyện này!".

"À à, tốt tốt. Mày quân tử lắm" – dứt lời, Hòa dồn hết lực vào mũi giày toan đá tôi. Tôi duỗi mình, nghiêng người né đòn, cong hai cánh tay bật dậy. Tôi lấy lại thế, đạp lên cẳng hắn la oai oái. Tôi bỏ đi…

Tôi nôn thốc nôn tháo, nôn thốc nôn tháo. Hòa nện tôi một trận bầm dập tống sự chết tôi ra ngoài. Tôi lê lết ngồi bệt trên lề đường đêm đã khuya. Hòa gục đầu. Lằn ranh tội lỗi, cứu vớt đặt nó chênh vênh vực thẳm. "Hôm đó Đan thấy hai đứa đánh nhau" – Hòa sụt sịt kể, "khi tao bị mày đạp lên ống chân. Tao phát hiện Đan đang chăm chú nhìn hai đứa. Nhác thấy tao, Đan chạy, hình như Đan khóc, tao thấy Đan đưa tay che miệng…"

Những bông hoa trên sân thượng nhà tôi rạp người sau trận mưa lớn. Tiếng chuông điện thoại giục giã thúc tôi tò mò. Nhiều tin nhắn được gửi đến. Lam gọi, báo Đan mất khuya qua, uống thuốc diệt cỏ. Lan thông tin thêm đừng qua lúc này, gia đình không cho người ngoài đến vì mùi thuốc còn rất nồng.

Lam hẹn tôi ra quán, tối Chủ nhật, thất đầu của Đan. Chiếc túi giấy nằm chếch một bên phía tay trái, Lam nhấc lên đưa tôi. Cầm nặng tay, vài cuốn sách quen thuộc Đan mượn tôi mấy tháng trước, kèm một gói nhỏ vuông vức:

"Đan nhờ Lam gửi Di mấy cuốn sách mà Lam đã mượn, Lam chuyển lời xin lỗi vì giữ nó hơi lâu. Còn gói kia là quà sinh nhật sớm của Di, Đan tặng".

Hai đứa tôi không nói. Nhìn nhau lặng lẽ quay đi, buông tiếng thở dài…

Ôm chầm lấy tôi, Lam nghèn nghẹn:

"Đan đã mất rồi, anh đừng tự hành xác mình mỗi năm nữa… Em đã biết tất cả rồi…"

Tôi đèo Lam dạo phố tìm kiếm vài loại cây cảnh bày biện. Trước hôm Đan mất, hoa trên sân thượng nhà tôi rũ mình theo trận bão đột ngột. Đêm, tôi đội tạm chiếc nón lá, cầm dù chạy nhanh ra ngoài và cố ôm thật nhiều chậu cây mang vào tận phòng ngủ chờ mưa tan. Trong ánh sáng bóng đèn le lói đang chống đỡ màn nước dày đặc bắn vào mắt tôi cay cay, tôi đảo mắt, nhấc chậu tùng nhỏ Đan tặng kỷ niệm ngày chúng tôi quen nhau đem vào phòng trước nhất. Đan tự tay làm thiệp, đính thêm vài chiếc lá, nắn nót dòng chữ mong tôi sẽ mãi mạnh mẽ – kiên cường – ngạo nghễ như dáng đứng cây tùng dù cuộc sống phía trước khó khăn thế nào; cuối thiệp, Đan dùng cây viết ngòi mảnh, ghi thêm một dòng: "Mạnh nhẽ – Kiên cường – Ngạo nghễ để bảo vệ Đan, nhé!". Tôi cay cay sống mũi; tình cảm Đan dành cho tôi vẫn vẹn nguyên; chỉ có điều, tôi không còn cảm xúc với Đan nữa…

Buổi sáng nhận tin Đan mất, trời không gợn chút nắng, chỉ có không khí se se lạnh của dư âm cơn bão. Tôi cúi người nhặt từng bông hoa sũng nước, thêm vài hôm nữa thôi, chúng sẽ điểm tô góc nhỏ này bớt khoảng thâm u trong tâm hồn kẻ nhìn ngắm. Tôi chẳng buồn mua thêm chậu hoa nào bù đắp từ đó…

Lam khệ nệ ôm chậu cây chìa trước tôi ngỏ ý tặng. Em bảo đây là cây hỏa châu. Hoa không hương thơm, mọc ở đầu cành, nở bung tròn xoe như trái hỏa châu. Cây hỏa châu mau nở, chóng tàn; sự tái sinh luôn được tiếp diễn không bao giờ nghỉ. Hoa hỏa châu không kiêu hãnh, chúng mảnh và chịu sự chi phối của gió; hoa đong đưa vô tư lự, khi hơi cúi xuống như chực rơi khỏi cành. Nhưng bao giờ, trong tâm thức của hoa, chúng không bao giờ có sự chết đi, chúng tin rằng chúng sẽ trở lại ngày không xa…

Tôi nhoẻn miệng đón món quà của Lam thay lời mừng tôi ra viện.

Góc nhỏ tôi vun vén bấy lâu phút chốc tươi xanh. Ngoài tưới tiêu, tôi dành cho mình thêm ít thời gian tận hưởng chút chững lại giữa nhịp sống bộn bề. Tôi nhìn cây hỏa châu lấp lánh tình cảm Lam dành cho tôi. Mỗi ngày ngắm những bông hoa cúi đầu dưới mặt trời, có hoa rêm mình dưới sức gió; tôi biết còn Lam mãi dõi theo hành trình mình đâu đấy từ xa, hay bên cạnh…

Vy Thượng Ngã (Nguyễn Vỹ)

HƯỚNG DƯƠNG TOURNESOL

TỊNH NHIÊN

Nhật Quang dừng xe trước phòng tranh sơn dầu Art Thăng Long Gallery Nha Trang. Cuối cùng thì anh cũng đã đến nơi. Cửa hàng vắng quá, có lẽ anh là người khách duy nhất đến đây có ý định mua tranh ư? Chẳng là, hai ngày nữa là sinh nhật của Uyển Thư vợ anh, do cô ấy rất thích mỹ thuật cho nên anh muốn dành tặng cho cô ấy một bất ngờ nho nhỏ.

Bà chủ phòng tranh đon đả chạy ra đón anh. Nhật Quang thầm lặng quan sát người phụ nữ đã vào tuổi tứ tuần này. Trông bà vẫn còn đẹp lắm, tuy vóc dáng hơi sồ sề chắc do lớn tuổi sau khi mỉm cười lịch sự đáp lại. Bà vận một chiếc váy màu đen trễ cổ và cổ đeo một dây chuyền hạt đá topaz to tướng. Tóc uốn xoăn dài nhuộm hạt dẻ và có trang điểm cầu kỳ. Bà cất lời:

- Chào anh, anh cần gì?

- Dạ thưa cô, tôi muốn mua một bức tranh sơn dầu.

Bà chủ cửa hàng mặt mày vui vẻ và khoác tay vào những dãy tranh sơn dầu la liệt treo trên tường, để ở dưới đất hai bên phòng tranh từ trái qua phải và kéo dài vào tận phía sau trong gian nhà, rồi trả lời anh:

- Tuyệt quá, vậy thì có đây, ở đây có nhiều tranh vẽ tay chất liệu sơn dầu, anh cứ thoải mái chọn lựa.

Nhật Quang quan sát tấm bảng hiệu của phòng tranh rồi hỏi:

- Ồ, cô còn bán cả tranh in 3D sơn dầu, tranh in trên giấy nhận vẽ tranh theo yêu cầu, nhận in trên áo, trên vải, viết chữ thư pháp nữa cơ à? Cô giỏi thật đấy!

Bà chủ phòng tranh mỉm cười tế nhị. Bà thôi đứng trông anh như hồi nãy mà ngồi xuống chiếc ghế bên trái căn phòng và đang uống một ly trà gì đấy màu đỏ. Có lẽ là trà nho chăng? Mùi hương trà thơm phức tỏa ra khắp căn phòng khiến cho Nhật Quang cảm thấy dễ chịu. Đồng thời xung quanh phòng tranh bốc thêm một mùi thơm thảo mộc, có lẽ bà đã tinh ý đốt đèn tinh dầu thảo mộc xông hơi cho phòng tranh.

Nhật Quang không chủ ý biết phòng tranh này mà do Tử Lê giới thiệu cho anh. Có một vài lần sau khi đi café sáng, Tử Lê có cho anh biết phòng tranh này bà mở khá lâu ở 103 Phan Bội Châu, Nha Trang. Tử Lê nói tranh sơn dầu ở đây đa phần là tranh sáng tác và không phải là tranh chép trôi nổi phiêu dạt hoặc làm giả thủ công như một số phòng tranh khác hiện thời nên bảo Nhật Quang cứ yên tâm mà đến mua nếu có dịp. Do nhà của Nhật Quang ở đường Trần Phú cho nên Tử Lê nghĩ anh không biết rõ chỗ này lắm cho nên tận tình vẽ cả sơ đồ nếu như Quang muốn đến đường Phan Bội Châu thì đi đường nào cho tiện.

Nhật Quang phì cười:

- Cậu khéo đùa! Làm như tớ ở Sài Gòn mà không biết đường Phan Bội Châu!

Tử Lê đang hí hoáy vẽ sơ đồ đường đi thì ngẩng lên nhìn bạn và cũng cười phá lên trêu bạn:

- À, đúng nhỉ! Nhưng cậu cứ đến phòng tranh đấy đi! Có lẽ cậu sẽ tìm thấy một vài điều thú vị ở chỗ đấy đấy. Lúc trước phòng tranh có tên là Tournesol nghĩa là Hướng Dương, nhưng hai năm trở lại đây, bà chủ đổi tên thành Art Thăng Long Gallery Nha Trang, chẳng biết vì sao.

- Tên của bà ấy là Hướng Dương à?

- Đúng vậy.

Nhật Quang lặng lẽ đi khắp phòng tranh và quan sát những bức tranh yên lặng không lời để tìm thấy bức tranh ưng ý mình muốn mua.

Đúng như lời Tử Lê giới thiệu, chủng loại tranh sơn dầu ở đây phong phú quá. Không những bà Hướng Dương bán tranh sơn dầu không thôi, bà còn bán tranh in kẽm Đức trông rất đẹp. Bộ tranh in kẽm ấy gồm ba bộ nhỏ đi liền nhau, đóng khung gỗ nâu mảnh hai phân, khung size 30cmx80cm, nội dung mô tả vẻ đẹp hoa hồng Đức trông rất lịch lãm và tinh tế. Bên cạnh bộ tranh hoa hồng Đức khả ái này, có một số tranh sơn dầu treo trên tường cao gần đấy cũng rất đẹp. Khung tranh size 60cmx80cm mô tả một thiếu nữ chèo thuyền ra giữa sông đêm khuya vớt trăng lên, diễn tả bằng sơn dầu trắng đen trông rất huyền ảo. Còn những bức tranh khác, mỗi tranh một vẻ, nhưng đa phần, đều được lưu giữ rất cẩn thận và không bị mối mọt, hư gãy. Anh mỉm cười và tiếp tục lựa tranh, nhiều tranh quá và tranh nào cũng đẹp khiến anh có phần bối rối. Nếu như có Uyển Thư ở đây, cô sẽ thích tranh nào nhỉ? Bức tranh có hình phượng vỹ đỏ chói trên sân trường này hay là bức tranh vẽ Đức Phật đang ngồi thiền tĩnh lặng, khuôn mặt chói bừng ánh sáng giác ngộ? Ồ, còn có cả tranh vẽ tháp Bayon 4 mặt ở Campuchia thật độc đáo và bí ẩn, tranh vẽ bọ dừa đỏ trên lá xanh bằng chất liệu cũng rất riêng…

Bỗng dưng, anh thấy một bức tranh được treo riêng ở góc phòng, mà hầu như anh không để ý. Khổ tranh là size 100cmx200cm. Cách đóng khung tranh cũng khác biệt cho nên anh cũng lưu tâm. Bức tranh ấy vẽ một chân dung một người thiếu nữ khỏa thân quay lưng lại phía sau, khuôn mặt đang nhìn về hướng cửa sổ và ánh nắng chiếu khắp người cô. Phần dưới của cô được phủ bằng một tấm vải trắng và trên bề mặt vải vương vãi những cánh hoa hướng dương. Khuôn mặt của người thiếu nữ ấy sao quen quá, hình như anh thấy ở đâu, tầm khoảng mười tám, mười chín tuổi thì phải, trông rất dễ thương và đặc biệt là đôi mắt màu nâu trà trông gợi nét buồn thương luyến nhớ một điều gì đấy. Cách họa sĩ vẽ bức tranh này tuyệt vời quá, ánh nắng rớt xuống cơ thể thiếu nữ và tả khối cho thiếu nữ luôn khiến cho anh cảm thấy tâm phục khẩu phục cách xử lý tinh tế ánh sáng trong bức tranh này. Tài tình thật!

Nhật Quang cảm thấy ưng ý quá, càng ngắm bức tranh càng thấy yêu thích vô cùng. Bỗng dưng khuôn mặt thiếu nữ trở nên sống động, có lẽ anh hoa mắt chăng, nhìn kỹ lại thì thấy khung cảnh lại trở lại bình thường và anh quyết định hỏi bà Hướng Dương:

- Cô ơi, bức tranh này bao nhiêu thế ạ? Tôi muốn mua bức tranh này?

- Tournesol đấy à? – Bà Hướng Dương ngoảnh lại và nhìn vào chỗ ngón tay anh chỉ – Bức đấy không bán!

Ngạc nhiên quá, anh vội hỏi tiếp:

- Tại sao vậy ạ? Tôi muốn mua bức tranh đấy, bao nhiêu tôi cũng mua!

Bà Hướng Dương ngẩng mặt lên nhìn anh. Bỗng dưng anh thấy đôi mắt của thiếu nữ trong tranh giống đôi mắt của bà quá, cũng màu nâu trà và khuôn miệng hình trái tim y chang như trong tranh. Chỉ có điều bà là phiên bản già hơn rất nhiều so với thiếu nữ ấy. Hay là thiếu nữ trong tranh ấy, chính là con gái của bà làm mẫu chăng? Mà tại sao, bà lại không bán? Có sự tình kỳ bí gì uẩn khuất trong bức tranh này chăng? Máu tò mò nổi lên khiến anh bướng bỉnh hỏi tiếp khi bà Hướng Dương không trả lời:

- Bà ơi, tôi nói thật đấy, tôi muốn mua Tournesol! Giá bao nhiêu ạ?

- Buồn cười cái anh này nhỉ! Tôi đã nói không bán là không bán! Đầy tranh ra đấy trong phòng, anh cứ lựa bức khác ưng ý mà mua.

Nhật Quang có phần hơi khó chịu. Không hiểu tại sao bà ấy cứ cố chấp không chịu bán bức tranh nhỉ. Đúng là phòng có nhiều tranh thật, nhưng anh chỉ có cảm tình với bức tranh sống động này và không muốn mua bức tranh khác.

Nhưng do thái độ của bà Hướng Dương có phần quyết đoán nên anh cũng e ngại và tôn trọng bà ta. Anh lịch sự cảm ơn bà và bảo rằng bây giờ có việc gấp, khoảng chiều mai anh sẽ quay lại, hy vọng bà sẽ đổi ý.

Nhật Quang cứ nghĩ bà sẽ trả lời anh, hay nói một câu gì đấy. Nhưng không. Bà vẫn im lặng ngồi trên ghế, đôi mắt màu nâu trà nhìn đăm đắm trong hư không như thể đang mông lung suy nghĩ gì đấy.

"Thật kỳ quái!" - Nhật Quang nghĩ thầm trong bụng và anh rảo bước đi vội ra khỏi phòng tranh, lái ô tô đi về.

Tử Lê mỉm cười khi nghe Nhật Quang kể chuyện. Chiều hôm

ấy, do đi công chuyện, sẵn anh có ý muốn thăm Nhật Quang cho nên tạt qua nhà bạn. Nhật Quang vội kể lại câu chuyện buổi sáng viếng thăm phòng tranh và kể cả câu chuyện về bức tranh Tournesol anh muốn mua mà bà Hướng Dương không bán:

- Có lẽ bức tranh ấy vẽ con gái bà ta nên bà ấy không bán chăng? Tớ thấy đôi mắt của thiếu nữ trong tranh giống y hệt đôi mắt bà ta. Màu nâu trà.

- Không, Nhật Quang, cậu nhầm rồi. Đấy là bà ta. – Tử Lê mỉm cười trả lời bạn sau khi nhấm nháp ly cà phê sữa Uyển Thư đem ra mời anh.

Uyển Thư khéo léo đi xuống phòng bếp để hai người nói chuyện riêng với nhau sau khi đem cà phê và bánh ngọt lên cho hai người dùng.

Nhật Quang sửng sốt hỏi:

- Cái gì cơ? Bà ấy già rồi cơ mà? Đúng là đôi mắt và khuôn miệng giống, nhưng tớ áng chừng bà ấy khoảng bốn mươi mấy, còn thiếu nữ trong tranh chỉ có 18 hay 19 tuổi thôi.

- Điều này tớ biết được do thầy của tớ là thầy Đồng Minh, lúc trước là giảng viên dạy mỹ thuật ở Cao đẳng Văn hóa Nghệ thuật Nha Trang, cũng là bạn thân của bà ta, kể cho tớ nghe. Đấy chính là lý do vì sao tớ bảo cậu nên đến đấy, cái tên cũ của phòng tranh ấy, cậu còn nhớ chứ, cũng là Tournesol (Hướng Dương). Bức tranh cũng là Tournesol và tên bà ta cũng là Hướng Dương.

Sau khi nghe Tử Lê trả lời, Nhật Quang chạy đến vặn nhỏ volume của chiếc máy hát đĩa đang chạy bản Mozart Complete Piano Sonatas được chơi bởi Klara Wurtz lại để nghe giọng của Tử Lê cho rõ vì bản tính của Tử Lê vốn hay thầm thì khi nói chuyện.

- Thật kỳ lạ nhỉ! Cuối cùng thì bà ta vẫn không bán bức tranh, thì sao nào?

Tử Lê nhìn bạn, lâu lắm anh mới thấy người bạn thân của anh có niềm say mê điều gì đấy ngoài công việc của mình trên công sở. Nhật Quang cũng học Mỹ thuật Gia Định như anh, nhưng không may mắn cho nên không kiếm được việc làm. Vì cần tiền để trang trải cho gia đình, cho nên Nhật Quang nhận lời làm một chân quản lý ở cửa hàng bán bánh Pizza Hut. Nhưng do bản tính của anh vẫn còn mê nghệ thuật và tính cách của anh cũng nghệ sĩ, cho nên anh chọn người yêu của anh là Uyển Thư lại là họa sĩ vẽ tranh sơn dầu chuyên nghiệp. Cũng chính vì thế, khi biết Nhật Quang tìm chỗ mua tranh sơn dầu cho Uyển Thư nhân ngày sinh nhật, Tử Lê đã giới thiệu phòng tranh chỗ bà Hướng Dương.

Tử Lê cất tiếng sau một hồi im lặng:

- Có vài điều cậu phải hiểu tâm lý phụ nữ, Nhật Quang. Cậu biết đấy, phụ nữ không giống như chúng ta. Bản năng chúng ta là phái mạnh, chúng ta phải mạnh mẽ mới có thể bảo vệ gia đình. Nhưng phụ nữ thì khác, họ hay thích lưu giữ kỷ niệm hay cảm xúc gì đấy quan trọng đối với họ. Còn chúng ta thì ngược lại, có những thứ chúng ta không xem là quan trọng thì lại đặc biệt đối với họ, cậu hiểu chứ?

Nhật Quang đã không trở lại phòng tranh ngay chiều mai như đã hứa. Bản tính thẳng thắn không thích sự vòng vo của anh khiến anh cảm thấy bực mình khi bà Hướng Dương từ chối bán bức tranh Tournesol hấp dẫn đấy cho anh. Uyển Thư ngạc nhiên mãi khi nghe chuyện và cũng tò mò khôn xiết, cô buột miệng hỏi Nhật Quang:

- Anh nói cho em nghe xem nào, bức tranh nào mà quan trọng thế?

Nhật Quang mỉm cười và trả lời Uyển Thư bằng cách ôm lấy cô và hôn vào mắt cô một cái thật sâu. Sau đấy, anh luồn tay vào mái tóc đen dài óng ả của cô và trả lời âu yếm:

- Sắp tới là sinh nhật của em, anh muốn tặng cho em một bất ngờ!

Uyển Thư nũng nịu, đôi môi của cô tô màu son đỏ mọng màu mận chín trông rất gợi cảm. Cô cảm thấy rất vui mừng khi Nhật Quang nhớ tới sinh nhật của cô ngày 20/04 tới đây và còn định tặng cho cô một bức tranh nữa cơ. Nhưng Uyển Thư tò mò quá thể khi nghe Tử Lê và Nhật Quang nói bà Hướng Dương quyết định không bán bức tranh.

Cô vòng tay ôm lấy anh và dí môi vào má anh rồi hỏi:

- Anh này, có khi nào, có điều gì bí mật với bức tranh ấy, hay là đừng mua nữa! Em xin anh đấy! Anh khỏi phải tặng gì cho em! Chỉ cần anh yêu thương em thế này là em hạnh phúc rồi!

Nhật Quang mỉm cười. Nhưng trong tâm trí của anh thầm suy

nghĩ không bao giờ anh bỏ cuộc. Nhất định, anh phải mua cho được bức tranh ấy.

Một tuần sau, Nhật Quang trở lại phòng tranh. Bà Hướng Dương mỉm cười chào anh như thường lệ. Phong thái của bà ta vẫn ung dung và ngồi phía sau bàn làm việc kê ở góc phòng, cạnh bức tranh Tournesol. Thiếu nữ có đôi mắt màu nâu trà của anh, hay nói đúng hơn là chân dung của bà ta hồi còn trẻ, như lời Tử Lê nói vẫn đang sống động như thật trên tường. Đôi mắt huyền ảo ấy vẫn bùi ngùi vẻ nhớ thương rất riêng.

- Dạ thưa bà, tôi muốn hỏi mua bức tranh này. Nhưng nghe đâu, bạn tôi nói bức tranh này là chân dung của bà hồi trẻ, cho nên bà không muốn bán, có phải chăng? – Nhật Quang hỏi bà Hướng Dương một cách lịch sự.

Bà Hướng Dương giật mình, bà vội nhỏm người dậy và đáp:

- Cậu nghe ở đâu thế? Ai nói thế? Sao cậu biết?...

- Thầy Đồng Minh là bạn của bạn tôi. Bà có biết thầy Đồng Minh chứ?

Đôi mắt nâu trà lơ đãng của bà ta bỗng linh hoạt hẳn lên. Trong ánh mắt pha lẫn một sự căm ghét kỳ dị nếu như Nhật Quang không lầm. Sao kỳ lạ quá, anh cảm thấy tình huống này thật không bình thường. Tại sao bà Hướng Dương phản ứng như thế cơ chứ?

Bà Hướng Dương hôm nay diện một chiếc váy đuôi cá màu đỏ bordeaux rất đẹp và bà đeo khuyên tai bằng đồng to tròn có hột chảy xuống hai vai trông rất hợp mốt. Ấy thế nhưng, trái lại với vẻ tươi xinh rạng rỡ của trang phục bà diện, bà giận dữ hỏi Nhật Quang:

- Ông Đồng Minh còn sống à?

Nhật Quang trả lời:

- Vâng, tất nhiên. Tại sao bà lại phản ứng như thế?

- Câu chuyện dài lắm, cậu không hiểu đâu. Mà tốt nhất đừng biết làm gì.

Tử Lê trả lời thắc mắc ấy cho Nhật Quang ngay buổi sáng hôm sau. Lúc đầu, Tử Lê còn trêu bạn vẫn không mua được tranh à. Nhưng khi nghe bà Hướng Dương trả lời như vậy, Tử Lê trầm ngâm rồi nói với Nhật Quang:

– Cậu biết không, bà ấy giận dữ là đúng thôi. Vì thầy Đồng Minh ngày trẻ có dính líu một tình sử với gia đình của bà ấy. Nghe đâu thầy yêu em gái song sinh của bà đấy. Chà, cô ấy giống bà ấy như đúc, kể cả đôi mắt màu nâu trà. Cô ấy tên gì nhỉ, hình như là Diệu Huyền, đúng rồi. Ba của Diệu Huyền và Hướng Dương ngày xưa là thầy Khiết Minh – chủ phòng tranh, từ hồi thành lập năm 1967 với cái tên Tournesol và chính ông cũng là sư phụ dạy cho thầy Đồng Minh tranh sơn dầu đấy. Bây giờ ông qua đời rồi.

Nhật Quang ngạc nhiên quá. Vậy hóa ra bức tranh đấy vẽ Diệu Huyền chứ không phải Hướng Dương sao? Bà còn có người em gái song sinh sao? Vậy cô ấy đâu rồi?

Thấy Nhật Quang suy nghĩ và sau đấy hỏi ngay những câu hỏi hiện ra trong tâm trí anh, Tử Lê mỉm cười giải thích dịu dàng:

– Không, bức đấy vẽ Hướng Dương thật. Ngày trẻ, khi còn sống, thầy Khiết Minh hay bảo Diệu Huyền làm người mẫu vẽ cho ông, vì khi ấy Hướng Dương đang bận học đại học trong Sài Gòn. Sau này, khi thầy Đồng Minh chia tay Diệu Huyền, cô ấy vì yêu thương thầy ấy quá nên cuồng ghen rồi tự tử chết. Gia đình không cứu kịp cho nên thầy Khiết Minh rất đau khổ. Ông mới quyết định vẽ một bức tranh để tưởng niệm cô con gái thân yêu và Hướng Dương đã thay thế Diệu Huyền làm mẫu bức tranh ấy vì vẻ ngoài giống hệt như đúc. Cậu hiểu chứ?

– Tớ không ngờ câu chuyện lâm ly bi đát như vậy. Thảo nào khi nghe tớ nhắc tên thầy Đồng Minh, ánh mắt bà ấy dữ tợn hẳn. Mà sao cậu biết việc ấy?

– Ngày xưa tớ học vẽ với thầy Đồng Minh. Ông cũng già rồi, lẩm cẩm hẳn, hay uống rượu khi buồn và say rồi thì hồi ức xưa trở lại. Ông có kể cho tớ nghe mỗi lần ký ức dằn vặt ông về cái chết của Diệu Huyền. Ông lấy vợ cũng không hạnh phúc và hai người thường cãi vã nhau vì những chuyện trái khoáy. Có lần ông nói với tớ là ước gì ông chưa bao giờ bỏ Diệu Huyền.

Không thấy anh chàng ấy quay trở lại nữa, Hướng Dương thở phào nhẹ nhõm. Cuối cùng thì, bà cũng có thể cho quá khứ một con đường khác để đừng quay lại khuấy động sự bình yên của bà.

Bà nhìn bức tranh Tournesol lại lần nữa. Vẻ thanh xuân, khi bà còn trẻ. Ba của bà đã vẽ chân dung này cho bà sau cái chết của Diệu

Huyền, một sự kiện trọng đại mà có lẽ không bao giờ những thành viên trong gia đình của bà quên được. Có lẽ Đồng Minh đã nghĩ anh ta đúng với quyết định của anh ấy khi rời bỏ Diệu Huyền mà không cần biết rằng Diệu Huyền vốn dĩ rất yếu đuối, bao giờ cũng cần sự bảo bọc chở che. Bà từng không tha thứ cho Đồng Minh, dù Đồng Minh là bạn thân của bà cho nên đã bao nhiêu năm rồi bà không liên lạc.

Chỉ có điều anh chàng mua tranh ấy không thể hiểu. Người đầu tiên Đồng Minh yêu không phải là Diệu Huyền, mà chính là bà. Cảm giác căm hận lại nổi dậy như ba đào trong tâm hồn bà khi nhớ lại chuyện cũ.

Ngày đấy, khi còn là cậu học sinh của ba bà ở phòng tranh, còn bà thì ở Sài Gòn về thăm nhà, sau khi Đồng Minh gặp gỡ bà lần đầu tiên đã rung động trước vẻ đẹp của bà và bí mật gửi thư tỏ tình. Trái lại với sự mong chờ của Đồng Minh, bà từ chối một cách lạnh lùng. Hướng Dương cứ nghĩ mọi việc sẽ kết thúc không ngờ Đồng Minh lại oái oăm tán tỉnh Diệu Huyền sau lưng bà. Khi biết chuyện, bà chính là người can ngăn Đồng Minh và Diệu Huyền đến với nhau, nhưng Diệu Huyền ngây thơ và non trẻ quá, ngày ấy đứa em gái bé bỏng của bà đã nói trong làn nước mắt:

– Chị Hướng Dương, chị ác lắm! Chị không thể hiểu em đâu! Chị không yêu anh Minh nhưng em thì yêu ảnh thật lòng!...

Nước mắt của Diệu Huyền rơi xuống khiến tâm can của Hướng Dương khựng lại. Bà không ngờ mọi việc lại xảy ra phức tạp như thế này còn thầy Khiết Minh – ba của bà thì khuyên bà thôi cứ để chúng nó tính sao thì tính, ý trời không ai cản được.

Dẫu biết thế, nhưng không hiểu sao, bà cứ có một linh tính sâu xa từ dạo ấy là sẽ không có gì tốt đẹp xảy đến với Diệu Huyền. Bản tính cẩn thận và lo xa cứ dằn vặt và day dứt khiến cho bà đau đớn không cùng.

Cuối cùng thì Đồng Minh cũng chia tay Diệu Huyền sau hai năm quen nhau và gặp riêng Hướng Dương nói rằng anh không thể quên bà sau ngần ấy năm, những gì liên kết với Diệu Huyền đều khiến anh tơ tưởng đến bà... Cảm giác thù hận trỗi dậy khi nhớ đến những chi tiết đấy, khiến cho hai hàng nước mắt của bà rơi lã chã. Diệu Huyền khi biết được tin ấy, đã chao đảo vô cùng và cô tự sát liền tối hôm đấy.

Giữa thế sự rối bời ấy, bà Hướng Dương đã không thể làm được gì. Khi bà bắt gặp ánh mắt vô hồn của ông Khiết Minh, cứ ngồi trong phòng một mình, để ngắm di ảnh của Diệu Huyền, bà đã tiến đến gần ông và nói:

- Thưa ba, ba có thể lấy con làm mẫu để vẽ bức tranh sơn dầu cho hương hồn Diệu Huyền đỡ xót xa. Con nghĩ ở trên cao, em vẫn cảm nhận được tình yêu thương và tiếc nuối của chúng ta. Con giống Diệu Huyền, nên con muốn ba vẽ cho Diệu Huyền chủ đề về hoa hướng dương.

Thầy Khiết Minh quay lại nhìn cô con gái Hướng Dương song sinh với Diệu Huyền quá cố của mình. Cô đang đứng ngược nắng, những ánh nắng trong cửa sổ phả vào khuôn mặt cô tạo thành những khối ánh sáng rất đẹp. Ánh mắt màu nâu trà u huyền day dứt và đầy nỗi thống khổ ấy đã khiến cho ông không thể nào quên khoảnh khắc đau lòng ấy. Đúng rồi, Hướng Dương nói đúng, ông sẽ vẽ cho Diệu Huyền một bức tranh. Đặt tên là gì nhỉ?

Ông đứng dậy đi chuẩn bị canvas và cọ vẽ.

"Tournesol. Hướng Dương".

Thầy Khiết Minh tự trả lời với chính lòng mình. Ánh nắng vẫn chiếu qua cửa sổ và phủ đầy thân thể Hướng Dương.

17/04/2018

Tịnh Nhiên

xưa đám cưới chuột rình rang
ngựa võng kiệu thật đàng
kèn trống thị uy qua nhà
bác mèo hiền triết vị tha
ông bà ta giàu trái tim
đậm đà xuân tết
lim dim vách nhà

truyện ngắn

NGƯỜI MẸ

VŨ QUỲNH

- Số 11.

Giọng nói lạnh lẽo, không mang một chút cảm xúc nào vang lên, rít như tiếng còi tàu chạy đâm xuyên vào hành lang dưới ánh điện vàng mờ ảm đạm. Ngay sau đó tấm màn bằng vải màu xanh được vén lên. Một cái đầu phụ nữ trung niên thò ra ngó nghiêng hai bên. Đôi mày rậm xô lại với nhau ở giữa trán, giọng nói nghe có vẻ đã trở nên bực bội.

- Số 11 đâu? Ai là số 11?

Một dãy dài hình người khẽ rục rịch như vừa chợt cựa mình sau một giấc ngủ dài. Có tiếng ho khục khặc. Nàng giật mình vội vã mở lòng bàn tay gỡ mảnh giấy đã bị nàng vò lại nhăn nhúm. Tờ giấy đã mềm nhũn và âm ẩm. Hai bàn tay ướt đẫm mồ hôi.

- 13

Nàng lẩm nhẩm. Chưa tới lượt nàng.

Nàng thở hắt ra như vừa trút đi một gánh nặng nhưng tim thì vẫn đập thình thịch. Nàng lại cố gắng hít vào một hơi thật sâu, bắt chước cái cách người ta tập thiền hy vọng có thể tĩnh tâm hơn một chút. Nhưng chả ích gì. Có những việc không phải lúc nào trí não cũng giải quyết được. Sợ hãi, lo lắng, đau đớn, hối hận, hoang mang và một trăm ngàn thứ cảm xúc nhào lộn trong lồng ngực nàng mà nàng chẳng thể gọi ra một cái tên. Nàng cứ loay hoay đến rã rời. Nàng tưởng như linh hồn mình đã bị rút ra, bỏ vào một chiếc lọ thủy tinh trong suốt và đóng chặt nắp lại. Nó giãy giụa, cào cấu. Nó tì cả gương mặt chưa rõ hình hài lên cạnh bình mà đập. Nàng thấy rõ. Nhưng nàng lờ đi. Tiếng gào thét của nó vẫn cứ ong ong tận trong não nàng.

Chiếc ghế nàng ngồi khẽ rung lên, kêu kẹt một tiếng vì vừa giảm đi được một sức nặng đáng kể. Nàng ngẩng lên. Đôi trai gái ngồi phía bên phải nàng đã rời đến phía trước căn phòng có cửa là những tấm vải màu xanh buông thõng, phía trên có gắn chiếc bảng chữ nhật nền xanh dương chữ trắng: Phòng thủ thuật.

Tay của cô gái ôm chặt lấy tay của cậu con trai không chịu buông, gương mặt như sắp khóc. Cậu con trai vừa gỡ tay cô ra vừa vỗ về. Nàng nghe rõ cậu con trai nói với cô gái.

- Không sao đâu. Một tí là xong ngay ấy mà. Giống như con kiến cắn thôi.

Hai người cứ kéo qua kéo lại ở cửa tới tận khi người phụ nữ trung niên ló đầu ra quát.

- Nhanh nhanh lên, có thấy bao nhiêu người đang chờ không.

Lúc đấy hai người mới chịu rời nhau ra. Cô gái quay lưng bước vào trong. Cậu con trai thở dài đánh thượt một cái quay trở lại chỗ ngồi, vội vàng rút chiếc điên thoại trong túi ra chơi tiếp ván game còn dang dở.

Hai người họ khoảng chừng mười tám, đôi mươi.

Chứng kiến cảnh ấy xong nàng bỗng thấy buồn bã quá. Cái nỗi buồn kỳ lạ mà nàng không biết phải xử dụng từ ngữ nào để miêu tả nên nàng cứ gọi bằng một từ chung chung là "buồn" thôi. Cái buồn của riêng lúc này và của riêng nàng. Rồi nàng chợt nghĩ ra một điều gì đó. Nàng nhìn sang bên trái. Gã cũng đang nhìn chăm chú vào căn phòng có cửa bằng vải xanh – căn phòng mà ở đây ai cũng cố gắng không gọi tên dù tên của nó chỉ có vẻn vẹn ba từ. Ánh mắt hai người chạm nhau trong chốc lát rồi rời đi. Hình như gã đang lúng túng. Hai môi gã run run. Nàng nhìn vào đó thật chăm chú và chờ đợi. Gã muốn nói gì với nàng?

- Không sao đâu. Chỉ như kiến cắn thôi.

Gã có định nói như thế chăng? Nàng thấy mình vừa mong đợi, cũng vừa lo sợ những lời sẽ phát ra từ gã.

Nàng còn nhớ như in lời gã nói trong suốt những ngày vừa qua.

– Anh không muốn con mình sau này cũng khổ như mình. Em có muốn con phải chui rúc trong cái nhà trọ tồi tàn, ăn cái bữa cơm như này không? Nghe anh, phải tập trung vào kinh tế trước đã.

Nàng chỉ cúi mặt, chọc chọc cái đũa xuống chén cơm. Nàng biết nói sao lại bây giờ khi mà chính nàng cũng cảm thấy điều gã nói không sai. Nàng nhớ nàng đã đọc ở đâu đó có người con trai muốn kiện cha mẹ mình vì đã tự ý sinh ra anh ta trên đời. Anh ta đã nói thế này "Nhiều người sinh con ra chỉ để thỏa mãn niềm vui và quyền lợi của họ chứ đâu nghĩ tới đứa con. Có ai chắc chắn rằng đứa trẻ yêu cầu được sinh ra trên đời này hay không?". Người ta sinh con ra là bởi họ mong muốn có con đó là điều hiển nhiên. Có người phụ nữ nào lại chẳng mong được trở thành một người mẹ. Nàng cũng là phụ nữ, nàng cũng khát khao. Nhưng nàng tự hỏi đứa trẻ của nàng và gã có thực sự muốn đến thế giới này không? Nó sẽ chấp nhận cuộc sống của nàng? Hay nó sẽ trách nàng sao tự mình quyết định sinh nó ra để thỏa mãn cho mong muốn của bản thân mà chưa được sự đồng ý của nó. Ôi! Giá mà nàng có thể hỏi được ý của nó. Giá mà nó cho nàng một dấu hiệu gì đó, chỉ là một dấu hiệu thật nhỏ nhoi thôi, rằng nó muốn được sinh ra trên thế giới này. Lúc đó nàng sẽ hân hoan biết bao và chẳng còn thấy khổ sở nữa. Nhưng mà nó đến với nàng lặng yên như một điều hiển nhiên. Một buổi sáng nàng thức dậy và nó đã ở đó, trong bụng của nàng.

- Mình sinh con ra phải dành cho nó những điều tốt đẹp nhất…

Gã vẫn kiên nhẫn tiếp tục.

Điều tốt đẹp? Nàng có điều gì tốt đẹp để cho nó? Nàng lung lay rồi còn gã thì vẫn còn quá nhiều lý do để nói. Nhiều tới nỗi nàng còn chẳng phân biệt được cái nào là thật nữa. Nàng thật phục và cũng thật ghê sợ cái sự bình tĩnh và rạch ròi của gã. Sao gã lại có thể lạnh lùng đến thế. Có phải do gã không mang đứa bé trong mình, không chung với nó một khúc ruột nên gã mới có thể dửng dưng như vậy. Gã sẽ chẳng thể nào hiểu được cảm xúc của nàng. Nàng ước gì có một ngày nào đó gã cũng mang trong mình một đứa trẻ. Liệu khi ấy gã có giống như nàng bây giờ.

Nàng gật đầu đồng ý với gã.

Nàng thấy mình cũng thực khốn nạn làm sao. Giá như nàng có thể chết đi, có lẽ nàng sẽ thấy mình tốt hơn gấp nhiều lần.

Bốn giờ chiều ngày hôm nay nàng nhận được tin nhắn của gã.

- Em chuẩn bị đi. Năm giờ anh qua đón.

Nàng nhắn lại:

- Em thấy sợ. Với lo nữa.

- Không sao đâu, mình làm kế hoạch thôi. Nhiều người cũng phải như vậy. Không riêng gì mình đâu.

Gã nhắn lại một tin như thế và nàng nghĩ lẽ ra hắn nên làm một nhà văn thay vì một công nhân xây dựng. "Làm kế hoạch" chao ôi nghe nó mới nhẹ nhàng làm sao. Một từ hay hơ như vậy gã còn nghĩ ra được vậy cớ gì bây giờ gã lại ngồi lặng im như thế.

Trên mặt gã lấm tấm vài giọt mồ hôi. Không có điếu thuốc trong tay làm gã thấy trống trải. Gã liếm môi và sục sạo trong túi áo. Chẳng có điếu thuốc nào. Từ ngày nàng nhận kết quả siêu âm nàng sợ mùi thuốc lá.

- Số 12.

Tiếng gọi số thứ tự của người phụ nữ trung niên lại vang lên một cách lạnh lẽo. Có lúc nàng đã thấy nó giống như tiếng gọi của thần chết lần lượt điểm danh những linh hồn mà ông ta bắt được. Một cô gái tiến về phía chiếc cửa buông vải màu xanh. Cô gái đi một mình. Khi cô chuẩn bị bước vào thì người phụ nữ trung niên đột nhiên ngăn cô lại, đẩy cô đứng sát về một bên. Một chiếc giường bệnh được đẩy ra mang theo cả mùi tanh ngai ngái của máu và mùi khó chịu của thuốc sát trùng. Trên giường chắc chắn là cô gái số 11 lúc trước nhưng nàng gần như chẳng còn nhận ra nổi cô nữa. Gương mặt xám ngoét, đôi mắt đờ đẫn và nhịp thở yếu ớt, cả người cô được che lại bởi một tấm vải màu trắng đục. Nàng nhìn thấy có vài chấm đỏ còn vương lại trên đó. Chiếc giường nhanh chóng được đẩy sang phòng bên cạnh. Căn phòng được gắn biển "Phòng hồi sức". Từ trong phòng số 11 vừa được đẩy ra vọng đến tiếng kim loại chạm vào nhau loảng xoảng. Chắc bác sĩ mới đặt đồ vật gì đó xuống một cái khay. Nàng tưởng tượng ra như thế.

– Người nhà của số 11 đâu?

Cậu trai khi nãy lúc này trông trên mặt đã có nét hoang mang chạy lại gần. Hai người di chuyển qua chỗ xa hơn. Nàng cố gắng lắng nghe, nhưng vị bác sĩ kia nói nhỏ quá. Chỉ nghe câu được câu mất liên quan đến việc sinh nở sau này. Dẫu vậy nàng cũng đã thấy chân tay mình bủn rủn. Nỗi sợ hãi từ đâu đổ ập xuống người nàng như một khối bê tông. Ngực nàng căng cứng. Hai bầu vú của nàng nhói đau. Nàng đưa hai tay xoa xoa cho dịu bớt. Nàng nhớ đến một mùa hè, khi ngực nàng bắt đầu sưng lên, hai đầu vú dựng thẳng và cảm giác đau đánh một dấu mốc trong cuộc đời rằng nàng đã trở thành thiếu nữ. Nàng nhớ đêm đầu tiên khi lưỡi gã chờn vờn trên bầu vú căng cứng của nàng. Nàng rướn người oằn mình trong khoái cảm. Nàng đã trở thành người đàn bà thực thụ. Giờ đây khi hai bầu vú cương lên một lần nữa, chuẩn bị đón những giọt sữa đầu tiên và nàng sẽ trở thành một người mẹ thì nàng lại đang hoang mang không biết điều gì chờ đợi mình phía sau cánh cửa phất phơ mấy tấm vải màu xanh kia.

Nàng thấy bụng nhâm nhẩm đau, ruột gan nàng quặn lên từng đợt. Nàng gồng người "ọe" một tiếng nôn khan. Gã ở bên cạnh như sực tỉnh, nhào qua vỗ vỗ lưng cho nàng. Một người nào đó trong dãy ghế chờ lên tiếng.

- Đi thẳng hành lang bên này, đến ngã tư rẽ trái là thấy nhà vệ sinh.

Gã dìu nàng đi. Hành lang trước mặt nàng thành một con đường sâu hun hút. Hai bên chất đầy những người. Nàng bước tới đâu người ta ngước lên nhìn tới đó. Bây giờ nàng mới phát hiện ra có đông người ngồi chờ đến vậy. Có lẽ bởi họ đã ngồi lặng lẽ quá.

Đến nhà vệ sinh gã nhất định đòi vào cùng với nàng nhưng nàng không chịu. Cuối cùng quyết định gã đứng bên ngoài nhưng nàng không được cài khóa cửa. Nàng nôn khan thêm vài lần nữa thấy đã khá hơn. Nàng đặt tay lên bụng. Không còn cảm giác nhâm nhẩm đau khi nãy, thay vào đó nàng cảm nhận được một mạch đập nhè nhẹ, phập phồng chạm vào bàn tay mình. Nàng nhìn vào gương thấy bụng mình đã hơi nhô ra. Lần gần đây nhất đi siêu âm bác sĩ nói đứa trẻ đã bắt đầu thành hình. Tức là nó đã sắp sửa mang hình hài con người, bước tiến đầu tiên trong hành trình cuộc đời nó. Và hôm nay nàng sẽ ngừng sự phát triển đó lại. Bóp chết một sự sống mới nảy mầm. Nàng còn hơn cả một kẻ sát nhân. Nàng rùng mình, ghê tởm và hoảng loạn bởi những suy nghĩ ấy. Nàng liên tiếp vọc nước lạnh lên mặt, không phải để tỉnh táo hơn mà là để trốn tránh. Nàng nhìn trừng trừng vào mình trong gương. Gương mặt nàng trong gương bỗng nhiên đã hóa thành một đứa trẻ. Đứa trẻ không rõ giới tính nhưng gương mặt rõ ràng giống nàng như đúc. Đứa trẻ nhìn nàng cười khanh khách, đưa hai tay với về phía nàng, vỗ vỗ lên hai má nàng. Nàng bỏ đi thật nhanh. Gã ở đằng sau bước vội theo nàng. Đứa trẻ cũng theo nàng. Tiếng cười lảnh lót đùa giỡn trên bức tường, quấn quýt lấy chân nàng. Đứa trẻ bò dưới hành lang, chăm chú nhìn theo nàng. Nàng sải bước nhanh hơn và tự nhủ do nàng đã mệt mỏi quá rồi. Nàng vấp vào bậc thang, ngã nhào về phía trước. Lẽ ra nàng phải nhấc chân lên và bước lên một bậc nhưng nàng đã chẳng nhìn ra nó. May mắn thay gã đã đỡ được nàng, dìu nàng đến ghế chờ.

- Có sao không?

Gã hỏi.

Nàng chỉ lắc đầu. Nàng thấy tay gã vươn về phía bụng nàng, dừng lại ở giữa không trung rồi buông xuống. Gã định nói gì đó với nàng nhưng lại thôi. Chỉ cúi xuống kiểm tra xem chân nàng có bị sao không. Nàng không nhìn thấy khuôn mặt gã lúc này.

Nàng nghĩ lại cú ngã của nàng vài phút trước, có lẽ là phản xạ tự nhiên mà hành động đầu tiên sau khi ngã của nàng là đặt tay lên bụng. Cảm nhận được nhịp đập nhẹ nhưng dứt khoát từ lòng bàn tay nàng bỗng nhiên có một cảm giác yên tâm lạ lùng. Bây giờ tay nàng vẫn đặt trên bụng. Nàng chưa tưởng tượng ra được cảm giác sáng ngày mai khi nàng thức dậy, nhịp đập non nớt kia sẽ không còn ở đó nữa. Cái bụng nàng sẽ trống rỗng. Như trước đây.

Nếu nàng rời khỏi đây bây giờ, nàng sẽ trở thành người mẹ. Đứa trẻ của nàng và gã sẽ ra đời, nó sẽ bám lấy bầu vú của nàng mà bú lấy những dòng sữa đầu tiên. Nàng và gã sẽ đặt tên cho nó. Sẽ hạnh phúc làm sao. Nó sẽ lớn lên, sẽ xinh đẹp, sẽ được mặc những bộ quần áo đẹp và tới trường như bao đứa trẻ khác. Nàng bỗng nhiên quên đi căn nhà trọ lụp xụp và nàng thấy muốn cố gắng hơn. Nàng, đứa trẻ và gã sẽ trở thành một gia đình thực thụ.

Nàng chỉ cần đứng lên và đi hết hành lang bên trái, quẹo phải một lần, cách đó khoảng 10m chính là cửa ra.

Giọng nói lạnh lẽo lại vọng khắp hành lang:

- Số 13.

Vũ Quỳnh

truyện ngắn

VĨ ĐẠI

CHÂU MINH ẢO

- Còn xa không chú?

- Sắp tới rồi con. Khoảng hai cây số nữa thôi.

Loan chỉnh lại cái nón bảo hiểm to đùng trên đầu. Càng gần nơi cần đến, cô càng cảm thấy háo hức và nôn nóng…

Ba ngày trước, cô nhận được một thư mời không rõ người gửi. Nội dung bức thư như sau: “Cô Phương Loan. Chúng tôi là những người mặc áo trắng cùng đi trên con đường màu đỏ. Chúng tôi đã dõi theo cô từ lâu. Giờ chúng tôi đang chờ cô tại căn nhà số 9, đường…, Đà Lạt, Lâm Đồng. Nếu đủ can đảm, hy vọng thứ Bảy tới cô sẽ đến và tận hưởng những bất ngờ.

P/S: Cô chỉ nên đi một mình thôi. Và nói trước, chuyến đi này sẽ thay đổi cuộc đời cô, mãi mãi”.

Lời lẽ đầy thách thức nhưng lại đủ khéo léo để gợi lên trí tò mò của người nhận, Loan lại là một cô gái thích khám phá và thử thách nên tuyệt đối không thể từ chối lời mời này. Nhưng cô vẫn còn chút gì đó hơi e ngại…

“Thư có gửi lộn địa chỉ không ta? Chắc là không. Ngoài bì thư ghi rõ tên Lê Thị Phương Loan và cả địa chỉ nhà mình mà. Hay bỏ nhầm bức thư vào bì thư khác…?”

Thôi biết rồi! Kẻ bày ra trò này không ai khác ngoài hai đứa bạn thân của cô, Đức ròm láu cá và cô nàng thông minh lắm trò Gia Gia. Vì thứ Bảy tới chính xác là sinh nhật của cô, sinh nhật tuổi 20, nên đây là giải thích hợp lý nhất.

"Sang gớm! Rủ nhau ra tận Đà Lạt cơ đấy! Hèn gì dạo này cứ lơ lơ mình. Định tạo bất ngờ đây à? Hì, hai đứa đã chơi sang vậy thì không lý do gì mình lại làm tụi nó hụt hẫng, dù mình đã đoán trước kế hoạch của tụi nó rồi".

Đó là lý do vì sao giờ này cô đang ngồi sau xe của một chú xe ôm, trong một con đường tối om, heo hút giữa rừng sâu.

– Chú có chắc là mình đi đúng đường không? Có nhà nào mà lại nằm giữa rừng như vầy sao ạ? – Loan hỏi.

– Chắc mà! Chú cũng từng chở nhiều người tới đây rồi.

"Hy vọng là tụi nó đã chuẩn bị sẵn xe để về" – Vừa nghĩ Loan vừa đưa tay chỉnh lại cái nón bảo hiểm một lần nữa.

Xe chạy thêm một lúc thì chú xe ôm dừng lại, chỉ về con đường mòn nhỏ hẹp trước mặt.

– Đường này rất gồ ghề và khó chạy. Xe chạy vào thì xốc lắm. Thôi cháu chịu khó đi bộ từ đây tới đó nhé. Tầm 400m nữa là tới rồi. Nhà đó nằm ở cuối đường này.

– Ôi chú! Chú chở con đi nốt đi! – Loan gắng nài nỉ chú – Nhỡ con lạc thì sao! Với lại giờ cũng tối rồi…

– Không lạc được đâu, tin chú đi! Chú là thổ địa ở đây mà!

Nói một hồi chú xe ôm vẫn không đồng ý chở Loan đi thêm. Đã lỡ đến tận đây, nên Loan đành cuốc bộ với cái điện thoại di động làm đèn pin soi đường.

Trời chưa tới 6h chiều mà xung quanh đã tối om om. 400m đường rừng buổi tối tưởng như 400km vậy.

Đang đi thì đột nhiên, Loan nghe có tiếng động lạ.

Tiếng chân người chạy. Vội vã…

Phát ra ngay sau lưng Loan.

Ai đó đang đuổi theo Loan?!…

Chuyện gì thế này?

Ngộ nhỡ đây không phải là trò của Đức ròm và Gia Gia thì sao?

Thoáng rùng mình, Loan chạy, càng lúc càng nhanh…

Tiếng chân phía sau lớn dần…

Bỗng, cô vấp phải một hòn đá dưới chân và ngã xuống đất.

Phía sau lưng cô cũng có tiếng vấp ngã.

Hoảng sợ, cô quay lại phía sau, nhìn thử xem cái gì đang diễn ra. Trước mặt cô là một cô gái mặc toàn quần áo trắng, mặt trắng bệch, tóc tai rũ rượi, trong tư thế nửa nằm nửa ngồi trên mặt đất, như vừa nhỏm dậy sau cú ngã giống như cô.

Phải chăng… Ma?…

Cô sợ đến tê người, định hét thật to nhưng nhanh chóng lấy tay bóp chặt miệng mình lại. Cô biết hét lên lúc này là không khôn ngoan.

Con ma bò chậm chạp về phía cô. Tóc lòa xòa che nửa khuôn mặt. Lúc này cô mới nhìn rõ những vệt máu đang rỉ rả trào ra từ miệng con ma. Nó thì thào cái gì đấy, nhưng quá hoảng sợ nên cô không nghe rõ. Cô muốn đứng dậy chạy thật nhanh, nhưng có gì đó dường như đang giữ chặt cô lại, khiến cô không đứng lên được. Cô cố gắng vung vẩy hai chân, đạp xuống đất, lùi dần ra phía sau, rồi dùng hết sức đứng phắt dậy, cắm đầu chạy thật nhanh. Chạy. Chạy tiếp…

Xa xa có ánh đèn…

Gần hơn. Đó là một ngôi nhà.

Ngôi nhà ngày càng gần. Cố lên, một chút nữa thôi!

Và giờ thì ngôi nhà đã ở trước mặt Loan. Số 9 đường… Đúng nơi cô cần đến! Thì ra từ nãy đến giờ cô vẫn chạy trên con đường mòn. Thật là may mắn! Cô muốn xông ngay vào nhà, tìm ai đó giúp đỡ. Nhưng không. Cô khựng lại. Phải bình tĩnh suy xét lại mọi việc. Chuyện gì vừa xảy ra với mình? Mình đã gặp… ma? Đó có phải là ma không? Hay… là một người gặp tai nạn và cần giúp đỡ. Nếu vậy thì cô thật đáng trách! Bản thân cô đang là sinh viên năm thứ ba của Đại học Y dược Thành phố Hồ Chí Minh, nếu đó không phải là ma thì… Nhưng trong hoàn cảnh như vậy ai mà không hoảng sợ! Không thể trách cô được. Quan trọng hơn hết, đây có thật là điều bất ngờ mà Đức ròm và Gia Gia chuẩn bị cho cô? Thật ra thì, ba ngày nay cô đã không liên lạc được với Đức và Gia, điều này làm cô càng tin vào phán đoán ban đầu của mình.

Chiếc điện thoại đã rơi mất. Đứng giữa những sự lựa chọn thì có lẽ, lúc này, việc tốt nhất cô có thể làm là vào nhà và tìm sự giúp đỡ. Nhưng phải chuẩn bị cho tình huống xấu xảy ra. Cô đợi cho mình đỡ mệt, đút một con dao xếp nhỏ vào túi áo khoác, chiếc ba lô mở sẵn đựng vài hòn đá, và hai chân thì sẵn sàng chạy trở ra ngoài nếu gặp bất lợi.

Cô đẩy cánh cổng sắt, bước vào khuôn viên ngôi nhà. Cô bước chậm và quan sát xung quanh, quan sát luôn cả ngôi nhà. Gọi là một căn biệt thự thì đúng hơn. To lớn. Cổ xưa, thật ra là cũ kĩ.

Loan gõ cửa. Từng tiếng động khô khốc vang lên.

- Có ai ở nhà không ạ?

Im ắng…

Nhà hoang sao?

Loan hỏi lại lần nữa. Vẫn im ắng. Cô thận trọng đẩy nhẹ cánh cửa. Tiếng "kẹt" vang lên rùng rợn, âm thanh của những cái bản lề đã khô cứng từ lâu.

Khi cánh cửa mở ra hoàn toàn, thì hiện ra trước mắt cô là một căn phòng rộng lớn với một chiếc bàn lớn nằm giữa phòng và vài cái ghế xung quanh. Bên trái là một kệ sách đồ sộ chứa đến hàng trăm cuốn sách. Khắp phòng là những lối đi dẫn vào những hành lang nhỏ hẹp. Trên trần là hai bóng đèn neon dài thắp sáng cả căn phòng.

Cô bước vào căn phòng. Trái ngược với vẻ ngoài bụi bặm của căn nhà, bên trong rất sạch sẽ như được lau dọn hằng ngày. Cô nhìn quanh một lượt. Có tất cả ba lối đi từ căn phòng dẫn vào những dãy hành lang. Góc trái căn phòng, ngay cạnh tủ sách có treo một bức ảnh chân dung của một người đàn ông nào đó, chắc là một danh nhân, Loan đoán. Dưới bức ảnh là dòng chữ THOMAS R. MALTHUS. "Cái tên này rất quen. Mình đã nghe hay đã đọc ở đâu rồi thì phải…” Cô miết nhẹ ngón tay lên mặt kính của khung ảnh treo bức chân dung. Không một hạt bụi. Rõ ràng có ai đó sống trong căn nhà này. Hơn nữa còn rất tôn sùng ông Malthus này… Giờ cô nên làm gì tiếp theo? Chắc chắn sẽ không trở lại khu rừng. Nhưng ngôi nhà này cũng cho người ta cảm giác rất bất an. Đèn sáng khắp nhà nhưng sao khi cô cất tiếng gọi thì lại không có ai trả lời? Nếu kịch bản này và cả con ma nữ khi nãy là trò của Đức ròm và Gia Gia thì... hơi quá rồi! Cô sẽ cho tụi nó biết tay khi về nhà!

Đang suy nghĩ thì… “sầm”. Cánh cửa ra vào đóng lại thật mạnh. Đèn phụt tắt. Tim Loan như muốn vỡ khỏi lồng ngực. Cô cố gắng bước thật nhanh nhưng thật nhẹ nhàng, nhanh chóng rời khỏi vị trí đang đứng. Một chuỗi âm thanh đột nhiên vang lên. Lại là thứ âm thanh đáng ghét đó: Tiếng bước chân dồn dập, nghe như đang chạy. Loan chui tọt vào một hành lang hẹp, và tiếp tục bước đi. Cô muốn tránh xa thứ âm thanh đó, càng xa càng tốt. Bỗng đèn vụt sáng trở lại. Cô giật mình khi thấy mình đang đứng ở đoạn hành lang giữa hai căn phòng đóng kín cửa. Tiếng bước chân dồn dập hơn, dường như đang tiến gần về phía cô. Hoảng sợ, cô đánh liều mở cửa một căn phòng và bước vào, sau đó đóng cửa lại. Cô nhắm nghiền mắt, cắn chặt môi, hai tay nắm lại, cố thỏa hiệp với nỗi sợ đang chiếm lấy mình, vì cô đã kịp nhìn thấy cảnh tượng trong phòng trước khi bước vào.

Nhưng rồi cô nhanh chóng mở mắt ra, cố gắng hít thở đều. Xung quanh cô là ngổn ngang những xác chết. Có khoảng mười xác chết, trẻ có, lớn tuổi có, nam có, nữ có. Tất cả đều mặc áo blouse trắng, bị cắt ngang cổ và bị khâu miệng lại.

Âm thanh ngoài hành lang làm nỗi sợ của cô chuyển hướng. Tiếng bước chân chậm dần, rồi dừng hẳn. Loan rùng mình. Cô đang tưởng tượng cảnh kẻ thù của cô đang đứng đối diện với cô, và cả hai chỉ ngăn cách nhau bởi cánh cửa phòng. Bất giác cô sờ tay vào túi áo khoác, rút con dao xếp ra, nắm chặt trên tay. Cô cố gắng thở nhẹ nhàng, nhưng sao những luồng hơi cứ chạy ào ra khỏi mũi cô, buộc cô phải hít sâu vào lại. Cô nghe rõ tiếng thở của mình, và sợ kẻ thù ngoài kia cũng nghe thấy.

Tiếng bước chân lại vang lên. Chầm chậm. Tiếng mở cửa và đóng sập cửa. Dường như kẻ đó đã vào một căn phòng khác. Có thể là căn phòng đối diện, có thể là một căn phòng khác ở phía cuối hành lang.

Cô cố tự trấn an. Rồi nhìn một lượt khắp căn phòng, cố tránh nhìn vào những xác chết ngổn ngang nằm trên khắp sàn nhà. Mắt cô dừng lại ở một quyển sách xếp ngay ngắn trên chiến bàn cạnh giường ngủ. Tên quyển sách là "An assay on the principle of population", tác giả là Thomas R. Malthus. Population… Dân số… Malthus… Nhớ ra rồi! Malthus, một giáo sư kinh tế chính trị học, tác giả của một quan điểm về dân số… Loan cứ mơ hồ nhớ lại kiến thức về dân số học mà cô được học ở trường. Rồi một cảm giác lành lạnh chạy dọc sống lưng cô. Có lẽ cô đã biết tại sao cô có mặt ở đây, và tại sao những xác chết đều mặc áo blouse – thứ trang phục làm nên hình tượng đặc trưng của bác sĩ. Cô bắt đầu thấy lo lắng cho Đức và Gia Gia, về việc mất liên lạc suốt ba ngày nay của hai người bọn họ.

Cô bước tới, lật mở quyển sách. Những dòng chữ trong sách khiến cô run sợ…

"Chúng ta phải triệt để tạo điều kiện cho các tác động tự nhiên gây cái chết…"

"Chúng ta khuyến khích một cách thật lòng những lực lượng tàn phá khác của tự nhiên mà chính chúng ta phải làm cho nó xảy ra".

"Thay cho việc giáo dục người nghèo cần thiết phải giữ vệ sinh, chúng ta phải khuyến khích tập quán ngược lại".

"Cần phải xây dựng trong thành phố những con đường chật hẹp, làm cho nhà cửa chen chúc những người và giúp cho bệnh dịch tái phát nhiều lần".

"Cần phải xây dựng các làng mạc ven các khu nước tù đọng và đặc biệt cho nhân dân định cư ở ven các đầm lầy là nơi có hại cho sức khỏe".

"Nhưng trước hết, chúng ta phải lên án sự dùng những loại thuốc có hiệu quả để chữa những bệnh chết người, cũng như lên án những người tốt nhưng đi lầm đường đã sáng chế ra những phương pháp để bài trừ dịch bệnh, tưởng rằng như thế là phục vụ cho quyền lợi của nhân loại…"

Đó là những tư tưởng của Malthus, những biện pháp Malthus đưa ra nhằm giải quyết tình trạng bùng nổ dân số thế giới. Câu cuối cùng mà Loan đọc được, có lẽ là nguyên nhân của tất cả mọi chuyện mà Loan đã phải trải qua. Nhưng câu hỏi lớn nhất là, tại sao lại là Loan? Cô chỉ là một sinh viên thôi mà! Cô đã chính thức trở thành bác sĩ đâu!

Đất trời như quay cuồng. Cô muốn rời khỏi nơi quái quỷ này ngay lập tức. Giờ này tên sát nhân đang ở trong một căn phòng nào đó. Cô phải liều thôi. Nếu khéo léo, có lẽ cô sẽ thoát được.

Cô mở cánh cửa phòng một cách hết sức nhẹ nhàng, tay lăm lăm con dao. Nghé mắt quan sát. Hành lang trống. Bước nhanh nhưng nhẹ. Cô dần thoát ra khỏi dãy hành lang chật hẹp tù túng. Cửa ra vào căn nhà kia rồi. Chỉ mười lăm bước nữa thôi… mười bước… năm bước… ba bước… một bước cuối cùng… Chụp lấy nắm cửa và xoay. Cánh cửa mở toang. Tim cô như ngừng đập. Trước mặt cô là con ma nữ áo trắng, tóc dài, miệng bê bết máu. Đột nhiên con ma nữ ngã nhào về phía cô, làm cô cũng ngã chúi về phía sau. Con ma nữ đè lên người cô. Giờ thì cô đã nhìn rõ. Ma nữ không ai khác, chính là Gia Gia. Máu từ khóe miệng Gia Gia chảy ra từ những vết khâu nham nhở. Kinh hoàng hơn, lúc Gia Gia ngã xuống, để lộ kẻ đứng phía sau chính là Đức ròm. Đức chắn ngay cửa, nhoẻn miệng cười, ánh mắt sắc lẻm nhìn chằm chằm vào Loan.

Tiếng bước chân lại vang lên. Kẻ thù giấu mặt chơi trò mèo vờn chuột với Loan lộ mặt. Hiện ra dần từ dãy hành lang hẹp chính là chú xe ôm đã chở Loan tới con đường mòn.

- Đức!… Tại sao?… – Loan ngỡ ngàng, lắp bắp hỏi.

- Thế giới này quá tải rồi Loan ạ. Nếu như không tìm cách làm giảm dân số ngay từ bây giờ thì loài người e rằng sẽ dẫn đến diệt vong mất thôi.

- Nhưng ông đâu phải là đấng cứu thế! Vả lại có cần phải giết người như vậy không? Ông đâu có quyền… Sao lại phải làm như vậy chứ?

- Tao nghĩ mày phải đoán được lý do chứ! – Đức lạnh lùng đáp.

- Malthus đúng không?

- Đúng vậy! "… lên án sự dùng những loại thuốc có hiệu quả để chữa những bệnh chết người, cũng như lên án những người tốt nhưng đi lầm đường đã sáng chế ra những phương pháp để bài trừ dịch bệnh, tưởng rằng như thế là phục vụ cho quyền lợi của nhân loại…", tức là ngăn cản những người hoạt động trong ngành y tế… Nhưng làm sao có thể ngăn cản họ được, làm sao có thể thuyết phục họ, ngoại trừ cách giết họ? Còn mày, có trách thì hãy trách mày quá xuất sắc, đầy triển vọng… Lại là bạn thân của tao. Tao không thể chịu nổi cảnh tượng ngày nào mày cũng lởn vởn trước mặt tao và tỏ ra xuất sắc như vậy… Mày là mối nguy hiểm của nhân loại. Không giết mày thì không được. Cả con Gia Gia cũng vậy! Tao buộc lòng phải…

Không đợi Đức nói hết câu, Loan ném thẳng một hòn đá giấu trong cặp vào mặt Đức. Cú ném trúng ngay vào mắt phải Đức. Hòn đá rơi xuống, máu rịn ra. Đức la lên, đưa tay ôm mắt. Loan lách người qua khoảng cách giữa thân người mảnh khảnh của Đức và khung cửa, cố gắng chạy ra ngoài. Đức xoay người túm được một chân của Loan, làm cô ngã xuống đất. Gã xe ôm lao ra. Loan dùng chân còn lại tống một đạp vào mặt Đức. Hắn buông chân Loan ra vì đau. Cô vụt đứng dậy, cố gắng chạy nhanh hết sức có thể. Sau lưng cô là Đức và gã xe ôm vừa đuổi theo vừa la hét chửi bới. Nhưng giờ cô không còn tâm trí để quan tâm những gì chúng gào thét nữa. Cô cứ chạy… Tay vẫn cầm con dao…

Khoảng cách giữa cô và hai kẻ thủ ác ngày càng gần… Gần hơn… Gần hơn nữa…

Cánh tay Đức chộp lấy vai Loan, kéo mạnh. Loan khựng lại, nhưng Đức mất đà, ngã chúi về phía trước, lôi theo Loan ngã đè lên. Trọng lượng và quán tính tác dụng lên con dao trên tay Loan. Mảnh kim loại sắc lẻm lạnh lùng ghim vào cổ Đức.

Loan hét lớn. Máu bắn ra từng tia từ động mạch cảnh trên cổ của Đức. Lúc này gã xe ôm chạy đến. Trông thấy cảnh tượng ấy, gã xô cô sang một bên, ôm lấy Đức đang thoi thóp mà thét lên:

- Đức!… Con!… Đức!…

Gã ôm Đức vào lòng, tiếp tục gào lên thảm thiết. Nước mắt chảy ra từ đôi mắt của người cha thương con đến mù quáng, miễn cưỡng tiếp tay cho con mình thực hiện tội ác sau khi phát hiện con mình đã gây ra những vụ giết người.

Giờ Loan phải làm gì đây? Bỏ chạy? Hay phải làm cho kẻ thù mất khả năng tổn hại mình? Mình phải sống! Phải sống! Mình rất khó khăn mới đậu vào trường y... Mình đã cố gắng rất nhiều… Mình còn tương lai phía trước… Mình phải tự vệ!… Tiểu não… Đánh vào gáy… Sẽ ngất xỉu tạm thời!

Loan nhặt một hòn đá lớn, nhắm thẳng vào gáy kẻ thù, giáng một cú thật mạnh! Kẻ thù ngã vật xuống. Cô lục tìm điện thoại trong túi Đức, rồi vừa chạy vừa bấm 113…

Châu Minh Ảo

MÙA CHÊNH VÊNH

XUÂN THẢO NGUYỄN

Sau một trận cãi vã điên cuồng lần thứ n với người đàn ông đi bên đời mình. Cô chui vào phòng đóng cửa, tắt đèn. Hơn bao giờ hết những lần như thế cô cần tìm không gian thật nhỏ, thật hẹp để tránh những sợ hãi trong lòng và tránh những xô xát tâm lý. Dường như chưa đủ nhỏ, cô lại chui vào trong chăn trùm thật kín. Đây lúc này mới thật sự dễ chịu. Tự thấy mình như một kẻ tự kỷ lạc lối và lạc luôn nhịp với cuộc đời. Mồ hôi tuôn ra, cơn nóng ập đến, cô lim dim trong cơn mê sảng rồi chìm hẳn vào giấc ngủ mộng mị lúc nào không hay biết.

Sáng hôm sau, cô hấp háy mở mắt khi ánh nắng xuyên qua tán lá xào xạc bên khung cửa sổ. Cô ngồi dậy, vuốt phẳng chiếc váy đã bị tốc lên cao trong lúc ngủ, với tay lấy điện thoại xem mấy giờ. Sáu giờ bốn mươi lăm phút, dường như còn thấm mệt sau trận khóc nhừ tử đêm hôm trước, cô lại nằm xuống gần năm phút rồi bật dậy như lò xo, để chuẩn bị đi dạy. Bước xuống nhà pha một ly café đắng ngắt, uống một ngụm thật to và nhăn mặt, tự thấy vị đắng thật hòa huyện với cuộc đời mình hiện tại.

Cô trang điểm thật kỹ nhưng vẫn không che được đôi mắt thâm quầng, buồn phiền với nhiều lo toan cuộc đời. Cô ra khỏi nhà và đến trường. Một ngày làm việc qua vèo. Nhìn vội lại tấm gương trên tường, tô lại ít son cho tươi tắn. Cô đi đến trung tâm dạy thêm. Chẳng biết từ bao giờ cô lao vào công việc như một thói quen. Một phần để kiếm tiền và nguyên nhân sâu xa là vì cô muốn quên đi sự đời đang diễn ra. Cô đang chạy trốn? Chạy trốn bằng cách thức tích cực nhất mà mọi người nhìn thấy cô của hiện tại.

Người đầu tiên chạm mặt trong trung tâm là anh. Chàng trai trồng cây si cô sai thời điểm. Anh chu toàn mọi thứ, anh âm thầm đi bên đời cô một cách không kèn trống, khiến cô tự thấy mình ích kỷ và nhỏ nhen.

Người đàn ông đi bên em như thế nào? – anh nhìn cô và tiếp tục: Em có đang hạnh phúc với cuộc hôn nhân này không? Anh nghĩ chắc là không. Cô nhìn anh và cười nhoẻn miệng, vẫn cái nụ cười cao ngạo ấy. Cô bỏ đi, không quay lại nhìn anh, nhưng cô thừa biết anh vẫn nhìn theo cô cho đến khi cô khuất sau bức tường lớp học. Cô nghe tim mình nhói lên, cô muốn mơ mộng hão huyền, giả bộ như thế giới của cô vẫn đang đứng thẳng, thay vì nghiêng hẳn sang một bên.

Sau một ngày mệt mỏi. Cô về nhà, đi lên phòng. Cô nhìn chăm chăm vào tờ khăn giấy đẫm nước mắt nhàu nhĩ. Cô lại bần thần, suy tư về những khó khăn, rắc rối, về nơi cô đi qua và sẽ bước tới. Cô chán ngấy cuộc sống bế tắc này rồi. Cô luôn cân nhắc xem phải chọn con đường nào ở ngã ba phía trước. Cô nhận thấy càng ngày càng mất kiên nhẫn với chính mình. Lại nhớ ra ngày mai là sinh nhật của mình. Cô trở mình, cô của ngày xưa đâu? Thế giới của cô đã bị tước khỏi tay cô một cách tàn nhẫn. Cô muốn được yên tĩnh một mình để suy nghĩ. Cô mở tủ và thu xếp hành lý, cô cần đi đến một nơi thật sự yên bình cho tâm khảm mình đỡ nặng nhọc.

Ba ngày. Chính xác là đã ba ngày cô rời thành phố ồn ào đông đúc, cái nơi mà thở cũng phải tranh nhau khiến cô mệt đến tận thấu xương tủy. Nó ngột ngạt và chán chường đến mức chả buồn làm gì kể cả những thứ đã từng rất đam mê và thích thú.

Chiều nay trên cao nguyên lộng gió. Thật yên tĩnh, dễ chịu và lạnh. Cơn lạnh len lỏi qua tấm áo lên mỏng manh vào trong da thịt, cơn rùng mình lần lượt kéo đến. Các cơn gió cứ ùa vào trong từng làn tóc, mơn man trên gương mặt, chạy ngược vào bên trong. Môi tím lại, bàn tay lạnh cóng, rát căng. Cô giật mình, ra là đông lại về tràn ngập các con phố. Mấy hôm trước trời còn se lạnh, vậy mà hôm nay những ngọn mưa phùn đã lả tả phất vào mặt… Cô cố đi thật nhanh để tránh mưa nhưng thật ra chính mình đang chạy trốn ký ức. Mưa với một người đầy quá khứ chằng chịt tổn thương thì thật đáng sợ. Cái lạnh ẩm ương khiến con người ta cũng ẩm ương theo và miên man với những suy nghĩ bất tận. Thèm một bàn tay ấm, thèm một bờ vai ấm…

Cười nhếch mép và thở ra nặng nhọc – lại sắp sang xuân. Cái mùa mà bao người nôn nao, hứng khởi về đoàn tụ gia đình. Nhưng với cô nó quả đúng là một mùa chênh vênh, trống vắng và hụt hẫng đến mức tàn nhẫn. Trong tâm can mình chứa đựng điều gì đó vừa có tội vừa lo sợ và tự cao với những lựa chọn của mình. Cô chẳng nhớ bao lâu rồi mình chẳng buồn than thở, tâm sự với gia đình và chẳng buồn quan tâm thế thái nhân tình. Chẳng phải bản thân lảng tránh, mà cô đã quá mệt mỏi với những thứ gọi là lề lối, quy củ, gia giáo…

Cô cũng như mọi người, cũng có những yêu thương đi lạc…

Ấp ủ mối tình đơn phương chưa bao giờ là dễ chịu, nhưng người chìm đắm trong mối tình đó luôn cảm thấy vui với những yêu thương góp nhặt. Nhiều người bảo đơn phương buồn lắm. Ừ thì đơn phương mà, buồn nhưng thật sự đó là một thứ tình cảm kỳ diệu mà trước giờ cô chưa bao giờ lý giải được. Chiều nay lại nghĩ đến anh, những vụn nhặt về anh ru cô những lúc mệt mỏi hay yếu lòng, vì cô tin luôn có một người cần cô. Cô có ích kỷ? Cô cũng chẳng biết. Chỉ biết rằng, ta có thể mất nhau vĩnh viễn khi ta không dám mạnh mẽ đối diện với trái tim mình. Ta luôn sợ nếu ta nói yêu ai đó khi chưa có sự nghiệp trong tay thì ta sẽ không khiến họ hạnh phúc, nhưng thật sai lầm vì khi có tất cả mọi thứ trong tay thì sẽ không bao giờ còn là của nhau nữa. Như cô hiện giờ…

Cô đã có gia đình riêng còn anh thì vẫn chưa, vẫn chờ cô trong âm thầm và vô vọng. Cô lập gia đình năm hai mươi mốt tuổi và mối tình này cho cô rất nhiều thứ, từ biết ơn cho đến vật chất. Nó giúp cho mẹ cô hồi sinh sau một ca phẫu thuật với chi phí quá cao. Vậy mà thiên hạ có buông tha cho cô đâu, kể cả người thân, dòng họ luôn nhìn cô với ánh mắt như thể một đứa dị biệt. Luôn bỏ vào tai cô những lời cay nghiệt. Lấy chồng vì ham tiền. Vâng cô ham tiền, chính vì ham tiền nên cô lo được cho gia đình mình. Cô vẫn nhớ ngày cô kết hôn cũng chính là ngày anh lên đường đi du học, tất cả những thứ anh để lại cho cô là bức hình về Đà Lạt và lời nhắn: "Chúng ta sẽ tìm thấy nhau tại nơi đây, nơi mà thiên hạ chẳng là gì cả".

Từ tình cảm anh dành cho cô và ngược lại, ta hiểu được rằng. Ta yêu thương ai đó bằng một cách nào đó. Là chúng ta đang sống bằng chính những thói quen xây dựng nên tính cách của bản thân mình thuở bé, nhưng chẳng ai nhận ra. Ngồi trên vỉa hè cô thấy một đứa trẻ đang vòi vĩnh mẹ mua đồ chơi mới vì con robot cầm trên tay cho rằng đã bị hư. Cô chợt ngẫm lại.

Chúng ta đã từng có một tình yêu rất trong sáng…và rồi…

Lúc còn nhỏ, ta được mẹ mua cho một món đồ chơi đầu tiên. Thời điểm đó ta bắt đầu thích món đồ chơi đó và bảo quản nó rất tốt và ta bắt đầu được nhiều món đồ chơi hơn nữa. Lúc này hạnh phúc tuổi thơ của ta là được chơi với thật nhiều đồ chơi, đồng thời chúng ta thấy mẹ cũng thật vui. Rồi một ngày ai đó làm hỏng món đồ chơi ta rất yêu thích. Ta bắt đầu có những trải nghiệm đầu tiên trong cuộc đời về sự đau đớn và mất mát. Ta đã khóc rất nhiều, gào thét và trái tim ta tan vỡ vì tình cảm đơn sơ của một đứa trẻ con đã biết lưu luyến, gắn chặt vào thứ mình yêu thích. Và tất nhiên từ khoảnh khắc ấy ta giữ đồ chơi của mình rất kỹ như thể là bất khả xâm phạm, ta trở nên ích kỷ và sợ mất mát.

Bốn năm, bốn năm cho quá nhiều thứ xảy ra, cho quá nhiều những hy sinh, cho quá nhiều những âm thầm trao đi và chẳng bao giờ được công nhận. Hạnh phúc là gì? Là thứ xa xỉ với chính cô hiện giờ. Nó dạy cô yêu thương bằng lý trí chứ chẳng phải con tim. Cảm xúc trong cô khô cong, mọi thứ đi vào ngõ cụt.

Khi mọi thứ tan vỡ…

Cô muốn giáng cho trái tim mình một đòn chí mạng không phương cứu chữa, định mệnh chẳng tốn công mà kéo đến như một loại sức mạnh đột ngột và tàn bạo. Trong sự mờ mịt cô gọi đó là những chạm trán ngẫu nhiên. Cô gặp lại anh trên con dốc ngược lại, bóng dáng đó bao nhiêu năm rồi vẫn không lẫn vào đâu được. Cô dụi mắt nhìn thật rõ xuyên qua màn sương giăng mờ mịt để xác định chính xác một lần nữa có phải anh không. Và mọi thứ an bài, đúng là anh. Cô vui mừng rồi chững mình lại. Giật mình nhận ra giờ cô và anh là hai đường thẳng song song và chẳng bao giờ cắt nhau, không nên gặp nhau làm gì. Cô cố quay lưng thật nhanh đi xuống con dốc, tấp vào quán café ven đường nằm đối diện hồ Xuân Hương. Như một thói quen với ly đen đá không đường, ánh mắt xa xăm, trầm ngâm về cuộc đời. Đưa tay vào túi lấy điện thoại xem mấy giờ, ánh sáng điện thoại đối nghịch với ánh sáng hiu hắt của quán café khiến cô nheo mắt. Đột nhiên cô nghe: "Bảy giờ ba mươi tối rồi em ạ – là anh."

Anh nhìn cô, vẫn ánh mắt đấy: "Anh ngồi được không?" – cô gật đầu và mọi thứ rơi vào trạng thái im lặng tầm mười phút.

Cô nghe tim mình thắt lại, đau đớn và co bóp mạnh. Cô thở nhanh và gấp hơn bình thường. Cô sợ? Vâng cô rất sợ đối diện với người đàn ông này. Cô vẫn nợ anh một mối tình thật đẹp, nợ anh một sự chờ đợi. Bất giác cô đứng lên rưng rưng tròng mắt. Cô chạy thật nhanh ra khỏi quán, trong vô thức cô cắm cổ chạy thật nhanh. Trời Đà Lạt về khuya rất lạnh, cô thấm mệt hay đúng hơn trong lòng cô quá mệt mỏi. Tổn thương, dồn nén lên cao trào cô khụy xuống và khóc như đứa trẻ… đã quá mệt, đúng vậy mọi thứ đã quá mệt. Khi đã khóc thật đã, thật sự đã. Cô đứng lên và bước tiếp những bước chân mỏi mệt về phòng và cả đêm hôm ấy cô không thể ngủ. Cô thao thức, vu vơ về những thứ xung quanh mình như một đứa tự kỷ đúng chất. Không gian chìm sâu và càng chìm sâu…

Bốn giờ sáng. Cô nhận được tin nhắn: "Sáng nay anh mời em café nhé, bù lại hôm qua làm em khóc và mất ngủ. Sáu giờ ba mươi quán Yên, anh muốn được một lần ngắm bình minh cùng em."

Làm sao anh biết cô khóc và mất ngủ? Có nên gặp anh không? Cô chẳng biết, cứ nghe theo tâm trí mách bảo vậy, đằng nào cô cũng còn nợ anh một câu trả lời cụ thể và rõ ràng. Đúng giờ cô ra quán và anh ngồi sẵn ở đó, một vị trí thật đẹp để ngắm bình minh. Anh nhìn cô và không nói lời nào, trên bàn đã sẵn ly café đúng khẩu vị của cô. Cô cũng như anh im lặng cho đến khi mặt trời lên thật sự.

Em thấy không, bình minh thật đẹp. Để có được bình minh ta phải trải qua một đêm tăm tối và buồn chán – anh nói.

Cô hít thật sâu và thở ra. Nhìn anh: "Anh biết trước em sẽ đến đây?"

Không quan trọng – anh gật gù. Anh nắm tay cô, bàn tay ấy vẫn ấm như ngày nào: Anh luôn chờ em, dõi theo em, khi nào em thật sự mệt mỏi với cuộc hôn nhân này thì anh xin em hãy cho anh biết. Anh sẽ đón em.

Như một bản năng, cô rút tay lại, cô đặt tay mình vào ly café lạnh ngắt như cố bám víu trái tim mình lại, nếu không nó lại không nghe lời cô mất. Em ổn – cô nói thỏ thẻ, nhưng anh vẫn nghe rõ từng câu từng chữ.

Em vẫn vậy, vẫn cứng đầu như ngày nào – anh cười và đưa tay xoa nhẹ vào trán cô.

Anh tiếp tục mạch chuyện của mình bằng một cái hít thở thật sâu: Anh dư khả năng để tìm ai đó, nhưng anh không đủ khả năng để yêu ai đó giống như yêu em. Vì anh hiểu được rằng. Khi ta cảm thấy trái tim mình yêu thương ai đó, thì hãy để mọi thứ diễn ra tự nhiên, đừng cố gắng thay đổi hoàn cảnh để có được kết quả như mong đợi. Em biết không. Tình yêu nó là trải nghiệm của cảm xúc và tinh thần. Tất nhiên nó không phải là trò chơi của lý trí. Anh không phải nhà khoa học, không phải chuyên gia tính toán, nên anh không có khả năng cân đo đong đếm tình cảm anh dành cho ai đó. Anh không bao giờ nói anh sẽ yêu em mãi vì anh không biết được tương lai. Nhưng anh tin vào những gì anh nói. Anh luôn xuất hiện khi em cần và mỏi mệt. Em yên tâm anh không đòi hỏi gì đâu, nhiệm vụ của em là cười và học cách buông bỏ những thứ làm mình đau đến vỡ tim.

Cô nhìn anh lưng tròng mắt: “Cảm ơn anh vì tất cả, nhưng hạnh phúc anh mơ ước là hạnh phúc mà em không có.”

Anh lập tức mất bình tĩnh: “Nghe anh nói…”

Cô tiếp lời: “Em chưa nói xong…”

Anh xin lỗi – Anh vừa nói vừa cúi mặt.

Cô ngước mặt lên trời: “Anh à. Em sợ vì trái tim em đã hết khả năng chịu tổn thương rồi. Nhưng em vẫn sẽ cố gắng vì đó là trách nhiệm. Anh không thể sống cùng một cô gái với đầy những thương tích chồng chéo như em đâu. Rồi một ngày không nắng không mưa, chúng ta cãi nhau. Vì em biết vốn dĩ tình yêu không thể thiếu dư vị của những hờn giận. Đôi lúc nhất nhất không nhường nhịn, tưởng yêu rất nhiều, thương rất đằm. Nhưng cuối cùng tình yêu cũng chỉ là ích kỷ và chiếm hữu."

Dứt lời cô quay sang ôm chầm lấy anh, ôm thật chặt. Cô nhắm mắt và cảm nhận hơi ấm từ lồng ngực anh. Cô thỏ thẻ vào tai anh: "Em cảm ơn vì tất cả mọi thứ. Nhưng em không thể ích kỷ."

Nói xong cô đứng lên bỏ đi, mặc cho anh kêu gào: "Anh sẽ vẫn chờ em mỗi một mùa đông trở gió nơi đây. Anh sẽ trồng thật nhiều cúc Daisy mà em thích..."

Cô bước đi đầu không quay lại. Chẳng phải cô đủ mạnh mẽ, chỉ vì cô đang cố giấu thật nhiều đớn đau đằng sau ba chữ "không có gì" với một nụ cười tạm đủ trên môi. Sẽ chẳng ai biết nụ cười ấy đánh lừa cảm xúc. Cô nghe tim mình thắt lại…

Thu dọn hành lý về lại Sài Gòn, cô viết cho anh một tin nhắn tạm biệt vừa đủ dài: Rồi người sẽ ổn thôi, như ngày ta chưa đến. Rồi người sẽ bước về phía không ta. Ta thương người, nhưng không thể chọn nắm tay người. Nếu mai này người chẳng còn thương, chỉ mong người hiểu được những lời này. Ta tạm gọi người là người thương, ta vẫn nâng niu, vuốt thật phẳng nơi lồng ngực trái. Đôi khi chẳng phải thương hết lòng là phải ở bên nhau. Phía không nhau, không nắng ấm, nhưng cũng chẳng mưa. Phút sau cuối không biết người giận ta không, lòng ta hóa băng giá và chẳng yêu ai nữa đâu. Ta biết ơn người…

Bước lên xe. Nhìn ra cửa sổ, xe lăn bánh xa dần xa dần. Cô biết rồi sẽ có những mùa đông năm sau lòng thật sự chênh vênh. Nơi anh và nơi đây quá nhiều thứ để lưu luyến nhưng không thể lưu luyến. Cô nhắm mắt và lắng nghe những giọt tình chạm đáy vỡ tan.

Xuân Thảo Nguyễn

TÔI SẼ LẠI YÊU, NHƯNG KHÔNG PHẢI BÂY GIỜ...

BẢO TỒ

"Yêu thương cần đúng người đúng lúc và cần có cả 'duyên' nữa. Tôi sẽ lại yêu nhưng trước mắt không phải là bây giờ, lâu rồi chưa học cách yêu quý bản thân mình – tôi hay nói vui rằng không yêu được bản thân mình thì yêu được ai cơ chứ, rồi sẽ có một ngày mọi vết thương trong tôi sẽ lành và tôi sẽ lại yêu..."

Hình như từ rất lâu rồi hai từ yêu thương với tôi trở nên quá xa xỉ. Cảm giác một mình không còn đáng sợ nữa mà nó biến thành một thú vui tiêu khiển của bản thân và tôi dần thích nghi với một cuộc sống độc bước. Theo một quy luật tất yếu của cuộc sống khi quen dần với cô đơn thì mọi định nghĩa về cặp đôi hay tình yêu sẽ trở nên quá thừa thãi.

Tới lúc này mọi thứ trở thành bản năng mất rồi, không phải bản thân không tìm người phù hợp mà là cô đơn quá lâu khiến những cảm xúc dần chai sạn và dũng cảm thích một người còn khó thực hiện huống chi là tập yêu thương lại một ai, mọi thứ đều có những góc khuất và nguyên nhân riêng của nó – những vết thương lòng còn ở đây vẫn in sâu trong ký ức, một ký ức yêu thương say đắm nhưng kết cục là bao tổn thương...

Cuộc sống chẳng vẹn toàn với ai bao giờ, hôm nay vui tươi ngập tràn trong men say hạnh phúc thì có gì chắc chắn ngày mai cảm xúc đấy còn vẹn nguyên như ban đầu. Hãy thử tượng tượng, bạn đang lâng lâng với những xúc cảm đong đầy bên cạnh người mình hết mực yêu thương, mọi thứ hoàn hảo tới mức không còn bất cứ điều gì có thể ngăn cản tình cảm của hai bạn. Nhưng cho tới một hôm mọi thứ tan thành mây khói và bạn nhận được là lời chia tay đầy cay đắng.

Cho dù lời giải thích có ngọt ngào đến mấy cũng chẳng dễ dàng nguôi ngoai, có ai đang băng băng về đích mà chấp nhận bản thân đang ở nơi xuất phát ban đầu! Thế mới nói, sự thật hôm nay không thật đến ngày mai…

Chấp nhận hay không, nguôi ngoai hay không? Đây không phải là một lời tỏ tình có đáp án yes/no, lời chia tay chỉ duy nhất có một đáp án, mạnh mẽ vượt qua hay chìm sâu vào u tối thì sự thật kia vẫn chẳng thể đổi thay.

Có những ngày khó khăn như thế, những ngày lạc lõng đến nao lòng chỉ muốn nép mình vào nơi bóng tối hiu quạnh không một chút ánh sáng, có lẽ dần phải tập quen, quen với những nỗi cô đơn quen với sự tự an ủi bản thân và chẳng muốn gặp gỡ ai, chẳng muốn bắt chuyện, lười trả lời mọi thứ chỉ ậm ừ cho qua khi có ai đặt câu hỏi, vật vã như một cái xác to lớn không hồn, thức dậy không một chút niềm tin – đâu đấy quanh ta bao nỗi thất vọng tràn trề.

Khi con người ta trẻ, chúng ta có quá nhiều sự lựa chọn, sự hơn thua trong suy nghĩ, so sánh khập nghiễng về vật chất, những hình tượng "mẫu" được đặt ra – là thước đo của cảm xúc và những nỗi lo "mơ hồ" về cuộc sống tương lai mà dần quên đi những sự cố gắng của đối phương, những sự hy sinh thầm lặng và ngày qua ngày làm xóa nhòa đi những yêu thương chân thành.

Có lẽ, thứ đắt nhất bây giờ là niềm tin, một khi trao đi quá nhiều rồi liệu bạn có đủ kiên nhẫn, niềm tin và sự bao dung để bắt đầu lại với một ai khác và can đảm yêu lại từ đầu không? Thế đấy, người ta gọi nó là bệnh sợ tổn thương, thứ mà mọi người bên ngoài luôn nghĩ bản thân bạn quá ích kỷ quá chảnh chọe khi luôn từ chối mọi sự yêu thương của người khác.

Chỉ chính người trong cuộc mới thấu hiểu mới cảm nhận được vị đắng cay chua chát của vết thương lòng, nỗi sợ ấy không thể diễn tả nên lời. Cô đơn không đáng sợ, cái đáng sợ nhất là yêu thương được trao đi nhưng nhận lại là sự tuyệt vọng. Thế mới nói đôi khi ta chọn cô đơn thì rất dễ, chọn yêu thương lại khó vô cùng.

Thật ra ai cũng cần có yêu thương, cần một bờ vai để nương tựa để chia sẻ mọi phiền muộn lo âu của cuộc sống tấp nập đầy vội vã này vì tình yêu vốn dĩ là "liều thuốc" tốt nhất cho thể chất lẫn tinh thần. Nhưng yêu thương cần đúng người đúng lúc và cần có cả "duyên" nữa. Tôi sẽ lại yêu nhưng trước mắt không phải là bây giờ, lâu rồi chưa học cách yêu quý bản thân mình – tôi hay nói vui rằng không yêu được bản thân mình thì yêu được ai cơ chứ, rồi sẽ có một ngày mọi vết thương trong tôi sẽ lành và tôi sẽ lại yêu…

Hy vọng lúc đấy tìm được đúng người vào đúng thời điểm để trao hết yêu thương, để tìm lại những phút bình yên và tự tin mỉm cười với đời như câu thơ:

"*Wake at dawn with winged heart/ And give thanks for another day of loving!*" – Kahlil Gibran.

Bảo Tồ

thơ

DA EM TRẮNG QUÁ NHÌN KHÔNG RA (*)

TRẦN VẠN GIÃ

Trắng ơi trắng nõn trắng nà
Nhà quê không có nước da lạ đời
Mẹ quê đội chiếc nón cời
Nắng chan chan dọi suốt đời da đen
Bến gần cho đến đồng xa
Khòm lưng cấy lúa tháng ba ngoài trời
Da đen bám mẹ suốt đời
Bùn đen bám mẹ suốt lời ca dao

Đêm nay sau trận mưa rào
Miền Trung không biết ra sao mùa màng
Tiễn con mẹ đứng đầu làng
Trắng trong nước mắt hai hàng trắng trong
Thương quê nhớ mẹ cháy lòng
Khuyên em đừng có lấy chồng nhà quê
Da em thành màu cơm khê
Trắng thành màu bạc lời thề hai ta
Trắng là để nhìn không ra (**)
Câu thơ ngày cũ tuy xa mà gần.

(*) dựa vào thơ Hàn Mặc Tử.
(**) "... nhìn không ra": thơ Hàn Mặc Tử.

thơ

MÙA TRĂNG CŨ

VƯƠNG HOÀI UYÊN

Làm sao anh biết được
Giữa những lo toan cháy bỏng của đời thường
Nơi một khoảng trời khuất nẻo của hồn em
Vẫn còn sáng mãi một vầng trăng.

Cơn lốc đời cuốn em về nơi cuối biển đầu sông
Đi đâu cũng thấy vầng trăng thời mới lớn
Trăng vẫn đến – muộn màng – treo nửa mảnh
Vẫn trong ngần như trăng thuở ấy – bên anh.

Và bao giờ anh về lại cánh đồng xanh
Nghe gió vọng khúc ru hời trên cỏ
Con sông biếc vẫn muôn đời trăn trở
Mải mê nằm nghe biển gọi miền xa.

Em trở về cùng năm tháng đi qua
Chợt hoảng hốt khi trăng đời đã xế
Hồn đắng nghẹn trước bao điều dâu bể
Ngẩn ngơ tìm một nửa mảnh trăng xưa.

thơ

NHỚ ĐÈO LE

TRẦN DZẠ LỮ

Đèo Le một thuở cay gừng
Muốn qua le lưỡi trong từng mét yêu
Đường chưa trơn trợt bao nhiêu
Anh hùng lại ngã lưng đèo mới đau...

Phải vì con mắt dao cau
Tây Thi tái thế nên sầu đa đoan?
Đèo Le khóa trái thiên đàng
Chỉ còn nỗi nhớ em... ràng buộc tôi!

thơ

TẾT QUÊ NGƯỜI MÃI NHỚ VỀ EM

HUỲNH DUY LỘC

Ảo tưởng ra xứ người
Làm giàu như giỡn chơi
Bao chông gai sỏi đá
Cào cấu xước trang đời

Sinh kế đè bẹp não
Nghiền nghiến nát hồn thơ
Bước liêu xiêu trong bão
Quê nhà về trong mơ

Hồn đi tìm ngơ ngác
Đã Giêng rồi! Xuân đâu?
Nhớ mai vàng sắc nắng
Thương làn hương hoa cau

Quê người phố lạnh buốt
Tay trần cầm mùa đông
Bẽ bàng thân tầm gởi
Lòng mơ say dáng xuân

Tờ lịch cuối vội rơi
Bay chơi vơi... xứ người
Quê nhà chuông chùa điểm
Năm cũ bước qua rồi

Anh một mình đất khách
Em cô lẻ quê nhà
Nỗi nhớ mong chắp cánh
Vượt nghìn trùng khơi xa...

thơ

NGUYỄN VĂN GIA

LẬP THU

Áo tím ai về
bên thềm cũ
Dễ nắng vàng phai
cũng tương tư
Chưa xanh thạch thảo
vàng hoa cúc
Mà sao lòng mình
đã lập thu.

RỖNG

Cứ nhủ lòng mình
Buông xả thôi
Nhẹ hều như nước chảy mây trôi
Làm sao giữ được
Điều không thể
Chỉ mỗi tay không đã nặng rồi.

MƠ...

Chẳng còn đâu
Bóng tre xanh
Quê nhà giờ đã trở thành cố hương
Ngậm ngùi ta
Giữa phố phường
Mơ…
Mùa trăng cũ
Ruộng
Vườn
Tiếng chim.

HẠT BỤI

Trái đất
Chứa bảy tỷ con người
Với vũ trụ
Chỉ là hạt bụi
Bụi của bụi
Mong gì vĩ đại
Giữa thiên hà
Vạn triệu năm trôi.

BÂNG QUƠ

Trang giấy trắng
nhớ câu thơ
Cánh buồm nâu
nhớ bến bờ xa xa
Rứa mà
người đó đi qua
Giả vờ đứng ngó
rất là bâng quơ…

LÁ TRÚC CHE NGANG

Em – Cháu ngoại họ Hoàng
Thôn Vỹ Dạ
Cũng mơ màng
Lá trúc mặt che ngang
Đời vắng biệt rồi
Những Hàn Mặc Tử
Nên sợi buồn thả xuống
Bến sông trăng.

QUẠNH VẮNG THỀM RÊU

Đã trao ấn kiếm
buồn chi nữa
Buổi xếp hoàng bào
biệt cấm cung
Hỡi ơi
vua chúa còn mơ ngủ
Thì huống hồ chi
kẻ thứ dân
Trời vẫn xanh
trên thành quách cũ
Sao lòng người
quá đỗi rêu phong
Ngô đồng kia
buồn chi ủ rũ
Chẳng vàng rơi
cho kịp thu sang
Em tôn nữ
hay là quận chúa
Chờ ai đây
cửa phủ cuối chiều
Từ dạo mùa vui
không về nữa
Chỉ nghe lá rụng
dưới thềm rêu.

thơ

ĐÊM HUYỀN THOẠI

TRẦN THOẠI NGUYÊN

Ly rượu nồng mình tôi uống đêm nay
Mình tôi uống đêm say
Cây cỏ vườn trời mãi xanh tươi hương ngát
Yến tiệc trăng sao lấp lánh một mâm đầy.

Đêm Cô Đơn tĩnh lặng, ôi đêm diệu kỳ!
Đêm huyền thoại ngọt ngào tiếng hót họa mi
Tôi uống giọt nồng thơm lừng trong từng hơi thở
Trong từng khoảnh khắc môi chạm vành ly!

Sự sống như hoa báu nở trần gian
Mặt đất thánh đường lộng lẫy hào quang
Tôi nâng ly, tôi hiện hữu
Đêm trắng mênh mông sương trắng lau ngàn.

Mặt trời ngủ đêm trong đóa hoa quỳ
Đêm huyền thoại ngọt ngào tiếng hót họa mi họa mi
Ly rượu nồng ngất ngây hồn cô độc
Ngoài song khuya vườn tinh tú thầm thì

Muôn tiếng côn trùng như mền dạ nhung êm
Tôi một mình tôi cùng tường vách lặng im
Xương máu tôi đâu chỉ là thân tứ đại
Một tiếng đàn nghe cũng rụng con tim!

Đêm Một Mình Tôi ôi đêm mê ly!
Đêm huyền thoại ngọt ngào tiếng hót họa mi
Ly rượu nồng cuộc đời tôi nâng lên uống cạn
Dưỡng chất trần gian muôn thuở vẫn xuân thì!

thơ

NƠI ẤY BUỒN TRÔNG

BÙI KIM THẢO

Nơi ấy bây giờ mùa mưa lũ
Hoang vắng mình em ngơ ngẩn trông
Buồn phơi cánh nhạn cùng mây nước
Thương lắm miền Trung một tấm lòng

Xưa em áo tím chiều Vỹ Dạ
Câu hò vang quyện gió sông Hương
Hoàng hôn bến Ngự màu ly biệt
Thương tiếc đôi mình đứa mỗi phương

Đã mấy lần thu rồi em hỡi
Đời vẫn ngược xuôi vạn nẻo đường
Dõi theo chiếc lá buồn diệu vợi
Rớt rụng trong tôi nỗi xót thương

Dòng sông vẫn chảy đời phiêu bạt
Lệ thầm theo sóng miệt mài trôi
Sông nhặt nước mắt đời nông nổi
Thành biển trầm luân một kiếp người

Chốn nơi nào đó miền phẳng lặng
Cho em đến trút cởi oan khiên
Lơ đãng chim trời bay khuất lối
Mộng mãi xa vời mộng muôn miên

Tôi muốn gom nắng vàng sót lại
Tặng em sưởi ấm lại giấc mơ
Chỉ thấy mây trôi mang khờ dại
Với tiếng gió chiều vọng vu vơ.

CHUYỆN TÌNH SA PA

BÙI THANH MINH

Sải nằm nghe tiếng con vượn hót ngoài thác Bạc suốt từ bốn giờ sáng. Tiếng hót lúc véo von, khi tha thiết; lại có lúc chìm vào tiếng thác nước đổ ào ào như rừng động, nước từ trên cao dội xuống tràn ra lênh láng, từng đợt, từng đợt như sóng của con suối Trung Hồ. Tiếng vượn vút lên tới non cao, rồi thả xuống vực thẳm, lặng chìm sâu đáy suối.

Ngoài nương nhà con Mẩy bắt đầu có tiếng gà rừng te te gáy. Đó là con gà trống màu đỏ đang đậu trên cành bằng lăng, đã mấy lần Sải nhìn thấy. Lát nữa nó sẽ bay xuống nương ngô cùng với mấy con gà mái màu nâu đi kiếm mồi. Đó là lúc tiếng gáy của con trống tắt, tiếng con vượn đực ngoài thác nước cũng tắt và tiếng đàn chim rừng sẽ tấu lên rộn rã. Cả một trời xanh vang lên bản nhạc tưng bừng của núi rừng.

Bên nhà thằng Cư Seo Phủ đàn lợn cũng thức dậy đuổi nhau, cắn nhau ngoài vườn vải kêu chí chóe. Sải trằn mình nằm nghiêng, suy nghĩ miên man. Hôm nay các con, các cháu, các chắt của Sải làm cỗ mừng Sải tròn tám mươi tuổi. Thật khó cho Sải, hôm nay cũng là thứ Bảy. Thứ Bảy ở trên thị trấn Sa Pa có phiên chợ tình. Sải và người ấy sẽ gặp nhau, cùng nhau uống rượu cho thật say, cùng nhau làm cho núi rừng tan thành tro bụi. Kể từ cái đêm ấy... đã 16 phiên chợ tình, không phiên nào Sải và người ấy không bên nhau để chia sẻ những buồn vui, sướng khổ của cuộc đời. Chỉ mới nghĩ đến đấy, toàn thân Sải như sôi lên, cái muốn ở trong lòng cuồn cuộn làm tim Sải thậm thịch. Vì thế Sải không muốn ở nhà. Sải ở nhà, người ấy đến chợ tình không gặp được, người ấy sẽ buồn, cái đầu lại say và cái miệng lại khóc, cái mắt lại chảy nước. Sải chỉ muốn đi với người ấy, cùng người ấy sống thật lòng, thật bụng hai ngày hai đêm. Làm cách nào bây giờ? Làm cách nào trốn được con cháu mà đi?

Sải sinh từ cái thời thằng Pháp còn như con thú dữ ở Sa Pa. Mười bốn tuổi Sải lấy chồng. Người chồng hơn Sải hai tuổi. Bốn năm sau, Sải đã có hai đứa con, một gái một trai. Đứa con trai vừa tròn một tuổi thì chồng Sải chết do bị trúng bẫy hổ của bản Tả Vạn. Chồng Sải bị treo ngược lên cây cao suốt một đêm ròng, máu dồn xuống mặt sưng vù lên trông như một chiếc thớt đầy ụ thịt tím lịm, hai mắt lồi ra như mắt con cheo luộc. Mười tám tuổi, Sải đẹp lạ lùng. Hai má lúc nào cũng rừng rực như lửa, đôi mắt ướt rười rượi, đôi vú căng mọng như vú con gái. Sải không thể không lấy chồng nữa vì đêm nào cũng như đêm nào Sải không ngủ được, hai cặp đùi trắng nõn vặn vẹo đến đỏ nhừ. Người chồng thứ hai của Sải là một chàng trai khỏe như con beo rừng. Hai cánh tay của chàng như hai cái bắp cây săng lẻ cuồn cuộn những thớ thịt và dây chằng. Nhưng người chồng đó chỉ làm cho cái thân đàn bà thỏa mãn, rồi mấy năm sau cũng theo người chồng cũ của Sải mà bỏ mấy mẹ con Sải do một tai nạn bất ngờ: lộn cổ từ trên đỉnh Phan Xi Păng xuống vực. Khi tìm được xác thì thú rừng cũng đã xé nát, chỉ còn vài khúc xương ngổn ngang. Sải khóc hết nước mắt. Đời Sải khổ mới ngoài hai mươi tuổi đã hai đời chồng và đời chồng nào cũng chết thảm, mấy đứa con thơ dại quấn vòng tang trắng trên đầu, ai nhìn vào cũng nát ruột héo gan, con tim Sải không vỡ là may lắm rồi. Nhặt đống xương gói lại, chôn cất chồng xong xuôi Sải lại hùng hục leo núi, làm cái rẫy, cái nương nuôi đàn con nheo nhóc. Rồi nắng, rồi mưa, rồi gió, rồi dông, rồi bia miệng tiếng đời… chan vào thân phận Sải, nhưng lạ thay, tuổi trẻ của Sải vẫn mơn mởn như cây măng mai, có chụp cái cối đá nó vẫn cứ đội lên mà lớn. Đàn bà không có chồng như cái suối không có con cá, cái núi không có cái cây. Sải lại đi tìm chồng. Chồng Sải lần này là một người đàn ông người Xá Phó hơn Sải mười lăm tuổi. Ông ta là một thợ săn nổi tiếng. Trong nhà ông có đến năm cặp sừng voi, ba bộ da hổ và hàng chục gạc hưu, gạc nai, hàng trăm móng vuốt thú rừng các loại. Ông có sức mạnh kinh khủng của đàn ông dành cho đàn bà. Sải gặp ông lần đầu khi ông mặc bộ quần áo người Xá Phó, một chiếc cung khoác chéo qua vai, tay phải cầm chiếc đao đứng ở sườn núi Ma Cheo Văn nhìn xuống thung lũng Trung Hồ, trời chiều hắt vào sườn núi những ráng vàng như lửa, in hình ông tạc vào như dáng núi khiến tim Sải rung lên như cánh hoa đồng tiền gặp gió.

Sải có ông như con nai trở về được với rừng. Ông là ngọn núi lớn hiên ngang chống chọi với bão gió, mưa nguồn để cho cây rừng nương tựa. Ông như chén rượu ngô làm lòng Sải ấm lại khi bụng thấm lạnh. Có ông Sải trải được lòng mình. Trong nhà Sải lúc nào cũng tràn ngập hạnh phúc. Các con của Sải quý ông như cha đẻ của chúng. Nhưng trời nghiệt ngã, chỉ cho Sải hạnh phúc được vài năm rồi cướp đi người chồng mà Sải yêu thương nhất chỉ bằng vết cắn của con rắn lục nhỏ. Cái chết của ông khiến Sải sụp đổ, quỵ hẳn không dậy được nữa. Bốn tháng sau, nhờ vào những miếng cao hổ của ông để lại, Sải ngồi dậy được. Rồi Sải vào rừng lấy những cái lá màu đen bỏ vào miệng nhai. Thứ lá bí truyền mẹ Sải dặn lại. Đó là một loại thuốc trường sinh bất lão, nó cho người đàn bà dư thừa sinh lực hơn cả Võ Tắc Thiên người Trung Quốc. Năm ấy Sải hai mươi bốn tuổi. Già làng bảo:

- Con Sải không được lấy chồng nữa. Đàn ông người Mông, người Dao, người Tày ở Sa Pa ít lắm. Mày lấy chồng nữa thì lấy ai đi săn con thú, lấy ai đi làm cái nương, cái rẫy?

Nhưng đôi má Sải cứ đỏ như hoa mộc miên, cặp mông Sải cứ cong tưng, đôi vú của Sải cứ căng mọng như hai trái bưởi. Đàn ông trong bản, rồi đàn ông các bản lân cận vây quanh Sải như đàn ong, nhưng không đứa nào dám lấy Sải nữa. Họ sợ lại cũng thành con ma như ba người chồng trước của Sải. Nhưng họ không cưỡng lại được cái thân hình rực lửa của Sải. Cũng có người liều lĩnh, đêm đêm đến đầu nhà thổi sáo, có khi tới sáng. Suốt đêm lời tiếng sáo nỉ non: *Từ trong tim yêu thiết tha thiên thần ơi/ Rì rào lời suối hát thác trắng ngần/ Khèn vang vang trên đỉnh núi anh cùng em…* làm tim Sải run run. Nhưng Sải không thể chọn được ai dù chỉ bằng một phần người chồng của Sải mới mất. Trong lòng Sải chỉ có ông mà thôi. Đêm đêm Sải vẫn mường tượng đến ông. Hơi thở ấm áp quen thuộc như chính hơi thở của Sải. Thân thể của ông, chỗ nào Sải cũng cảm thấy như thân thể của mình. Hai người lẫn vào nhau, không biết đâu là của Sải đâu là của chồng. Đã bao năm rồi mà Sải cảm thấy ông sừng sững trong lòng như ngọn núi lửa.

Cuộc đời Sải cứ thế trôi đi, suốt năm, suốt tháng mài váy bên chiếc khung dệt lanh, cắm mặt vào sườn núi Phan Xi Păng, ngâm mình dưới con suối Trung Hồ để nuôi đàn con như đàn hổ đói lớn lên. Thằng Pháp rời Sa Pa cuốn xéo về nước, lại đến thằng Mỹ mang bom đạn đến bắn phá, rồi lại chiến tranh biên giới... Giặc giã, lụt lội, đói rét liên miên dội lên đầu người dân Mông, trút lên đầu Sải, vắt cạn kiệt sinh lực. Sải nghiến răng chống chọi để sống. Rồi Sải có cháu ngoại, cháu nội. Năm ngoái con bé cháu ngoại lấy chồng sinh một bé trai. Thế là Sải đã có chắt. Vui vầy với đàn con cháu rồi cũng nguôi ngoai đôi chút.

Từ năm sáu mươi tuổi, Sải sợ bệnh tật, nên lại tiếp tục ăn cái lá trường sinh bất lão đó, cơ thể Sải cứ như được lột xác. Mọi tế bào trong người Sải như sống dậy, sinh lực lại dư thừa. Cả đời Sải không biết viên thuốc là gì. Cả đời Sải chưa lúc nào nguội tắt ngọn lửa tình yêu. Răng Sải vẫn nhai được xương con gà, da Sải vẫn căng, nếp nhăn tuy có nhưng không sâu, không dài. Cái chân Sải vẫn còn leo được núi Ma Cheo Văn hái cây nấm, cây măng và cái nấm linh chi mang ra chợ Sa Pa bán cho người Kinh, bán cho mấy ông tây bà đầm đi du lịch lấy tiền uống rượu, mua sắm.

Một tối thứ Bảy phiên chợ tình không họp được vì trời đổ mưa. Mưa tầm tã. Nước từ trên núi Rồng đổ xuống như thác. Phố phường nhòa tan trong mưa. Trên núi cao cây cối vật vã vì gió thổi. Dưới khe sâu suối gào lên vì ruột gan bị nước xối. Đàn ông, đàn bà, những trai thanh gái tú ở các bản người Mông, người Dao, người Giáy, người Xá phó buộc ngựa vào gốc cây tạt vào nhà thờ, vào những ngôi nhà trọ tránh mưa. Tây ba lô mắt xanh, mũi lõ ướt như con chúi lội vào những túp lều bán hàng xì xồ kêu lạnh. Các chị nướng khoai, nướng trứng bê bếp chạy vào những quán hàng quanh nhà thờ trú tạm.

Sải đeo chiếc quẩy tấu trên lưng tạt vào một cái quán bán thắng cố quen thuộc. Ở đó Sải sẽ ăn tô thắng cố và nếu có bạn thì uống rượu thâu đêm cho sướng. Quán thắng cố không đông khách lắm. Phía góc bên phải có hai vợ chồng người Dao vừa ăn thắng cố vừa uống rượu. Ở giữa có hai chàng thanh niên người Mông ngồi uống rượu ngô với thịt nai khô. Họ say như cây ngải cứu dập xuống dưới suối mà vẫn uống. Sải đặt chiếc quẩy tấu vào góc nhà, cụp chiếc ô gác lên trên, rồi ngồi vào chiếc bàn góc trái gọi chai rượu, đĩa thịt lợn quay nhâm nhi cho ấm cái bụng. Sải sẽ ngồi đây suốt đêm mà uống mà ngắm bọn trẻ người Dao yêu nhau cho đã con mắt.

- Cho ta một đĩa thịt lợn quay, nhiều nhiều há. Ta uống rượu với thịt lợn quay, nói chuyện với chồng ta sướng lắm há.

Chủ quán đến bên:

- Chào cụ! Cụ khỏe chứ. Trời mưa quá phải không cụ?

Rồi quay vào, người chủ quán vừa thái thịt lợn, vừa sắp vào đĩa bưng ra cho Sải.

Hôm nay Sải thấy anh ta có vẻ thân mật, dễ dãi và nhiều cái lời hơn mọi lần. Anh ta khoảng trên ba mươi tuổi, một vợ bốn con. Ngày xưa người chồng ta yêu nhất cũng trạc tuổi này. Chúng ta yêu nhau suốt ngày không biết chán, yêu tất cả mọi thứ trên người của nhau. Lạ thế, đã gần sáu chục năm rồi mà cứ nghĩ đến người chồng ấy, cơ thể Sải rạo rực hẳn lên.

Khoảng mười giờ đêm, khi mà Sải đã mê man vì men rượu, Sải không nói chuyện với người nữa mà chỉ nói chuyện với con ma. Sải nhìn sâu vào đáy chén thì thầm:

- Ta yêu ông. Bao nhiêu năm qua ta vẫn yêu ông, đi tìm ông, đi tìm tình yêu, ta vẫn thấy ông về nằm bên ta. Với ta ông lúc nào cũng là một chàng trai ngoài ba mươi tuổi nồng nàn và yêu thương nhất…

Những người ngồi uống rượu trong quán chẳng ai để ý đến một bà cụ người Mông lẩm bẩm những lời chẳng đâu vào đâu. Chuyện đó thường xảy ra trong những đêm có phiên chợ tình như thế này. Những người còn trẻ, họ đi chợ thường có đôi, khi người chồng say, không về được thì người vợ buộc ngựa vào chân, ngồi quạt cho chồng khi nào hết say thì về. Có khi ngồi cả đêm, chờ cho chồng tỉnh. Sải già rồi, không có bạn đời và cũng không tìm bạn đời nữa. Trời cho Sải sức khỏe, trời cũng cho Sải không tắt ngọn lửa tình yêu trong lòng. Suốt ngày, suốt đêm, suốt đời Sải khi leo núi, lúc làm nương, khi ra chợ… cái miệng Sải lẩm bẩm nói chuyện với con ma chồng, nhất là lúc uống rượu.

Dòng hồi ức còn đang râm ran cơ thể Sải, thì một người đàn ông lưng đeo quẩy tấu, đầu ướt nhẹp vì nước mưa bước vào. Mắt Sải hoa lên như bị chóng mặt. Trời ơi! Chồng Sải đã hiện hình trở về. Ông ấy kia, thân hình lực lưỡng, bộ ngực vạm vỡ, cái đầu lúc nào cũng hục hoặc, lắc lư như đầu con sư tử, hai bờ vai cuộn vồng lên, toàn thân vững chãi, thẳng tưng như cây sa mu.

Người đàn ông đặt chiếc quẩy tấu cạnh chiếc quẩy tấu của Sải, để chiếc ô lên trên, đứng nhìn Sải rất lâu, cái miệng cứ lúng búng như người câm, rồi từ từ từng bước lại chiếc bàn góc phòng mà Sải đang ngồi. Tim Sải đập dồn dập. Đúng ông ấy rồi. Ông ấy không chết, vẫn trẻ khỏe như xưa. Ông ấy về với Sải. Khi người đàn ông đã đứng trước mặt Sải, thì từ cái cơ thể cường tráng ấy phả vào mặt Sải một cái mùi - cái mùi mà cả đời Sải không thể nào quên được. Ấy là sau những đêm đi săn về, chồng Sải đổ ập xuống người Sải. Mùi mồ hôi đàn ông trộn lẫn mùi thú rừng, hòa cùng mùi của núi non, cây, cỏ. Nó như một thứ thuốc bùa mê mãnh liệt có sức mạnh trấn áp, khuất phục Sải.

- Tôi là… Giàng Mí Vàng, người bản… Trung Chai. Cho tôi… ngồi được chứ?

Người đàn ông nói mà như thổi được cái gì mắc trong miệng ra, rồi không đợi Sải trả lời, tự động kéo ghế ngồi đối diện. Sải hồi hộp quá, không dám ngẩng lên. Người đàn ông cầm chai rượu, với chiếc cốc bàn bên tự rót, tự uống. Không ai nói với ai lời nào. Sải và người ấy cứ thi nhau rót rượu. Lúc đầu người nọ rót cho người kia, sau rồi ai rót người ấy uống. Rượu trong chai đã hết mà vẫn rót. Rượu trong chén cạn khô rồi vẫn ngửa cổ dốc ngược. Mãi cho đến khi Sải mụ mị, hơi thở từ trong miệng ra có thể bốc cháy nếu gặp lửa thì mới đủ can đảm ngẩng lên. Chao ôi! Người đàn ông ngồi trước mặt chỉ bằng tuổi cháu nội Sải, nghĩa là bằng tuổi chồng Sải ngày ông ấy bị rắn độc cắn… Nhưng mà sao anh ta giống chồng Sải như hai giọt rượu. Giống từ cái cách dốc chén rượu vào miệng, lời nói và cả tiếng cười ha hả. Cái luồng hơi anh ta phả ra… con ma có sống dậy cũng không thể giống hơn.

Sải và người ấy cứ nhìn nhau trân trân. Bốn con mắt cứ hút chặt lấy nhau, đắm đuối. Sải thấy đôi mắt người ấy giống đôi mắt của chồng Sải quá. Đôi mắt như dòng nước xoáy của thác Bạc, sôi lên sùng sục, nhấn chìm tất cả. Sải quên rằng Sải đã tám mươi tuổi, mà người ta, cái người đang ngồi trước mặt Sải đây chỉ ba lăm, ba sáu tuổi là cùng. Không, Sải đang sống ở lứa tuổi đó. Tim Sải, máu huyết Sải, thân thể Sải không già tí nào cả. Tất cả tình yêu thương của người chồng bỗng từ đâu ùa về làm cho các tế bào trong thân thể Sải sống dậy.

Gió ở ngoài quán ào ào đuổi những hạt mưa chạy dạt vào hiên nhà. Hơi lạnh từ trên núi Rồng cố len lỏi tỏa vào trong quán. Đêm thị trấn Sa Pa lặng thinh đến nỗi đếm được từng tiếng mưa gõ trên vách lá, cả tiếng nói của mọi người trong quán cũng chìm đi trong đêm lạnh.

Người đàn ông nhìn thẳng vào mắt Sải cười, nụ cười hiền như con cu ly. Đôi hàm răng anh ta lóa lên trong đôi môi đỏ tấy vì rượu mạnh khiến tim Sải muốn nhảy khỏi lồng ngực.

Đêm ấy, Mí Vàng và Sải đã ngồi như thế, uống rượu và nói với nhau không biết bao nhiêu lời. Những lời mà xưa nay Sải chỉ nói được với hồn ma người chồng thứ ba của Sải. Những lời mà sau khi Sải nói ra rồi, nếu là lời buồn thì thấy mình hết buồn, nếu là lời vui thì mình vui thêm. Đêm đó, ở quán thắng cố Sải như gặp được người chồng mà gần sáu mươi năm qua Sải đau đáu nhớ thương.

***

Thằng Cư Seo Lử, cháu nội Sải lục cục dậy, mở cửa ra ngoài vườn. Nó lấy con dao quắm, nghe bố dặn dò rồi biến vào rừng. Sải biết cha nó bắt nó ra đầu bản đứng canh không cho bà nội đi Sa Pa. Con Sẩu thì đeo quẩy tấu vào rừng nói là đi hái nấm, nhưng Sải biết mẹ nó sai nó ra con suối canh không cho bà nội vượt suối mà đi. Bên nhà thằng Seo Phủ cũng lịch kịch gì đó. Chúng nó bảo nhau quyết không cho Sải đi Sa Pa gặp người ấy. Chúng nó không hiểu, người Mông ta có thể thiếu chén rượu, miếng mèn mén, nhưng không thể thiếu được tình cảm con người, như đỉnh Phan Xi Păng không thể thiếu được cây rừng.

Sải đã dậy ra ngoài sân. Thấy Sải lụi cụi dỡ cái quẩy tấu treo ở cây vải, cha thằng Cư Seo Lử hỏi:

- Mẹ đi đâu đấy?

Sải định không nói là mình đi Sa Pa, nhưng nó hỏi thế, cách hỏi của nó như thể kiểm soát, thì Sải bực mà trả lời:

- Tao đi… chợ Sa Pa.

- Ô… không được đâu, mẹ. Hôm nay con cháu làm cỗ mừng mẹ tám mươi tuổi mà.

Đứa con dâu cũng hùa theo:

- Không được đâu mẹ. Mẹ đi thì làm cỗ mừng sao được?

Sải ném cái quẩy tấu xuống, đi ra đầu nhà. Đàn lợn đen trũi nằm ngổn ngang, thấy người đến thì nhổm dậy hít hít, ngửi ngửi vào chân. Sải hẩy vào mõm con lợn, khiến nó hực lên một tiếng. Giờ này chắc là Giàng Mí Vàng đã đi được quá nửa quãng đường rồi. Lẽ ra chỉ vài giờ nữa Sải và người ấy sẽ gặp nhau, cùng nhau đi bán linh chi, bán nấm, bán những chiếc mũ người Mông… rồi tối nay đi chợ tình, chợ tình tan thì uống rượu. Uống rượu với người mình thích thì sướng lắm, cái gì cũng say, đã say rồi thì cái gì cũng thích.

Sải bực quá. Cái bực ngùn ngụt bốc lên làm nóng cả hai con mắt, hai vành tai đỏ nhừ, hai bàn tay run run. Sải quay lại lấy chiếc quẩy tấu, khoác vào vai đi thẳng vào rừng. *Chúng mày làm gì được tao nào? Chúng mày không phải nuôi tao, không phải mất cho tao một viên thuốc, tao làm gì mặc tao?*

Sải cắt rừng mà đi. Bàn chân Sải thoăn thoắt như chân con gái, đến con suối Thầu thì ngừng lại. Sải có biết đâu, hai thằng cháu trai của Sải được cha mẹ giao nhiệm vụ phải đuổi theo đưa bà nội trở về. Chúng nó gặp Sải khi Sải đang vén váy lội qua suối. Một đứa lội xuống suối bế thốc bà nội lên bờ, một đứa quỳ trên bờ chắp tay lạy. Thế này thì Sải còn biết làm gì nữa.

Lúc đó là bảy giờ sáng. Giàng Mí Vàng đang hăng hái bước trên đường ra Sa Pa. Từ ngày Mí Vàng gặp người đàn bà đó, trong người Mí Vàng làm sao ấy. Lúc ăn cơm, lúc làm cái nương cái rẫy, lúc thổi khèn và cả lúc ngủ nữa, hình ảnh người đàn bà ấy không sao tắt đi được. Kể từ cái đêm đầu tiên trời mưa, uống rượu ở quán thắng cố đến nay đã mười sáu cái phiên chợ tình, không phiên nào Mí Vàng vắng mặt, phiên nào người ấy và Mí Vàng cũng uống rượu, nói chuyện với nhau suốt đêm. Vắng người ấy, Mí Vàng ăn không thấy ngon, ngủ không thấy sâu. Và điều quan trọng bên người ấy Mí Vàng mới nói được. Cả tuần, Mí Vàng chỉ chờ đến ngày thứ Bảy là từ Trung Chai ra Sa Pa.

Cuộc đời Giàng Mí Vàng cũng chả có gì hay ho lắm. Mẹ Mí Vàng đã mất từ khi Mí Vàng còn rất nhỏ. Mười bảy tuổi Mí Vàng lấy một người con gái người Dáy làm vợ. Vợ Mí Vàng đẹp, đẹp nhất là đôi mắt cứ như là hai ngọn đuốc. Nhưng cái điều làm Mí Vàng hạnh phúc nhất đó là khi Mí Vàng buồn có thể đổ vào lòng vợ như được chở che, lúc vui có thể san bớt cho vợ, và lúc cần tình yêu thì người vợ làm Mí Vàng sung sướng. Hai vợ chồng cùng sống hạnh phúc với nhau được vài năm thì bỗng cô vợ mất tích sau một lần đi nương, không để lại mảy may một tí dấu vết, y như bị bốc cháy thành tro bụi, kể cả sợi khói cũng mất hút lên trời. Mí Vàng vẩn vơ mất mấy năm, như người bị hồn lìa khỏi xác. Rồi bỗng nhiên, Mí Vàng không nói được nữa. Ai hỏi cũng không nói, ai gọi cũng không thưa, suốt ngày lầm lụi vào rừng tìm vợ. Già làng bảo, *con vợ Mí Vàng nó lấy mất cái hồn Mí Vàng, giờ nó lại lấy mất cả tiếng nói nữa, không khéo rồi nó lấy cả thân xác*. Cha bảo *phải lấy vợ cho Mí* Vàng thì cái tiếng nói mới về cái miệng, cái hồn mới nhập vào người nó. Cha sang bản Tà Phìn, bản Lao Chải hỏi vợ cho Mí Vàng. Nhưng đứa con gái nào Mí Vàng cũng thấy nhạt thếch. Mí Vàng như người quanh năm ăn muối, giờ không có muối không ăn nổi.

Đoàng một cái, như phát súng nổ, Mí Vàng gặp người đàn bà có lửa ấy, nó giống như tìm được cái thứ để Mí Vàng bốc cháy và sẻ chia. Đêm ấy, bỗng dưng cái tiếng nói về được cái miệng Mí Vàng. Cũng đêm đó Mí Vàng đã nói tất cả những lời mà mười mấy năm qua không nói được. Lạ thế, người đàn bà ấy hơn cha của Mí Vàng những sáu tuổi.

Mùa xuân cảnh vật Sa Pa thật là đẹp. Núi Rồng chồm lên sừng sững như đang nhả ngọc xuống thung lũng Sa Pa. Mây giăng giăng như một dải sương mờ phủ kín thung lũng. Hoa anh đào lập lòe bừng sáng ngập tràn phố núi. Những bông hoa đồng tiền xòe như chiếc ô đỏ giăng kín hai lối đi. Hoa lưu ly sang trọng tỏa hương ngan ngát, hoa mộc miên đỏ rực như lửa. Những đôi vợ chồng người Mông tay dắt ngựa, lưng đeo quẩy tấu thung thăng ra chợ. Người Mông có câu: "Lòng dạ có tốt thì ra chợ mới biết". Ra chợ, gặp mọi người, được nói thỏa thích, uống ăn thỏa thích và yêu cũng thỏa thích, lòng dạ mình được cởi ra hết, sướng lắm.

Mí Vàng còn vui hơn mọi người. Chỉ lát nữa Mí Vàng sẽ gặp được ngọn lửa ấm của mình. Rồi đêm nay, Mí Vàng sẽ thổi khèn ở chợ tình, lời chiếc khèn sẽ nói hộ cho lòng Mí Vàng:

Gió thổi lá cây bên khe
Nếu ta là giọt sương
Ta xin tan trên bàn tay nàng
Gió thổi lá cây, lật ngả nghiêng bên suối
Nếu ta là bông tuyết trắng
Ta xin tan dưới bàn tay nàng.

Mí Vàng đã đi hết phố chợ, vòng qua quán thắng cố, rồi ngược lên núi Rồng, rồi lại rẽ xuống phố nhà thờ… Thị trấn Sa Pa nhỏ bé, chỉ đi chưa mỏi cái đầu gối đã hết mà không thấy người ấy đâu. Người ấy có đi? Người ấy không đi? Mí Vàng lại đi lại một lần nữa. Thị trấn Sa Pa nhỏ bé, cái đầu gối chưa mỏi đã đi hết. Người ấy có đi? Người ấy không đi? Đến tối thì Mí Vàng gặp hai đứa cháu ngoại của người ấy ở quán thắng cố, nó nói:

- Bà ngoại không muốn gặp nữa đâu. Bà ngoại ở nhà rồi.

Lời nói như cật nứa khứa vào trái tim Mí Vàng. Núi Rồng như sụp đổ, đầu óc Mí Vàng tê dại. Đêm ấy Mí Vàng uống không biết bao nhiêu là rượu. Rượu ngô chảy vào trong huyết quản làm huyết quản cháy lên, nhưng không làm cho lòng Mí Vàng nhẹ bớt. Mí Vàng chỉ muốn khóc, khóc thật to cho lòng vơi đi khổ đau.

Mí Vàng uống rượu suốt ngày chủ nhật. Uống đến nỗi núi Rồng lộn ngược xuống vực, thung lũng chảo hoa Sa Pa hất ngược lên trời. Mây mù giăng giăng loãng ra, quấn lấy cành cây sa mu, dạt xuống mặt hồ.

***

Sau cái ngày con cháu tổ chức bữa cơm mừng Sải tám mươi tuổi, lòng Sải như có ngọn lửa cháy bỏng rát ở trong. Sải đứng ngồi không yên, ra ra vào vào, lòng dạ ngổn ngang. Sải thương Mí Vàng biết nhường nào. Sải thương đến cả từng cái móng tay, từng sợi tóc của Mí Vàng. Nếu có thể Sải ngồi cả ngày, cả đời chăm chút từng sợi lông mi cho Mí Vàng quyết không để một sợi bị xước. Nghĩ thì nghĩ như thế, nhưng mà Sải ngại, ngại lắm. Mí Vàng có hiểu cho lòng Sải không? Hay lại chọ Sải là người chả ra gì. Sải già quá rồi, mà Mí Vàng thì còn quá trẻ.

- Ê! Bà già người Mông, sao lại đi ra giữa đường?

Sải giật mình ngẩng lên. Thế ra Sải đã ra đến thị trấn Sa Pa. Mải nghĩ nên đi không đúng phần đường. Núi Rồng ở trước mặt, đỉnh Phan Xi Păng ở sau lưng. Cây sa mu sừng sững thẳng tắp đứng ở mé đồi trông như cái cột điện cao thế.

Sải đi thẳng đến quán thắng cố quen thuộc. Người chủ quán vừa trông thấy đã nói:

-Xin chào…!

Anh ta tránh câu nói "bà cụ", rồi chạy ra đỡ lấy cái quẩy tấu, một tay dắt Sải vào trong nhà thì thầm vào tai Sải điều gì hệ trọng lắm. Nghe xong, tim Sải như thắt lại. Nhưng cái tuổi Sải đã nhiều, nên bên ngoài không ai biết trong lòng Sải đang quặn thắt. Sải ngồi phịch xuống chiếc ghế, nhìn vô hồn ra hồ. Cứ thế, đôi mắt Sải không chớp, khuôn ngực không phập phồng, nhưng máu thì bắt đầu đông cứng.

Tất cả cây cối, hoa lá, mây mù và cả gió ở Sa Pa đều ngưng lại. Xe cộ, người, ngựa… đều lặng lẽ chuyển động vòng vèo quanh cái thị trấn bé nhỏ. Trời ạ! Sự chuyển động của đất trời sao mà cay nghiệt, vô tâm đến thế? Tại sao, Sải không thể trẻ lại năm mươi tuổi nữa? Tại sao thời gian cứ vô tình trôi đi?

Sải ở lại gần một tuần để chờ ngày thứ bảy. Thứ bảy đã đến. Sải ngồi ở đầu con đường từ bản Trung Chai ra Sa Pa đón Mí Vàng từ sáng sớm. Sương mù dày đặc quấn lấy chân Sải như thể những sợi tơ. Hương cây ngải cứu phảng phất làm Sải tỉnh táo hẳn. Sườn đồi bên kia suối Trung Hồ ruộng bậc thang dần hiện ra như bức tranh thêu rực rỡ. Sải không hy vọng gì vào tình yêu của Mí Vàng, nhưng lòng Sải thì nhớ mong Mí Vàng da diết. Nỗi nhớ chiến thắng những suy nghĩ chính xác. Cái chân người Mông làm theo con tim chứ không thể làm theo cái đầu tỉnh táo.

Mặt trời chui khỏi khe núi, rồi mặt trời cheo trên cây sa mu, rồi mặt trời đã ngồi trên sườn Ma Cheo Văn. Từ xa Sải nhìn thấy thấy Mí Vàng tay dắt con ngựa đen lững thững từ dưới dốc đi đến. Cùng lúc Mí Vàng cũng nhìn thấy Sải trong bộ váy áo người Mông ngồi trên một phiến đá ven đường. Dãy Phan Xi Păng, rồi cả đỉnh núi Rồng như bị xiêu vẹo. Tim Sải cũng vỡ tung. Nhưng Sải kìm lại được, chỉ đứng dậy bấm những ngón chân, mặt đất như lún xuống, hai bàn tay kéo ghì chiếc áo làm những sợi lanh căng ra muốn đứt. Còn Mí Vàng thì buông dây ngựa, miệng hét toáng lên cho vỡ trời, vừa hét vừa chạy đến bên Sải, cầm lấy bàn tay Sải, miệng lắp bắp:

- Tôi nhớ quá! Tôi… Tôi… rất nhớ… bà!

Sải tưởng đó là tiếng lỡ lời của núi Rồng. Nhưng không, người Mí Vàng đang run lên, nước mắt của Giàng Mí Vàng đang chảy ra, cùng với cái siết của đôi bàn tay Mí Vàng khiến trái tim Sải muốn nghẹt thở. Rừng Sa Pa đang chuyển động. Đỉnh Phan Xi Păng sừng sững giữa trời. Núi Rồng đang nhả ngọc phun châu xuống thung lũng Sa Pa. Hoa! Trời ơi hoa đang bừng nở giữa đất trời Sa Pa huyền ảo. Thị trấn Sa Pa như một chiếc áo người Mông sặc sỡ. Cả Sa Pa như một rừng hoa. Rồi sương! Sương mù giăng giăng như những sợi tơ lòng quấn lấy cây, lấy hoa, lấy người, lấy tất cả… Thì ra cái mà Sải cần, cần suốt đời hơn cả chén rượu, miếng mèn mén, bát thắng cố… là đây. Trời ơi! Bao nhiêu chất chứa, bao nhiêu lo âu, bao nhiêu thấp thỏm, bao nhiêu nghi ngờ, bao nhiêu giận hờn và cả bao nhiêu thời gian nữa, bỗng tan biến hết vào hư không mà lòng Sải lại không kiệt.

Mùa xuân Canh Dần

Bùi Thanh Minh

thuyền quyên thục nữ xinh xinh
bất ngờ gặp chuột thất kinh hoảng hồn
chúng ranh mãnh giàu tinh khôn
hay có vũ khí chi ngon hơn người
không chừng em có sẵn rồi
một con chuột biếc tinh khôi trong lòng
lh

truyện ngắn

PHÚT MẶC KHẢI

ELENA PUCILLO TRUONG

(Nguyên tác: La Rivelazione)

Bản dịch của Trương Văn Dân

"Đồ chết tiệt!"

Ngồi trong gian bếp, tôi giả bộ đang may để lén quan sát con búp bê rỗng tuếch đang xoay người nghiêng qua nghiêng lại trước gương trong phòng ngủ.

Mảnh mai như một vũ nữ, cô ta đưa tay lên cao để duỗi thẳng tóc rồi sau đó thoa một chút son lên môi trông như những giọt sương trên hai cánh hoa hồng.

"Ui chao! Lại bị kim đâm rồi!". Quá tập trung vào nó tôi đã lơ đễnh để kim chích vào ngón tay. Cố tạo vẻ lãnh đạm, tôi làm như không quan tâm khi cô ta bước vào nhà bếp.

"Thưa mẹ trễ rồi, con phải đi làm bây giờ đây. Con sẽ tranh thủ về nhà sớm. Các món ăn con đã chuẩn bị xong, không biết mẹ còn cần gì nữa không?".

"Thôi, cứ đi đi, đừng có bận tâm!".

Cô gái bối rối nhìn tôi, như thể còn muốn nói thêm một điều gì nữa nhưng cuối cùng im lặng, cầm lấy chiếc xách tay và xâu chìa khóa, lặng lẽ bước ra khỏi nhà.

Bây giờ thì tôi mới thực sự là bà chủ. Kể từ khi cô ta bước vào sống trong căn nhà này, tôi thực sự thấy mình chỉ là một người khách lạ hay thậm chí là một kẻ đột nhập, giữa cô ta và đứa con trai.

"Ngốc thật!". Chính tôi đã là người khăng khăng nài nỉ con trai mình. Nhìn thấy nó ăn chơi lêu lổng và hoang phí thời gian, chỉ thích chơi đùa và không muốn lập gia đình. Chính tôi đã cương quyết đòi hỏi nó phải quyết định. Ba nó mất đến nay đã nhiều năm và tôi cũng đã già. Tôi không muốn thấy con mình cô độc, nó cần phải tìm một người vợ, đã hơn ba mươi lăm tuổi rồi còn gì… nó đâu còn thời gian để chờ đợi nữa…

Và thế là một ngày cô gái ấy đã đến đây, núp sau lưng thằng con trai, hai bàn tay căng thẳng và bối rối siết chặt chiếc dây đeo của túi xách. Chặt đến nỗi màu các khớp trên ngón tay biến thành màu trắng bệch. Không một sợi tóc nào nằm ngoài vị trí, trên má cô ửng một chút phấn hồng và đôi mắt chiếu sáng như một hòn than đang cháy trên tàn tro. Đúng rồi, chính nó đã hớp hồn con trai tôi!

Trước đây, từ ngày chồng mất, đứa con trai là tất cả với tôi và ngược lại. Tôi là người duy nhất mà nó quấn quít và ngưỡng mộ. Rồi khi cô gái bước vào nhà, tình yêu bị chia sẻ. Thứ gì cô ta cũng làm tốt hơn tôi. Tôi trở thành kẻ thừa thãi và vô dụng.

Và bây giờ cô ta trở thành bà chủ nhà. Chỉ mấy ngày sau đám cưới là mọi chuyện đã rõ ràng. Tôi bị gạt qua một bên. Cô ta đã trang hoàng nhà cửa theo một cách khác và thằng con tôi lại thích nghe theo. "Má thấy không, như vậy ngăn nắp hơn… nhà đẹp hơn. Vợ con thật giỏi…"

Bao nhiêu lần tôi muốn nói là tôi thích căn nhà được sắp xếp như xưa, đó là căn nhà của tôi… thế nhưng tôi chỉ biết nhếch mép, cười, lúc lắc cái đầu và tiếp tục giữ im lặng… dù ánh mắt thường ném một cái nhìn về phía cô ta. Cái nhìn tóe lửa, muốn thiêu đốt, làm cô ta biến mất.

Đây rồi, cô ấy đã bước ra khỏi nhà. Một tiếng thở phào, giải thoát. Bây giờ thì tôi có thời gian dành cho mình. Nhưng thời gian ấy để làm gì đây? Trong nhà bếp tất cả đều ngăn nắp, phần ăn của tôi cũng đã được chuẩn bị xong xuôi, khi nào muốn tôi chỉ cần hâm nóng là xong.

Đã từ lâu tôi ít ra khỏi nhà, các bạn cũ đều ở xa, rất nhiều người đã dọn ra ngoài thành phố. Có những kẻ bất hạnh thì giờ đây không còn nữa, còn chăng họa là kỷ niệm… trường học, tuổi trẻ, hôn nhân…

Tôi bước loanh quanh giữa những gian phòng trống của căn nhà mà tôi không cảm thấy nó là của mình. Tôi là bà chủ. Ừ, thì là bà chủ, mà chủ… cái gì? Và, rồi sao nữa? Là bà chủ để được một mình. Lúc nào cũng cô độc. Tôi chua xót nhìn đời bằng nửa nụ cười rồi lặng lẽ chôn kín tất cả những niềm đau vào bên trong.

Ngày giờ trôi qua trong sự quen thuộc đến độ nhàm chám. Chỉ còn vài giờ nữa thì bà chủ trẻ sẽ về nhà và tôi sẽ biến thành một bóng ma.

Thế nhưng có tiếng động trong ổ khoá. Nó! Nó đã về nhà!

Sao sớm thế nhỉ?

Làm bộ lãnh đạm tôi trở về phòng mình. Tôi nghe tiếng nó đặt xâu chìa khóa và chiếc xách tay lên bàn. Tôi chẳng muốn nghĩ đến nó chút nào… phải rồi, nó chiếm hữu căn nhà của tôi, chiếm hữu đứa con trai của tôi… nên tôi chẳng muốn phí thời giờ để nghĩ về nó! Đó đâu phải là việc của tôi!

Cầm lên tay vuông vải nhỏ vừa mới bắt đầu thêu, đó chỉ là cái cớ để cầm một vật gì, nhưng đầu óc tôi trống rỗng. Chỉ có đôi tai là căng lên, sẵn sàng nắm bắt những tiếng động rất nhỏ. Cái gì vậy? Có điều gì bất thường. Tôi không thể ngồi yên được nữa.

Đứng dậy để xem. Phòng ngủ bên kia trống rỗng. Trong gian bếp chẳng có ai. Thế nhưng trong sự im ắng này tôi lại nghe có tiếng nấc, tiếng rên rỉ, rất khẽ, đến từ phòng tắm. Cửa phòng chỉ khép hờ và trong lúc đẩy vào, tôi thấy nó đang đứng, khom người trên nền nhà, nước mắt nước mũi chảy ròng trong nỗ lực ngăn chặn một cơn nôn mửa. Chân trần, chiếc áo đẹp mặc đi làm bị ướt một quầng lớn ở vạt trước, hai cánh tay yếu ớt buông thõng.

Một tia chớp lóe lên trong đầu tôi!

Ui chao, tôi chính là một con mụ ngốc! Quá đần độn và chẳng hiểu gì!

Bây giờ thì tôi nhớ ra rồi… cái cách mà nó đưa tay lên che trước bụng, như thể muốn bảo vệ cái mầm sống đang bắt đầu lớn lên ở bên trong. Khuôn mặt tái mét nhưng đường nét dịu dàng, các cử động đều chậm rãi khác với cách cuống cuồng lúc trước.

Rồi tôi chợt nhìn lại, nhớ lúc mình cô độc và sợ hãi khi mang thai lần đầu mà hoàn toàn không nhận được sự giúp đỡ nào của mẹ chồng. Thời đó tôi chỉ cảm nhận sự ghét bỏ, về cái cách bà ấy mắng nhiếc bằng những lời thô bạo, làm tôi còn đau hơn những trận đòn roi!

Sao mà mình lại không thể nhận ra? Tôi đã tự đóng khung, đã đóng cửa trái tim trong chiếc lồng ích kỷ và lãnh đạm của mình! Bao nhiêu thời gian đã mất, cho những điều phù phiếm là quan trọng, và sống bằng thành kiến ngu xuẩn để đời mình như tẩm độc?

Liếc nhìn cô gái nhỏ, tôi thấy đôi mắt đầy sợ hãi và ươn ướt như vừa khóc.

"Bình tĩnh đi con. Mẹ hiểu rồi. Đợi một chút, mẹ sẽ giúp con!".

Chạy đi lấy chiếc khăn bông, tôi dấp nước và lau mặt cho con dâu, chùi mấy đốm bầy nhầy thốc tháo còn dính xung quanh miệng. Rồi tôi tiếp tục nói, bao nhiêu lời lẽ mà lâu nay tôi đã giữ kín trong lòng mình. Ngay cả chính tôi cũng không thể ngờ là mình có thể nói được những lời dịu dàng đó.

"Con sợ…" giữa những tiếng nấc đứa con dâu gắng gượng nói. "Con thấy mệt. Thức ăn trong bụng như cứ muốn trào ra…"

Tôi dìu con dâu vào phòng ngủ, giúp nó thay đồ. Cô nhỏ quá yếu, tôi cảm giác như mình đang cởi đồ cho búp bê.

"Con gái yêu, đừng lo nữa. Mẹ sẽ giúp đỡ con. Chờ một chút nhé, đây, chiếc gối nhỏ đây, bây giờ mẹ đi lấy chai dầu xanh, thoa chỗ này nè, trên cổ tay, một chút lên màng tang nữa… đấy, thấy chưa, con có vẻ đỡ hơn rồi đấy. À, mà đợi mẹ đi lấy cho con vài lát gừng, nhấm một chút sẽ hết buồn nôn. Cố gắng nhé, chỉ vài tháng đầu thôi… sau đó con sẽ khỏe…"

Tôi trở lại với một tách trà nóng và mấy lát gừng trên tay. Tôi nhìn thấy khuôn mặt con dâu đã bớt tái và đang nằm áp đầu vào chiếc gối con, đôi mắt vẫn còn ướt vì nước mắt.

Nhưng mắt tôi cũng đang ẩm ướt. Chúng tôi sẽ có thời gian để làm lại… và trong chính phút ấy lại có tiếng chìa khóa tra vào ổ… thằng con trai của tôi cũng đang bước vào nhà.

"Sao im lặng quá vậy… có gì ăn chưa?" lời chưa dứt đã thấy nó đứng trước phòng ngủ, ngỡ ngàng nhìn chúng tôi.

"Bây giờ mẹ đi nấu cái gì để ăn đây. À, từ rày về sau con cần phải kiên nhẫn hơn đó. Trong lúc mẹ đi nấu ăn, con phải ngồi đây để canh chừng và chăm sóc vợ. Vợ con sẽ thông báo cho con một tin quan trọng, nó sẽ làm thay đổi cuộc đời chúng ta… và là một tin rất vui!".

Sài Gòn 2/2012

Elena Pucillo Truong

Tùy bút

ĐÊM DƯỜNG NHƯ BÌNH YÊN

ĐẶNG CHÂU LONG

Tôi đứng im đối diện cửa sổ trên tầng mười một trong đêm thật sâu. Cơn gió hiu nhẹ mơn man thổi lên thịt da chút gai góc lạnh. Đêm dung chứa những tạp âm, thầm thì, rền rỉ cùng nhau, như bài tập phối âm vụng về từ những nốt trầm lạc điệu. Giữa thinh không chỉ còn một màu hư vô, chán ngắt. Và tôi, cứ đăm nhìn vào vô thức, hờ hững ngắm từng thời khắc lặng lẽ trườn qua cõi nhân gian hời hợt thâm u. Vọng về đâu đó nơi xa âm vang tiếng còi hụ của một xe cấp cứu, xe chữa cháy, hay xe chở tù nào đó. Tiếng lạc lõng trên cung đường thanh vắng giữa đêm như một hợm hĩnh khó bỏ, dù đang thênh thang chạy một mình giữa phố vắng đêm khuya.

Và đâu đó trong khung cửa khuất trong đêm của tầng cao bên cạnh bỗng lóe lên tia lửa. Tia lửa sáng vội và cũng vội vàng tắt ngóm trong đêm không lưu hình tích nào khoảnh khắc vừa qua. Một sự bừng tỉnh trong đêm của ai đó dẫn tôi bước vào thời mông muội hồng hoang. Và Zeus, và Posidon, và Hades, và Hera, và Aprodite, và Ares, và Athena, và Prometeus đã lừng lững hiện về đúng lúc ánh sáng khai hóa văn minh con người một lần được lóe lên. Định mệnh đã đặt tên cho Prometeus với ý nghĩa là vị thần "hiểu quá khứ, nắm được hiện tại và thấu rõ tương lai", và chính Prometeus phải mang ánh lửa về cho nhân loại. Chỉ có thể thế thôi. Prometeus không thể bước thêm một bước nào khác, dù có tuyên chiến với Zeus rằng: "Cứ việc phóng lửa sét thiêu hủy, cho cảnh tuyết cánh trắng tung hoành, cho sấm từ lòng đất cứ gầm lên và đảo lộn cả đất trời! Tất cả đều không làm cho lòng ta nao núng". Thế giới mông muội của thần thánh vẫn duy lý và toàn trị và Prometeus bất tử kia phải nhận bản án xiềng xích chân tay, đóng đinh xuyên ngực vào đỉnh núi Caucase và vẫn bị chim ưng móc gan ruột hàng ngày. Cái thời kỳ mông muội kia dường như vẫn còn nguyên giá trị mãi tận bây giờ, giữa thời kỳ khai phóng, văn minh. Chẳng ai muốn tước đi quyền lực mình khi cờ đã trong tay.

Từ bấy đến thế kỷ thứ 5 trước công nguyên là bao nhiêu năm tháng? Thần thánh đang qua đi giao lại quyền lực cho con người dường như chẳng tốt hơn là bao. Có chăng là một số ít con người sẵn mang ngọn lửa Prometheus trong tim, nổi trội lên như một hiện tượng, hiện tượng phản kháng. Diogenes nổi tiếng với chủ nghĩa khắc kỷ, mang biểu tượng ngọn đuốc đi tìm con người trung thực giữa ban ngày. Chính cái danh của ông còn lưu truyền mãi hơn hai ngàn năm sau đã minh chứng sự thất bại của con người tự do trung thực mà ông mãi hoài mong.

Và Eschyle, một chiến binh có mặt trong đạo quân thần thánh của người anh hùng dân tộc Hy Lạp Thémistocle, đại thắng quân Ba Tư trong trận thủy chiến Salamine – không đầy ba trăm thuyền chiến nhẹ của Athènes tiêu diệt hơn một ngàn hai trăm thuyền chiến hạng nặng của địch. Trở về sau cuộc chiến, Eschyle thành một nhà viết bi kịch sử thi. Kịch Prometheus bị xiềng nằm trong bộ ba bi kịch: Prometheus lấy cắp lửa – Prometheus bị xiềng – Prometheus được giải phóng. Tiếc thay đến nay chỉ còn một tập Prometheus bị xiềng. Nhưng có lẽ không có tư tưởng gì xa hơn ngoài tôn vinh Prometheus đã vì con người sẵn sàng chịu đọa đày đến khi Héracles giương cung bắn chết con diều hâu và trả tự do cho Prometheus.

Kể từ ngày truyền lửa về đời, đến nay, mấy ai còn hiểu chân giá trị của lửa. Đốm lửa đã nâng loài người thành chúa tể đất trời, để từ đó đưa hiểm họa chiến tranh lên tầm cao mới từ những hậu hoạn mới của lửa. Con người có thể bắt tia sáng phục vụ thay cho sấm sét, bắt hạt nhân bùng ra những cơn thịnh nộ giết người, chẳng còn nhớ gì đến tia lửa bí mật nhỏ nhoi thời thần thánh tranh giành quyền lực thuở hồng hoang. Ngay cả những tia sáng từ tâm cũng dần cạn, chung quanh chỉ còn bao trùm những hiểm họa và âm mưu tóm thâu quyền lực mà con người là nạn nhân của thời kỳ nô lệ mới.

Cuối thế kỷ 19, năm 1899, thêm một nối điêu huyền thoại

Prometheus. Lần này là của André Gide, quyển Le Prométhée mal enchainé (Prométhée lỏng xiềng) Prométhée cùng chim ưng đáp xuống một quán cà phê gần Place Vendôme, chim ưng, thân thể bốc lửa, móc con mắt của một người ngồi bàn bên cạnh; Prométhée mở nút áo cho chim ưng ăn gan mình…Trước đó hai năm, André Gide đã gây sóng gió bằng quyển Les nourritures terrestres trong giới tăng lữ. Bùi Giáng từng viết mấy lời nhận định về André Gide: "Cuốn sách nào của Gide cũng mang chất hàm hỗn dị thường… Ông trích dẫn lơ thơ một câu trong Kinh Thánh, một câu của Saint Paul – nhưng ông 'rút một dây' mà chấn động cả một rừng…". Và đúng là với André Gide, Prometheus đã mang diện mạo khác. Prometheus đã lỏng xiềng xuống núi để uống cà phê cùng con chim ưng vốn hàng ngày có nhiệm vụ ăn gan ruột mình. Lâu ngày kẻ thù cũng thành bạn tâm giao, và dù có lỏng xiềng nhưng Prometheus vẫn không quên thực thi bản án muôn đời dành cho thần bất tử. Hình tượng chim ưng móc mắt người khách như một hệ lụy mà trước đây chưa từng có. Zeus chưa từng trừng phạt con người thông qua lần cho lửa của Prometheus. Tôi bỗng buồn cho Prometheus vì không cất cánh bay nổi lên cao xanh dù xiềng xích chẳng còn. Và Prometheus đã đủ già để chấp nhận làm người bàng quan cam chịu kiếp tuẩn nạn thiên thu. Nghe buồn sao…

Phải chăng ánh lửa soi đêm ngày nào đã bước vào ánh sáng, nên tác dụng dẫn đường đã như một Dyogenes mỗi sáng soi tìm. Thiên hạ mang mang nhưng đã lạ nhau rồi. Ngọn đèn trong đêm đã tắt dù đang thoi thóp cháy giữa ngày hoang mang.

Tôi vẫn đứng chìm trong đêm lan man bất định, ánh sáng một lần lóe lên bên kia cao ốc đã chìm khuất từ lâu, chẳng còn có nổi một tù mù ánh sáng nhạt nhòa. Mọi người đang ngủ quên trong những căn nhà nhỏ bình yên giữa lộng đời gió chướng. Ngủ quên chẳng còn có được ngọn đèn nhỏ dù đèn thắp thì mờ…

"Và mặt trời đã mọc lên cao để đến viếng thăm chúng ta, để chiếu sáng trên những kẻ sống trong đêm tối và trong bóng sự chết". (Lc 1 78-79)

Đặng Châu Long

thơ

KHÔNG LÀ BẬU CHẲNG LÀ QUA

HOÀI HUYỀN THANH

Vẫn
chập chùng
trong nỗi nhớ
ảo ảnh mông lung
Gió bấc chào tháng Chạp
lúa mùa đỏ ngọt ngọn cơm
nắng óng vàng bánh phòng bánh tráng
chích chòe đãi thóc trên những ngọn rơm
én ríu rít chuyền cành trên nhành mai tuốt lá
Tết quê nhà lang thang đong đưa nhớ lạ
Nhớ làm sao mắt biếc tóc đuôi gà
bao nhiêu năm nàng không là Bậu
ta vẫn mãi chẳng là Qua
Thèm làm sao lời trách
Qua nói Qua qua
ủa mà sao
Qua hỏng
tới!
Có vậy!
chỉ vậy thôi!
mòn mỏi bao năm
buồn! Tóc đã hoa râm
mãi đằng đẵng đợi và mong!
Chiều xuân viễn xứ lạnh căm căm
có người viễn khách buồn buồn tự vấn:
Sao chúng mình không là Bậu chẳng là Qua!

CHUYỆN CỦA XÓM RƯỢU

TIỂU NGUYỆT

Lành vừa về tới đầu con hẻm của xóm Rượu, đã nghe tiếng cãi nhau của hai cha con ông Năm náo động cả xóm. Ông Năm giận dữ, mặt đỏ bừng, đứng trước cửa chỉ tay về phía Hiếu – con trai ông, đang đứng ngoài đường – giọng ông rít lên:

- Mày cút khỏi nhà tao ngay! Đồ con bất hiếu! Biết vậy hồi nhỏ tao bóp mũi chết cho rồi.

- Sao hồi đó ông không bóp cho chết đi – Hiếu quơ tay cãi - Tui có muốn sống như thế này đâu. Nuôi con mà tính toán chi li từng chút; nào ăn nhiều, thuốc thang đau bệnh, nào áo quần… mà có cái áo, cái quần nào cho nên, toàn của người ta cho không hà.

Ông Năm quơ lấy cái chổi dừa dựng ngoài sân, vụt chạy ra ngoài. Hiếu cũng vội cắm đầu chạy tới. Ông ném cái chổi thật mạnh theo Hiếu, chửi:

- Người ta cho không phải là áo quần sao? Bộ mày nghĩ, nhận của người ta không mang nợ hả? Thấy con của người ta sao mà "bắt ham", học hành giỏi giang, làm cơ quan này, xí nghiệp nọ, mang tiền về nuôi cha, nuôi mẹ. Còn mày, làm được gì?

Hiếu dừng lại, thở hổn hển – khóc ấm ức:

- Vậy sao ông không cho tui đi học, mới hết lớp năm là bắt nghỉ để theo ông đi biển giờ ông nói này, nói nọ. Phải chi ông cho tui đi học như con người ta, thử giờ tui cũng đi làm không công ty này, cũng xí nghiệp nọ, chớ thằng này thua ai?

- Tiền ở đâu mà cho tụi bay ăn học, cơm cũng không có mà ăn, nói chi học với hành.

- Vậy sao ông còn bì bù với con người ta làm gì, tui tuy không có học, không làm cơ quan này nọ; nhưng tui đi biển được bao nhiêu về cũng đưa cho ông hết, có để đồng nào trong túi đâu. Mỗi lần xin ít tiền, là chửi rủa, rượt đánh. Thử hỏi, bà con cả cái xóm Rượu này, có ai như ông không?

Ông Năm nghe Hiếu nói lại, giận dữ rượt chạy theo con trai. Ông hét lớn:

- Mày đứng lại! Tao mà bắt được mày là chết với tao.

Bà Năm trong nhà bước ra sân, giọng buồn bã:

- Ông vào nhà đi, đừng làm trò cười cho thiên hạ. Nó làm quần quật, có bao nhiêu đưa ông hết. Lúc nó cần, xin thì phải cho nó chớ. Nó lớn rồi, cũng phải có bạn, có bè, chi tiêu chút đỉnh, không lẽ cứ ru rú ở nhà, rồi đi làm; thì làm sao nó có đôi, có lứa, có vợ, có chồng, hở ông?

Ông Năm mặt vẫn còn đỏ bừng, quay ngoắt sang vợ – hét lớn:

- Còn bà nữa! Bênh nó hả? Sao bà không cho nó đi, mà biểu tui? Tui mà không giữ gìn, lấy thứ gì mà ăn, mà bà nói.

- Tui làm gì có tiền mà ông biểu tui cho nó? Mỗi ngày, ông phát tiền đi chợ, mua thiếu lên, thiếu xuống, tiền ở đâu mà cho con. Nói thiệt với ông, tui mà có tiền, tui cho nó liền. Con lớn rồi, cần phải chi tiêu chút đỉnh như người ta chớ. Ai như ông!

Ông Năm sấn lại chỗ bà Năm đang đứng, giơ tay lên; nhưng nghĩ sao, ông lại rụt tay về. Giọng ông nghe rõ ràng:

- Như ông thì sao? Bà mà bênh nó, có ngày nó leo lên đầu, lên cổ bà bây giờ.

Lành lắc đầu ngán ngẩm. Đã mười lăm năm nay, từ ngày mẹ con

cô về sống ở xóm Rượu này; cái xóm nhỏ nhắn, trong con hẻm cụt, chỉ hai mươi nóc nhà; hình như, ngày nào không xảy ra chuyện này, cũng chuyện nọ, ồn ào cả xóm.

Mới hôm qua, hai vợ chồng anh Tri, chị Thúy cãi nhau ầm ĩ, cũng vì tiền. Anh Tri đi biển cả tuần, về đến nhà không thấy chị Thúy đâu, đến chiều tối chị mới về. Anh hỏi, chị trả lời tránh né, quanh co, nhưng anh biết rất rõ là chị đi đánh bài ở dưới xóm Chợ. Lần nào cũng vậy, hễ anh bước chân ra đi, là chị cũng bước chân xuống xóm Chợ đánh bài. Anh làm được bao nhiêu cũng hết, lại nợ nần liên miên. Có hôm anh tức giận, vì khuyên vợ mãi không được, nên đòi ly dị. Chị Thúy cũng muốn nghe lời anh, nhưng máu cờ bạc, đỏ đen cứ quấn chặt lấy chị. Lòng tham nơi chị không dễ dứt bỏ, nên chuyện "ăn thua" vẫn cứ tiếp diễn. Chị khóc bù lu, bù loa, than thở, trách anh sao nỡ đòi rời xa chị. Thế là, anh xiêu lòng, nhẫn nhịn, không đòi ly dị nữa.

***

Lành nhớ, những ngày đầu tiên mẹ con cô về sống ở đây, con hẻm này chỉ chục nóc nhà. Mẹ cô – bà Thừa, mở lò nấu rượu. Ngày ấy, rượu bán rất chạy, nấu không kịp bỏ quán, người mua lẻ ở nhà khi có rượu bán, khi hết không còn một giọt. Bà con ở quanh đây thấy vậy, nhờ bà Thừa chỉ giúp để họ cũng nấu rượu bán như bà. Bà Thừa liền giúp đỡ họ, không hề tính toán, lo sợ họ tranh giành bạn hàng với mình. Thế là cái xóm nhỏ này, dần dần lại có cái tên mới là "xóm Rượu". Rượu ở đây cung cấp cho các quán ở trong thôn, trong xã. Ai cần rượu ngon để ngâm rượu thuốc, đều đến đây. Rồi nhà cửa lại mọc lên như nấm, san sát nhau. Con hẻm cụt này trở nên đông vui, gom nhiều cảnh đời bất hạnh, nghèo khó.

Lành ngang qua nhà ông Hiện, vừa lúc học sinh tan buổi học. Ông Hiện mỉm cười thân thiện với Lành:

- Chào cô giáo! Đi dạy về rồi hả cháu?

- Dạ! Chào bác! Học sinh của bác đông nhỉ!

Ông Hiện cười, hãnh diện:

- Môn tiếng Anh bây giờ rất cần, nên mới được vậy đó cô. Tôi lớn tuổi, dạy cho vui, cũng góp phần giúp đỡ cho lớp trẻ, kiếm ít thu nhập thôi cô.

- Dạ! Bác còn khỏe, giúp được cho lớp trẻ là tốt quá rồi đấy bác. Chào bác.

- Chào cô!

Nắng chiều rớt dài xuống mặt đường một mầu vàng nhạt, trông hiu hắt. Ánh nắng hanh vàng buổi chiều thường gợi cho Lành ý nghĩ trống trải, buồn buồn là vậy. Lành bước nhanh, lo nghĩ, không biết ở nhà mẹ cô như thế nào? Người mẹ mà suốt cuộc đời, cô luôn nhớ ơn, dù không mang nặng, đẻ đau; mà vì lòng yêu thương, sự đùm bọc rất mực, đã chăm lo cho cô từng chút.

Lành nhớ, ngày cô theo dì Thừa – em gái của mẹ, về xuôi, sau khi cha cô mất vì căn bệnh hiểm nghèo. Mẹ Lành không thể nuôi nổi năm chị em cô, nên cô được dì Thừa nhận về nuôi. Dì không chồng, không con, sống cô độc. Và từ ấy, dì Thừa là người mẹ thứ hai từ lúc Lành lên sáu tuổi. Lành lớn lên trong tình thương yêu ngọt ngào của mẹ Thừa, tự lúc nào cả hai mẹ con như ruột thịt, cần bên nhau như cần hơi thở để sống. Bà Thừa tâm nguyện sẽ chở che và nuôi dưỡng Lành ăn học tới nơi, tới chốn. Bà buôn chuyến mang cá khô, mắm, rượu lên miền cao bán, rồi đổi, bắp, đậu xanh, mè… về xuôi. Khi Lành học hết lớp tám, bà nghĩ, phải mua nhà ở nơi nào cho tiện việc học của con khi vào đại học; vì bà không muốn xa con, muốn được ở bên cạnh để chăm sóc, dù con bà có lớn bao nhiêu cũng vậy. Thế là bà Thừa đưa Lành về Nha Trang, mua miếng đất trong con hẻm cụt của cái xóm nhỏ quạnh vắng này, kiếm cách làm ăn sinh sống, từ đó.

Có lần Lành bị bệnh, sốt cao, mê sảng. Bà Thừa nhúng khăn ướt lau khắp người con cho giảm sốt, và lâm râm cầu nguyện suốt đêm. Đến gần sáng, Lành thức dậy, thấy mẹ ngồi ngủ gục trên bàn cạnh giường mình đang nằm. Một tình yêu thương mãnh liệt dành cho mẹ cuộn chảy trong cô không dứt khiến cô chồm dậy, ôm lấy mẹ, mặc cho nước mắt chảy dài.

Sau khi đã tốt nghiệp đại học sư phạm, đi dạy, lấy chồng, sinh con; nhưng với Lành hình ảnh mẹ Thừa bên giường bệnh chăm sóc cô năm nào, luôn day dứt trong trái tim cô. Lành thương mẹ, nặng ơn mẹ một đời nuôi dạy cô khôn lớn, nên luôn gần gũi, chăm sóc mẹ những lúc trái gió, trở trời; lo từng miếng ăn, giấc ngủ chu đáo. Cả xóm Rượu, ai cũng nói bà Thừa là người có "phước" nhất trong cái xóm này.

Vừa về đến nhà, Lành thay quần áo, vội bắt nồi cơm, rồi pha cho mẹ ly sữa nóng.

Nàng nhìn mẹ, giọng khẽ khàng:

- Mẹ ráng uống chút sữa cho khỏe, chờ đến bữa cơm sợ đói bụng.

Bà Thừa bưng ly sữa, mỉm cười:

- Cảm ơn con! Mẹ có đói đâu, sữa chi cho tốn kém.

- Có bao nhiêu đâu mẹ, người lớn tuổi cần phải uống sữa mới đủ dinh dưỡng. Mẹ cứ sợ tốn tiền. Đừng lo. Con nuôi mẹ đâu bằng mẹ nuôi con ngày trước.

Bà Thừa đưa ly sữa uống một hơi, vui vì lời nói của con gái. Bà thầm nghĩ, may mà bà có được cô con gái hiếu thảo, hiền lành, nết na, yêu thương bà hết lòng; để sống những tháng ngày cuối đời yên ấm, hạnh phúc. Bà nghe luồng sữa nóng chạy vào cơ thể, thấm đẫm trong từng thớ thịt, như tình yêu thương, dịu mát của con. Như đứa trẻ được nuông chiều, yêu thương, bà Thừa nhìn con gái với đôi mắt thầm biết ơn:

- Uống hết rồi. Sữa ngon lắm con.

Lành xuống bếp nấu ăn.

Nghe tiếng xe chồng chạy vào sân, Lành chưa kịp ra đón đã nghe tiếng bé Như ríu rít ùa vào nhà. Anh Tân – chồng Lành, nhắc nhở con gái:

- Con chào ngoại, chào mẹ đi chớ!

Bé Như ngọng nghịu:

- Thưa ngoại, thưa mẹ con đi học về!

- Bữa nào cũng chờ nhắc hết vậy con, vậy là chưa phải bé ngoan đâu nghen.

- Dạ! Ngoại.

- Cháu của bà giỏi lắm! Phải nhớ nha!

- Dạ, cháu nhớ rồi!

Bà Thừa mỉm cười hài lòng, thầm nghĩ, mình cũng có được một

mái gia đình hạnh phúc như ai; đâu cứ phải lấy chồng, mới có được. Và một cảm giác hạnh phúc mênh mang, dịu mát, như tuôn chảy trong bà, làm bà yên lặng, nhớ nghĩ về những ngày tháng hai mẹ con vừa dắt díu nhau đặt chân đến đây; với lòng bồi hồi, khi biết đã qua rồi thời gian khổ.

***

Buổi tối, cả nhà quây quần ngồi chơi trước hiên. Thuận – con gái lớn của dì Hai nhà đầu con hẻm, đi bộ thể dục ngang qua, ghé vào cùng ngồi góp chuyện. Bà Thừa nhìn Thuận ngắm nghía, khen:

- Nay coi bộ mày trẻ đẹp lên đấy cháu! Gặp thằng Hồng tốt đó. Thôi, dì góp ý thế này – hãy ráng mà giữ thằng chồng tốt này, dì thấy nó hơn hẳn hai thằng trước, đừng có này nọ mà khổ cả đời, nghen cháu.

Thuận cười, giọng tỉnh khô:

- Hên xui hà bác ơi!

Bà Thừa ngạc nhiên:

- Sao mày nói là hên xui, chuyện chồng con hệ trọng cả đời người, hên xui sao được, cháu?

Thuận cười khì:

- Thì mình có muốn vậy đâu, hên trúng chồng tốt thì mình giữ, xui trúng chồng bê tha, rượu chè, đánh đập vợ con thì mình bỏ. Hên xui là vậy đó chứ bác!

- Trời ơi! Mày nói tao nghe không lọt chút nào. Trước khi mày chọn, thì phải coi trước ngó sau chớ!

- Coi thì phải coi rồi, nhưng "cái số" mình gặp sao, thì phải chịu thôi bác ơi! Thôi cháu xin phép đi bộ tiếp đây, thời tiết này sao mỏi người quá, đi bộ một chút cho nhẹ, cho khỏe người.

- Ừ! Nhớ lời bác dặn đấy nghen.

Ánh trăng huyền ảo, dịu dàng trải xuống con đường bê tông thứ ánh sáng mờ mờ, lạnh lẽo. Tiếng ông Năm bỗng vang rền như tiếng trống thủng, làm náo động con hẻm cụt đang tĩnh lặng. Hình như một ngày ông không la rầy, to tiếng với ai, ông không ăn ngủ được hay sao. Ông mang võng cột ngang trước cửa nhà bà Can, đối diện nhà ông, nói là nằm chơi mát. Bà Can thấy khó coi, kêu ông đem võng về cột ở phía nhà của ông mà nằm; ông lớn tiếng chửi rủa, thô tục, không ai dám nghe. Bà Can tức bực mở một đầu võng, ông liền sấn lại đòi đánh.

Ông hét lớn:

- Bữa nay, bà mà đụng tới cái võng của tui, là bà chết ngay tức thì.

- Ô hay! Sao ông cứ muốn lấn sang nhà người khác, treo võng nằm ngay trước mặt nhà người ta, muốn mát thì nằm trước cửa nhà mình đấy chứ.

Ông Năm to tiếng hơn:

- Cửa nhà bà gió mát, tui nằm chơi một chút, mất mát gì của bà mà "đành hanh"? Bà là người ích kỷ, nhỏ mọn.

Bà Can cãi:

- Trời đất ơi! Đem võng nằm ngang cửa nhà người ta như vậy, mà kêu người ta ích kỷ, nhỏ mọn được sao? Ông thử hỏi mọi người ở cái xóm Rượu này coi, có ai như ông không?

- Tui không cần hỏi ai hết trọi, tui thích là tui nằm à. Bà giỏi thì làm gì tui coi nào?

- Thì tui không cho ông nằm trước cửa nhà, hệ lắm, vả lại khách khứa người ta vào thăm thì sao?

Nói xong, bà Can xách thau nước tạt vào chiếc võng ông đang treo. Ông Năm tức giận hét lớn, giựt cái thau sấn tới đòi đánh bà Can. Bà Năm thấy vậy, chạy qua kéo ông về. Bà năn nỉ:

- Thôi, chị bỏ qua cho. Xin chị!

Bà Can thở phào:

- Chị đưa ông về đi. Người đâu mà ngang ngược.

Ngày nào cũng như ngày nào, mới năm giờ sáng ông đã dậy, ra trước cửa nói chuyện, cãi vã to tiếng làm cả xóm ai cũng phải tỉnh giấc. Không ai dám nói với ông lời nào, sợ ông như tránh một con bò điên vậy.

***

Một hôm, thằng Hữu – con trai út của ông Năm, đang học ở lớp, bỗng nghe đau rêm ở vùng bụng, mỗi lúc một đau hơn; mồ hôi tuôn ra ướt cả người, lạnh toát. Cô giáo chủ nhiệm sợ quá, liền nhờ một bạn trong lớp chở Hữu về nhà cho gia đình đưa đi bệnh viện. Về đến nhà, Hữu càng đau hơn, cơn đau quặn thắt ở vùng bụng dữ dội, làm cậu bé cong người, co rúm. Ông Năm hoảng hốt, muốn đưa con đi bệnh viện, nhưng lẩm nhẩm tính toán một hồi, thở dài thườn thượt; rồi vội vàng chạy xuống hiệu thuốc ở dưới chợ mua mấy liều thuốc giảm đau về cho con uống.

Cơn đau dịu dần và Hữu ngủ một giấc dài, trở lại gần như bình thường. Ông Năm mừng rỡ, khi thấy Hữu ăn được chén cháo rồi đi học. Mấy ngày sau, cơn đau lại tái phát. Ông Năm lại xuống hiệu thuốc cũ mua về cho con uống, nhưng họ cho biết loại này là Codeine mạnh hơn Alaxan, nếu không khỏi, họ không bán nữa. Hữu nuốt vội viên thuốc mới, nằm thiêm thiếp, cơn đau dịu dần. Sau giấc ngủ quên, Hữu cảm thấy bình thường trở lại. Nhưng khoảng vài hôm sau, cơn đau dữ dội hơn – Hữu bò lăn lóc trên sàn nhà, ôm bụng lăn lộn; ông Năm đành phải chạy xuống nhờ ông Tỵ – y tá thôn đến nhà thăm bệnh cho con. Ông Tỵ đến nhà, chích cho Hữu mũi thuốc rồi giục:

- Tôi vừa chích cho cháu một mũi Alaxan – giảm đau nhanh, nhưng chú nên đưa nó đến bệnh viện, khám cho rõ ràng, để họ điều trị, chứ cứ để ở nhà nguy hiểm lắm đó.

Ông Năm giục vợ lấy áo quần, thu xếp để đưa con vào viện. Ông bồn chồn, tính toán lẩm nhẩm trong đầu, lo lắng, không biết có đủ tiền để đóng viện phí không? Nhưng thấy con trai đau đớn quằn quại, ông lại sang nhờ người hàng xóm lấy xe máy chở giúp – thằng Hữu được đưa lên ngồi giữa, ông ngồi sau ôm con, vào viện.

Bác sĩ chẩn đoán Hữu bị u đại tràng, đã chuyển sang K. Nghe bác sĩ nói, ông Năm như người mất hồn, ngơ ngác trước những cơn đau của con trai. Hữu là đứa con mà từ lâu ông đặt nhiều kỳ vọng nhất, bởi nó ngoan hiền, lanh lợi. Ông đã cố gắng cho Hữu ăn học, nghĩ rằng, sau này con của ông cũng có đứa học hành đến nơi, đến chốn như ai. Ông không thể ngờ được, Hữu lại đột ngột bị bệnh thế này, làm bao nhiêu hy vọng của ông bỗng chốc tan theo mây khói. Ông thất vọng, nỗi đau ê chề vì căn bệnh ung thư nan y xâm chiếm lấy ông, đành làm giấy tờ xuất viện, đưa con về nhà nằm chờ ngày, trong cơn thảng thốt.

Căn nhà của ông Năm trở nên im lìm, yên vắng, không nghe ông lớn tiếng như mọi ngày. Mọi người trong xóm Rượu thấy lạ, bèn lân la, dò hỏi. Bà Can là người biết được thằng Hữu bệnh trước tiên, nhưng không biết nặng nhẹ thế nào; liền rủ bà Nha – nhà bên cạnh, đến nhà ông Năm thăm bệnh.

Bà Năm tiếp chuyện bà Can và bà Nha. Khi nghe bà Năm nói về tình hình bệnh ung thư của Hữu, bà Can điềm tĩnh khuyên:

- Anh chị nên đưa cháu vào Sài Gòn khám lại cho kỹ, cho chắc chắn, chứ để nằm thoi thóp gầy gò dần như vậy, bệnh càng nặng thêm, khó chữa.

Bà Năm khóc:

- Làm gì có tiền mà vào Sài Gòn chị ơi! Đành chịu chết thôi.

Bà Nha mủi lòng:

- Sao lại chịu chết hở chị? Có chắc gì bác sĩ ở bệnh viện này đoán trúng bệnh đâu, biết đâu vào trong đó khám lại, nó chỉ bị đau gì đó, chữa được thì sao?

Bà Can an ủi:

- Cứ hy vọng đi chị! Ráng chạy tiền đưa cháu vào Sài Gòn khám cho chắc. Chẳng thà vào trong đó bác sĩ bảo không chữa được, thì mình đành chịu, chứ không đi, có gì tội con, mà ân hận suốt đời.

Bà Năm, đôi mắt đỏ hoe, thút thít:

- Tốn tiền nhiều không, tui không biết nữa? Cảm ơn các chị, để tui nói với ổng thử ra sao.

Tiễn bà Can và bà Nha ra về, bà Năm nhìn con trai rồi chợt khóc òa lên. Bà nghĩ, giá có phép mầu nào làm cho con bà khỏi bệnh, bà nguyện sẽ ăn chay trường trong phần đời còn lại của mình.

Bà Can cảm thấy ray rứt, khi nhìn thấy thằng Hữu đau đớn nằm chờ từng ngày trên giường bệnh, bèn nói với bà Nha:

- Chị Nha này! Tui nghĩ, mình vận động bà con ở xóm Rượu,

mỗi người giúp một ít, gom lại được bao nhiêu hay bấy nhiêu để giúp anh chị Năm đưa thằng Hữu vào Sài Gòn khám bệnh. Chị thấy thế nào?

- Đúng, chị Can à! Chuyện cũ của anh Năm ra sao, mặc kệ, mình giúp cho thằng nhỏ, thấy tội quá chị ơi! Tui nghe nói nó học giỏi lắm!

- Ừ! Nghe bạn bè nó nói nó học giỏi, lại ngoan hiền nữa. Chắc nó giống chị Năm, hiền lành, cam chịu. Bây giờ tui với chị cùng đến nhà bà con trong xóm mình để kêu gọi, quyên góp nghen.

- Được rồi, mình đi.

Bà Can và bà Nha đã lần mò đến từng nhà bà con trong xóm Rượu báo tin, nói ý nguyện của mình, mong mọi người chung tay cứu giúp thằng Hữu.

Hai bà đi giáp một vòng quanh xóm. Mọi người nghe biết, đều vui vẻ đóng góp. Bà Can nhận tiền, bà Nha ghi tên vào tờ giấy vở. Người có hoàn cảnh khá giả thì góp nhiều, người khổ hơn thì góp ít – ai cũng vui vẻ, sẵn sàng giúp đỡ ông bà Năm đưa con vào Sài Gòn chữa bệnh. Riêng bà Thừa, để dành được hai triệu, nghe bà Can và bà Nha nói vậy, liền đưa hết hai triệu để góp phần cho thằng Hữu vào Sài Gòn.

Buổi chiều hôm đó, Lành đến trường chia sẻ cùng các bạn đồng nghiệp tin Hữu cần tiền vào Sài Gòn để khám chữa bệnh. Các bạn cô, ai cũng ủng hộ, mỗi người góp nửa ngày lương. Đến giờ lên lớp, Lành nói với các học sinh của mình về bệnh tình của Hữu – một học sinh giỏi lớp 11A.

Giọng cô chân tình:

- Các em ơi! Dù Hữu không phải học sinh lớp chúng ta, nhưng đó là một học sinh xuất sắc của trường ta, đang gặp căn bệnh hiểm nghèo, cần vào Sài Gòn để chữa trị. Cô mong lớp chúng ta, hãy chung tay giúp bạn ấy vượt qua bệnh đau, để trở lại trường học.

Ngay sau đó, mỗi bạn đều vui vẻ mở cặp, góp một ít tiền có được, rồi đưa cho Lành – cô giáo chủ nhiệm. Tổng cộng được một triệu rưỡi sáu chục, Lành bỏ thêm bốn trăm tư nữa, tất cả được hai triệu. Chiều, đi dạy về, cô cùng hai em học sinh trong lớp ghé lại nhà bà Can, đưa số tiền quyên góp được. Lành hứa hẹn:

- Cô cứ đưa cho bác Năm trước, cháu sẽ quyên góp thêm. Nói với bác Năm cứ yên tâm lo cho Hữu, cô nhé!

Hôm sau, bà Can và bà Nha mang số tiền quyên góp được qua nhà ông bà Năm.

Vừa bước vào nhà, bà nghe tiếng rên khóc, vật vã của Hữu từ nhà dưới vọng lên. Bà vội vàng chạy xuống nhà dưới, nhìn thấy Hữu đang ôm bụng quằn quại bò lăn dưới sàn nhà. Ông Năm ngồi bên cạnh con trai, đôi mắt đỏ ướt nhòe nước mắt, tuyệt vọng nhìn con.

Bà Can nói nhanh, giọng run run:

- Anh chị đặt vé xe, chuẩn bị để chiều đưa cháu vào Sài Gòn khám bệnh đi. Đây là số tiền của bà con xóm Rượu góp lại để giúp cháu đi khám. Tất cả được mười triệu đồng. Anh chị yên tâm lo cho cháu, tôi sẽ quyên góp thêm những người mà tôi quen biết. Cô giáo Lành hứa sẽ quyên góp thêm nữa, để giúp cho Hữu. Cô ấy nhờ chuyển lời anh chị cứ yên tâm mà lo cho Hữu.

Ông Năm ngước nhìn bà Can, lúng túng:

- Cảm ơn chị! Cảm ơn bà con quanh xóm đã giúp đỡ chúng tôi – rồi quay sang vợ. Bà lo chuẩn bị đồ đạc cho con, tui đi lấy vé xe rồi về liền.

- Đi sớm chừng nào tốt chừng nấy. Anh chị đưa cháu vào trong đó khám, họ chẩn đoán chính xác hơn. Thôi, tui về nghen! Anh chị đi may mắn nhé!

Ông Năm vội vã thay quần áo, rồi đi lấy vé xe chuẩn bị để đưa con vào Sài Gòn khám bệnh.

Ở Sài Gòn – tại bệnh viện Ung bướu, sau hơn một buổi làm thủ tục khám bệnh, Hữu được xét nghiệm máu, sinh thiết, nội soi, chụp MRI – vợ chồng ông Năm chờ kết quả và chẩn đoán cuối cùng vào hôm sau.

Qua hai mươi bốn giờ âu lo, đau buồn – các bác sĩ trong hội đồng chẩn đoán, đã cho ông Năm biết là con ông đang có khối u lành tính trong đại tràng, cần phải cắt bỏ, đơn giản, và nhanh chóng thôi.

Mười ngày sau, vợ chồng ông Năm đưa Hữu trở về nhà. Trông

Hữu đã hồi phục trở lại, khá nhanh; nét mặt tươi tỉnh, có vẻ sáng hẳn lên. Riêng ông Năm, như một người khác – trông ông chậm chạp, điềm tĩnh, hiền từ. Giọng nói của ông nhỏ nhẹ, ôn tồn, khi gặp bất kỳ người quen nào tình cờ đi ngang qua ngõ nhà ông – như ông cũng vừa trải qua một cuộc phẫu thuật thập tử nhất sinh vậy.

Ông tươi cười nói với vợ: "Bà coi nấu chút gì cho con ăn, tui đi thăm hàng xóm một chút!", rồi vội quơ lấy chiếc mũ chụp lên đầu, rảo bước.

Nắng sớm mai vàng rỡ tỏa xuống ấm áp quanh xóm Rượu, như cùng reo vui theo bước chân hân hoan của ông Năm.

Những ngày cuối tháng Tư – 2019

Tiểu Nguyệt

chỉ một giọt sương đủ oằn
hồn người đi bỏ vầng trăng nội thành
xa nhà thương nhớ loanh quanh
buồn tay rứt ngọn lá xanh vấn kèn
giả giọng chuông giữ ánh trăng
luôn nằm thơm ngọn ngó sen hương trầm
sống im lặng với bóng thầm
kẻ-âm-lịch vẽ những mầm đời nay
nghiêm trang trang phục mũ giày
viên châu ngọc bích bàn tay chung đường
những người nặng lòng quê hương
thường hay quí chuyện gối giường hơn ai
mười phần tôi đoán một sai
rút từ kinh nghiệm lai rai một đời
thơ đùa có vẻ không vui
đêm nằm trăng đợi hay tôi đang chờ.

Luân Hoán
2019

ĐẢO NGỌC PHÚ QUỐC

MINH NGUYỄN

Sau chuyến đi Côn Đảo trở về, tôi nhận được tin Nhã đang từ Lạng Sơn bay vào Sài Gòn, nghe nói là để bắt đền tôi về tội đã không rủ cô cùng đi khám phá Côn Đảo như đã hứa; đổi lại, nếu không muốn thấy tình bạn bị "cancel", tôi phải đưa cô đi phượt Phú Quốc.

Ây da! Tưởng việc gì khó khăn hơn, chứ đi chơi với người đẹp ai mà không thích, nhất là khi được ở bên cạnh cô gái chân dài, nổi tiếng như cồn khắp khu phố chợ Đông Kinh ngoài Lạng Sơn. Chớp ngay cơ hội, tôi nhanh chóng lên mạng, đặt mua hai vé xe khách giường nằm, ngủ một lèo từ đầu hôm cho tới sáng hôm sau. Mở mắt ra, gặp ngay chiếc cổng Tam Quan có lối kiến trúc đặc trưng Nam Bộ, với ba ô cửa hình vòng cung lớn nhỏ, trang trí bên trên mỗi cổng có hai tầng ngói, nằm chắn ngang con đường dẫn vào thành phố với tên gọi: Rạch Giá.

Theo sử liệu: "Khi những lưu dân vùng Ngũ Quảng xuôi về phương Nam tìm kế sinh nhai, đã phát hiện nơi ven biển có một cái cù lao được hình thành bởi hai con rạch gần như chạy song song rồi ăn thông với nhau, trước khi trổ ra biển. Vì là vùng cửa sông, trên cù lao mọc rất nhiều cây giá, loài thực vật có thân gỗ, cùng họ với cây mắm cây đước, nên xuất phát từ bản tính chân thật, chất phác, thấy gì gọi đó, người ta đặt luôn cho khu vực này là Cù Lao Giá và các con rạch vây quanh gọi là Rạch Cây Giá. Sau này, để thuận lợi trong việc giao tiếp, con cháu họ đã lượt giản từ Rạch Cây Giá thành ra Rạch

Giá. Ngày nay, do mật độ dân cư ngày càng phát triển đông đúc, thành phố Rạch Giá không những đã trở thành trung tâm kinh tế, chính trị, xã hội, mà còn là nơi thuận tiện cho khách du lịch muốn khám phá các danh lam thắng cảnh ở Kiên Giang như: Nam Du, Hà Tiên, Kiên Lương, U Minh Thượng… đặc biệt là Đảo Ngọc Phú Quốc.

Để tới được quần đảo du lịch sinh thái lớn nhất Việt Nam mang tên Phú Quốc, ngoài Hà Tiên ra, người ta có thể từ Rạch Giá di chuyển ra Đảo Ngọc bằng hai cách. Một là đi bằng đường hàng không mất hai mươi lăm phút. Hai là ngồi tàu cánh ngầm Super Dong lênh đênh trên vịnh Thái Lan trong 2 giờ 30 phút.

- Ý em thế nào? Tôi hỏi Nhã.

Sau vài giây suy nghĩ, Nhã quyết định chọn cách ra Phú Quốc bằng tàu cao tốc, nói là để được ngắm trời biển bao la cho thỏa thích.

Đúng 8 giờ, còi tàu Super Dong hụ lên ba tiếng, báo hiệu sẽ rời cảng trong chốc lát. Mọi sự ồn ào xảy ra trước đó bỗng trở nên im lặng đến độ chỉ còn nghe tiếng động cơ nổ giòn, nhường chỗ cho con tàu lướt đi nhẹ nhàng bên màu nắng ấm phương nam.

Chưa ngồi nóng chỗ, tôi thấy nơi chân thang dẫn lên boong tàu, cánh cửa bị khóa trước đó cũng vừa được mở ra, cho những ai hiếu kỳ có thể đi lên đó thưởng ngoạn vẻ đẹp biển cả.

Thấy hay hay, tôi cùng Nhã rời chỗ ngồi, đi theo một số người leo lên trên boong, mục sở thị quang cảnh buổi sáng.

Quả đúng như dự đoán của tôi trước đó, biển đối với cô gái đến từ miền địa đầu đất nước khá lạ lẫm. Bởi ở Lạng Sơn, mở mắt ra Nhã đã thấy núi rừng trùng điệp, mây mù giăng giăng khắp lối mùa đông, nên khi đứng trước biển trời lồng lộng, mây nước bao la, thì đây thật sự là món quà xa xỉ, đầy bất ngờ, pha lẫn thích thú, dành cho cô gái.

Từ chỗ ngồi, tôi ngắm dõi theo từng động tác nơi Nhã, lúc thấy cô bám chặt đôi tay yếu đuối lên rào chắn bằng thép không rỉ, cố giữ lấy sự thăng bằng trước những cơn gió giật thô bạo, như muốn quật ngã bất kỳ vật gì trên đường đi; lúc thấy cô nhoài người trên mặt nước, nhìn xuống đám hoa biển vỡ lao xao bên vệt nước trắng xóa, bỏ lại phía đuôi tàu; lúc thấy cô đứng tạo dáng, ngửa mặt nhìn trời, thả bay mớ tóc rối bời trong gió một cách đáng yêu… để sau hơn hai giờ lênh đênh trên biển, tàu bắt đầu giảm dần tốc độ, từ từ cập vào cầu cảng Bãi Vòng nằm về phía Nam xã Hàm Ninh, thuộc bờ Đông đảo Phú Quốc. Theo ước tính, cây cầu cảng có độ dài khoảng nửa cây số, nối từ trong đất liền ra tận ngoài khơi đảo.

Để vào thị trấn Dương Đông của Đảo Ngọc Phú Quốc, khách chỉ việc ngồi lên xe 16 chỗ, đang nổ máy chờ sẵn, vượt chặng đường hai mươi cây số. Do không mang nhiều hành lý, bọn tôi được ưu tiên xếp ngồi cạnh tài xế, nhờ vậy có được cơ hội nhìn ngắm thỏa thích cảnh vật hai bên đường, cùng núi đá dựng đứng nằm trong quần thể dãy Hàm Ninh. Nơi được xem như "Nóc nhà Phú Quốc", đồng thời cũng là nơi bắt nguồn của hai con suối Tranh và suối Đá Bàn nổi tiếng thơ mộng tại đây.

Rủi thay, đường vào thị trấn đang bị sửa chữa, bị đào xới nham nhở, khiến hơn chục con người đang có mặt trên xe, phải cắn răng chịu đựng sự dằn xóc, kể cả lúc bị hất tung người lên, chạm đầu lên nóc xe nghe đau điếng, nhưng không biết than thở cùng ai. Ơn trời, con đường đau khổ, tệ hại dường ấy, chỉ đi mất ba mươi phút, nếu xa hơn nữa e sẽ có không ít kẻ cho chó "ăn chè".

Về tới khách sạn, sau khi tắm gội, rũ bỏ bụi bặm, sắp xếp chỗ ở xong, bọn tôi thả bộ ra chợ Dương Đông, cách xa chỗ trọ chưa đầy 200 mét, ăn trưa. Không ngờ, lúc đi gần đến nơi mới hay khu chợ đang trong quá trình xây mới, nên bọn tôi chỉ biết đứng từ ngoài nhìn qua dãy hàng rào bằng tôn cao quá đầu người, nhìn vào bên trong thấy các mái ngói đỏ au, cùng với bộ khung chợ sắp hình thành trong tương lai.

Cảm thấy cơn đói cồn cào ruột gan, tôi đưa Nhã ghé vào quán ăn hải sản gần đó. Cái quán mà trước khi ra với Đảo Ngọc Phú Quốc, tôi đã cẩn thận truy cập vào diễn đàn của dân phượt, ghi lại địa chỉ, cùng tên các món ăn ngon – bổ – rẻ hiện có ở đây.

Để tạo ấn tượng cho chuyến đi, tôi gọi món đặc sản gỏi cá trích, được chế biến rất công phu, ăn kèm với đủ loại rau rừng, đãi Nhã. Nhưng khi món cá được mang ra đặt lên bàn, cô chỉ kịp nhìn thấy những con cá còn sống nhăn, đã kêu thét lên với nỗi sợ hãi:

- Ối trời! Món cá còn sống nhăn thế này em không dám đụng đũa đâu.

Tôi cười giải thích cho cô hiểu:

- Đây là một trong những món đặc sản nổi tiếng ở đảo Phú Quốc này đó em. Thoạt nhìn, ai cũng tưởng món cá sống này ăn rất tanh, nhưng qua cách chế biến công phu của đầu bếp, ai đã ăn nó một lần thì nhớ mãi và muốn ăn thêm.

Vừa nói tôi vừa nhón lấy miếng bánh tráng trải ra trên đĩa, bỏ các loại rau thơm vào, thêm một chút hành tây xắt mỏng, một ít dừa nạo, vài lát thịt cá trích, đậu phộng rang giã nhuyễn rắc lên trên, trước khi cuộn tròn lại thành một cuốn. Chấm vào chén nước chấm làm từ ớt, tỏi, đường, đậu phộng, pha chung với nước mắm Phú Quốc xong, đưa tận tay cho Nhã ăn thử.

Miễn cưỡng lắm Nhã mới chịu cầm lấy cuốn gỏi, tỏ vẻ ái ngại, sau đó lấy hết can đảm đưa cuốn gỏi từ từ lên miệng, cắn thử một miếng nhỏ thăm dò.

Tôi dõi theo từng động tác nơi cô, hồi hộp hỏi:

- Cảm thấy thế nào em?

Nhã đỏ mặt khen:

- Ôi ngon quá! Vậy mà em cứ tưởng nó tanh lắm, nhưng khi ăn vào miệng mới thấy tuyệt vời làm sao. Ngọt, mặn, chua, cay, bùi, béo, hòa lẫn vào nhau tạo nên hương vị rất đặc trưng; thảo nào, người sành ăn đã không tiếc lời khen ngợi món gỏi cá trích Phú Quốc.

Theo yêu cầu của Nhã, anh quản lý quán ăn vui vẻ chiều lòng khách, cho mời đầu bếp ra hướng dẫn cho cô cách chế biến món gỏi cá trích, để mai này về lại Lạng Sơn cô khoe khoang với bạn bè, dù biết rằng ở thành phố núi làm gì có loại cá này.

Theo chỉ dẫn của đầu bếp:

- Để làm món gỏi cá trích, trước hết người ta phải chọn được những con cá tươi, có nhiều thịt, đánh vảy sạch, cắt bỏ đầu đuôi, ruột, vây, rồi lạng lấy thịt phi lê ở dọc hai bên lườn cá, rồi đem trộn đều với nước xốt chua lên men giấm từ những trái ổi chín Phú Quốc, tạo hương vị đậm đà chua thanh. Sau rốt, nêm vào đó thêm muối, đường, tiêu, đậu phộng rang đâm nhuyễn, rau thơm xắt nhỏ bỏ lên trên.

Dùng cơm trưa xong, bọn tôi quay trở ra, đi xuống biển dạo chơi. Có lẽ, do thời tiết ở đây có lúc nắng lúc âm u, nên khi nhìn xuống mặt nước biển Nhã thấy nước chỗ xanh chỗ tím hoặc có màu ngọc bích, khiến cô không khỏi thắc mắc, lên tiếng hỏi tôi:

- Tại sao, cùng là nước biển như nhau, nhưng chỗ màu này chỗ màu khác vậy?

Tôi giải thích cho cô hiểu:

- Sở dĩ có sự đổi màu sắc nước biển như em thấy, một phần do độ nông sâu của biển, phần khác do bên dưới có nhiều dãy đá ngầm.

- Lần đầu tiên em nhìn thấy sự khác biệt này.

Tôi đùa:

- Muốn biết nhiều hơn nữa về biển, anh khuyên em chịu khó đi biển nhiều vào.

Nhã nguýt tôi một cái rõ dài nói:

- Anh khuyên em như vậy mà nghe được, sao không hỏi ngược lại mình xem, ai là người đã hứa đủ điều, để rồi sau đó quên hẳn người ta đi chơi biển một mình?

Nghe Nhã phàn nàn, tôi kịp nhận ra lỗi của mình, bèn xuống nước ca bài con cá sống vì nước:

- Hu hu! Hãy thông cảm và tha thứ cho sự lú lẫn của tuổi già.

- Xí! Ai nói anh già. Già mồm thì có.

- Em nói điêu rồi…

- Đàn ông các anh nói khó tin lắm.

- Hãy tin anh lần này đi em.

Rời bãi biển trở lên đường, bọn tôi hướng về phía ngôi miếu thờ thần Long Vương hay còn gọi là Dinh Cậu đi tới. Từ xa, ngôi miếu thờ, tọa lạc trên một ghềnh đá có hình dáng một con rùa đang vươn ra biển. Theo truyền thuyết, đa phần người dân trên đảo sống bằng nghề đi biển, thường xuyên phải đối đầu với sóng to gió lớn. Bằng chứng là đã có nhiều người ra đi mãi mãi không về. Bỗng một hôm thấy từ dưới làn nước xanh nơi cửa biển, nổi lên một ghềnh đá lạ. Cho rằng đây là điềm lành linh ứng, người dân trên đảo liền xây dựng trên bãi đá một ngôi đền thờ để thờ các vị thần sông nước. Từ đó, trước mỗi chuyến ra khơi, người ta thường tới đây lễ bái, dâng cúng lễ vật, cầu xin cho mỗi chuyến ra khơi gặp nhiều may mắn. Quả nhiên, sau mỗi chuyến đi biển, họ đều mang về rất nhiều cá tôm. Tiếng lành đồn xa, tập tục thờ cúng trước mỗi chuyến ra khơi, được dân chúng trên đảo duy trì cho đến tận hôm nay. Vì thế, hàng năm cứ vào các ngày 15, 16 tháng 10 âm lịch, dân trên đảo Phú Quốc lại tổ chức lễ hội linh đình, nhằm bày tỏ lòng thành kính, biết ơn, đối với vị thần Long Vương của mình.

Để thỏa mãn sự hiếu kỳ nơi Nhã, bọn tôi quyết vượt qua hai mươi chín bậc đá đi lên Dinh Cậu, nhưng vừa leo tới lưng chừng núi, bắt gặp nơi ven đường ngôi miếu thờ Thổ Thần và hàng rào bê tông cách điệu bằng những chấn song hình lục bình bằng sứ. Dừng lại quan sát một lúc, bọn tôi tiếp tục leo nốt những bậc thang còn lại, để có mặt đứng ở khoảng sân rộng thênh thang, hướng mắt nhìn về phía biển trước mặt, dõi theo từng đợt sóng va vào bãi đá bên dưới, ngày qua ngày gọt giũa chúng thành những hình thù ngộ nghĩnh. Kế đến, rời chỗ đứng, bọn tôi lui về phía sau, khám phá tiếp điện thờ có cửa chính làm bằng loại gỗ quí, bên trên treo bảng "Thạch Sơn Điện", bên dưới ghi ngày 14 tháng 7 năm 1937, cùng với dãy hành lang di tích khá rộng, mọc lên những hàng cột xây bằng xi măng mà, trên mỗi cột đều được đắp nổi những câu liễn bằng chữ Hán như: Tọa đại thạch đầu qui danh hiển (1). Vạn cổ anh linh thông tứ hải (2). Chấn phong bình lượng bảo lương dân (3). Phong điều vũ thuận dân an lạc (4).

Vãng cảnh Dinh Cậu xong, bọn tôi đi trở xuống chân núi, định quay về khách sạn nghỉ ngơi, nhưng lúc đi ngang qua cầu Dương Đông, tôi tình cờ nhìn thấy khu chợ buôn bán hải sản sầm uất nằm cạnh nơi bến sông. Thế là, thay vì quay về khách san, bọn tôi ghé đến khu chợ, xem thử coi có gì khác hơn so với các chợ vùng quê Nam Bộ?

Phải khó khăn lắm, bọn tôi mới vượt qua được đám đông người, để có mặt tại nơi tàu ghe ra vô tấp nập, mua bán, vận chuyển, các loại hải sản, tôm, cua, cá, mực… đánh bắt được trong đêm. Chưa hết choáng ngợp với cảnh sinh hoạt ồn ào kẻ mua người bán đang diễn ra, bỗng từ đâu thoảng đến tận mũi tôi mùi hương vô cùng quyến rũ nơi khứu giác. Đảo mắt tìm quanh, tôi kịp phát hiện ở cuối dãy nhà lồng chợ, có nhiều quầy ăn uống bốc khói, thơm phức. Tò mò, bọn tôi ghé đến xem thử, phát hiện ra các món ăn ít khi thấy xuất hiện trong menu nhà hàng như: món trứng sam, bún nhăm, bánh canh cá lóc, chả cá chiên, tôm càng nướng, đang sôi sùng sục hoặc đang nướng trên bếp lửa.

Rảo qua các hàng quán thêm một lúc, bọn tôi quay trở ra nơi mặt trước mặt chợ, nghe nói ở đó có hai bà lão bán bánh tét, không chỉ ngon mà còn khá độc đáo. Một bà chuyên sử dụng nếp ngâm trong nước lá rau ngót để cho ra loại bánh tét có mùi thơm đặc trưng rau củ; bà còn lại dùng lá mật cật gói bánh, loại lá chỉ riêng có ở núi Hàm Ninh, tạo nên hương vị rất riêng.

Đang loay hoay kiếm tìm, bỗng đâu điện thoại trong túi quần tôi vừa rung vừa réo gọi liên hồi, khiến Nhã đang đi bên cạnh cảm thấy nóng lòng, lên tiếng hối thúc tôi bắt máy:

- Anh nghe điện thoại nhanh lên kìa.

Tôi vội lôi điện thoại ra khỏi túi quần:

- Alô ai gọi vậy?

- X đây, nghe tin cậu đang đi phượt ở Phú Quốc nên mời ghé nhà chơi.

- Chào! Bạn vẫn khỏe và đang ở ngoài này à?

- Nghe cậu đi với em chân dài nào?

- Mình làm hướng dẫn cho cô bạn từ Lạng Sơn vào.

- Nếu không có trở ngại hãy đưa cô ấy ghé nhà chơi luôn?

Thì ra, người vừa gọi tôi là anh bạn quen biết, thông qua sự giới thiệu của người hàng xóm cũ trong Sài Gòn ra Phú Quốc lập nghiệp. Nghe kể, anh ta sống ở Đức, về xã Ông Lang mua đất của bà mẹ vợ người hàng xóm, kinh doanh ngành công nghiệp không khói. Một ngành nghề mà mai mốt đây, khi Phú Quốc trở thành đặc khu, sẽ hái ra khá bộn tiền. Anh ta còn trẻ, học hành tử tế, ăn nói khá lưu loát, lại giỏi kinh doanh, nhất là qua trao đổi mới hay anh quen biết với một số bạn bè của tôi cũng hiện đang sống tại Đức, vì thế mà chúng tôi trở nên thân thiết nhau hơn.

Không thể từ chối lời mời từ anh bạn, tôi thuê ngay một chiếc xe máy, mua ít hải sản ở chợ, rồi xuôi đường chạy về hướng bắc đảo, tới khi thấy bên đường có bảng chỉ đường vào miếu thờ Bà Lớn liền rẽ vào, tiếp tục chạy thêm một đoạn đến cuối đường gặp bờ biển và ngôi miếu thờ nằm bên trái. (5)

Gửi xe ở nhà bác trông coi miếu, bọn tôi đi dưới bóng hàng dương rợp mát, nghe bên tai tiếng gió lao xao như lời tỏ tình thì thầm, giữa một bên là biển xanh ngút ngàn, một bên là con lạch nhỏ bị thủy triều làm tràn bờ, ghé đến khu vườn thơ mộng nhà bạn nằm cách xa nơi gửi xe hơn nửa cây số.

Đưa hết số hải sản cho người giúp việc làm mồi nhậu, anh bạn kéo cả bọn ra ngồi nơi chiếc bàn được đặt giữa thảm cỏ xanh mượt mà, êm ái, đãi khách bằng rượu sim rừng do chính bàn tay khéo léo chủ nhà chế biến.

Anh vừa rót rượu vừa vui vẻ kể:

- Mùa sim ở Phú Quốc bắt đầu từ tháng Chạp qua hết tháng 2. Vào thời điểm này, bất kể người lớn hay trẻ em rảnh việc, đều có thể tự "cứu đói" bằng cách kéo nhau lên núi hái những trái sim to, chín mọng, tỏa hương thơm dịu, thấy mà ham. Bọn trẻ thường hái trái sim mang về nhà ăn, còn người lớn hái về bỏ vô hủ ngâm, cứ một lớp sim một lớp đường, rồi đậy kín cho tới khi nào đường tan hết mới đổ thêm rượu trắng vào, chờ vài tháng là uống được. Ngoài rượu sim làm theo phương pháp thủ công ra, ở Phú Quốc còn sản xuất ra loại vang sim công nghiệp. Bằng cách lựa chọn những quả hồng sim chín mọng, rửa sạch, phơi khô, ủ cho lên men với đường trong môi trường yếm khí, để cho ra loại rượu vang sim có mùi vị rất đặc trưng.

Chỉ nghe giới thiệu thôi, dù chưa nhấp ngụm rượu nào, tôi đã cảm thấy vị ngọt đặc trưng của trái sim rừng pha lẫn vị chát hiện ra trên môi. Cứ thế, tôi cầm lấy chiếc ly thủy tinh có chân đế cao, rót lưng ly rượu vừa ngắm nghía màu đỏ bầm vừa đưa lên mũi hít hà mùi hương, trước khi kê miệng nếm thử.

- Thế nào rồi ông bạn? Chủ nhà nhìn tôi chờ câu trả lời.

- Ngon không thua gì rượu vang được làm từ nho Merlot.

Mồi hải sản chế biến thơm lừng kịp thời được người giúp việc dọn ra trên bàn nhậu. Nhã nhìn lom lom đĩa cua rang muối với màu gạch đỏ như son, nằm phơi mình trên đĩa như một thách thức. Cô nuốt nước bọt, giấu ngay sự thòm thèm, vì sợ bị phát hiện. Chứng kiến ngữ cảnh ấy, tôi dù có muốn trêu chọc sự kiên nhẫn nơi cô đến mấy, cũng không đành lòng, bèn gắp một góc tư bỏ vào chén cô, nói:

- Miếng cua này với bọn nhậu phải "cưa" đúng một thùng bia đó em.

Nhã cười, trả lời tỉnh queo:

- Hơ! Hơ! Em chỉ xin được làm dũng sĩ "diệt mồi" thôi.

Vừa ăn uống, bọn tôi vừa tán gẫu, cho tới khi mồi mèn sạch trơn, anh bạn mang ra hai chiếc võng, chỉ những gốc dừa nơi ven biển, nói:

- Thế giới của hai người là ở ngoài bãi biển kia.

Tôi mang võng mắc nối nhau trên những thân cây dừa, một cho tôi một cho Nhã, rồi cùng nhau nằm ngả lưng, nhìn thế giới biển mở ra trong khoảng trời xanh bao la nước biết vô cùng quyến rũ.

Ngủ một giấc cho đến xế chiều, anh bạn rủ bọn tôi ở lại, hứa sáng mai sẽ đưa lên bắc đảo, khám phá vương quốc hồ tiêu, rừng sinh thái Quốc Gia, bãi Gành Dầu, bải Thơm…

Vừa nghe qua kế hoạch hấp dẫn của chủ nhà, Nhã tỏ rõ sự hào hứng ra mặt, muốn tôi nhận ngay lời mời ở lại.

Nhân lúc thấy trời còn vương chút nắng, tôi đưa Nhã đi men theo đường mòn ven biển, ghé thăm các khu resort gần đó qua các thương hiệu như: Bleu Sea, Chen Sea, Eo Xoài, Bo resort, ngắm các bungalow được xây dựng bằng, cây, lá, gỗ, tranh,… lấy từ rừng về, tạo cảm giác gần gũi thiên nhiên dành cho du khách; đặc biệt, với các buồng tắm lộ thiên nằm ngay cạnh, khiến không ít phụ nữ tỏ ra ái ngại.

Đúng hẹn, sáng sớm hôm sau, bọn tôi điểm tâm qua loa với bánh mì, hai quả trứng ốp la, cùng tách cà phê sữa nóng, rồi dong xe về hướng bắc đảo. Trên đường đi, chúng tôi không gặp một bóng người nào; ngoại trừ màu sương sớm lãng đãng bên vườn cây ăn trái, vườn tiêu bạt ngàn nơi sườn núi Khu Tượng. Theo lời bạn, mùa này đi qua Cửa Cạn, Cửa Dương, Cửa Lấp, đâu đâu cũng bắt gặp những vườn tiêu bạt ngàn; nhiều nhất vẫn là ở Khu Tượng hay còn gọi là "Vương Quốc Hồ Tiêu".

Nhờ sự quen biết trước đó của bạn với chủ nhà, bọn tôi được chủ vườn tiêu Khu Tượng, vui vẻ mời ghé vào thăm khu vườn nhà mình. Có lẽ, do lần đầu được nghe giải thích quy trình làm ra thứ gia vị quen thuộc, không chỉ riêng gia đình Nhã mà, bất kỳ quán xá nào cũng sử dụng cho các món, chiên, xào, kho, canh… có mùi thơm đặc trưng; vì thế cô đã tròn xoe mắt ra uống từng lời kể của chủ nhân.

Theo chủ vườn tiêu, cứ đến mùa thu hoạch, các nhà vườn tại đây, vất vả tìm thuê cho bằng được các nhóm người lao động thời vụ, hái những chùm hồ tiêu chín đỏ, bỏ tất cả vào trong những chiếc "cần xé". Một loại dụng cụ đựng hàng hóa làm bằng mây tre, rộng miệng, đáy sâu, có hai quai xách hai bên. Giúp vận chuyển số lượng lớn tiêu từ vườn về sân nhà, trước khi đổ ra phơi cho thật khô dưới nắng trong thời gian khoảng tám đến mười hôm, cho đến khi nào thấy các hạt tiêu chuyển từ đỏ sang đen sẫm là có thể mang đi sàng sảy, phân loại, tiêu đỏ, đen, sọ… rồi mới đưa ra thị trường tiêu thụ. Được biết, tiêu Phú Quốc nổi tiếng khắp cả trong lẫn ngoài nước, nhờ có hạt mẩy, vỏ mỏng, ruột đặc, vị thơm, cay nồng, so với nhiều loại tiêu khác có mặt trên thị trường.

Rời "Vương Quốc Hồ Tiêu", bọn tôi theo sau người bạn dẫn đường, chạy tới cửa rừng nguyên sinh Quốc Gia Phú Quốc, thấy một bên chỉ đường về Bãi Thơm, một bên rẽ về Suối Cái. Do trước khi đi, ai cũng chọn ghé điểm du lịch Ghành Dầu trước, nên thuận đường bọn tôi rẽ luôn theo hướng Suối Cái để đến với Gành Dầu.

Đường càng chạy sâu vào rừng Quốc Gia, không khí mỗi lúc càng trở nên dễ chịu, mát mẻ, với một bên là vách núi sừng sững, một bên là vực sâu tiếp giáp với trời nước bao la. Nhưng thú vị hơn hết vẫn là vừa chạy xe vừa nghe vẳng bên tai tiếng chim hót, tiếng vượn kêu, cùng với hàng trăm con bướm, bay lượn, nhởn nhơ, khoe mẽ màu sắc sặc sỡ trước mặt, khiến cho sự mệt mỏi bỗng nhiên biến đi đâu mất. Tới chừng ngó lui, thấy sừng sững bên đường ngôi đền thờ nhà yêu nước Nguyễn Trung Trực, người mà trước khi bị giặc Pháp mang ra xử chém đã dõng dạc hô to: "Bao giờ Tây nhổ hết cỏ nước Nam mới hết người Nam đánh giặc Tây". Không ai bảo ai, bọn tôi dừng xe, ghé đền thờ thắp nhang, quỳ lạy, trước anh linh vị anh hùng đất nước, trước khi chạy tiếp đến bãi Gành Dầu.

Gửi xe vào một quán nước, tôi cùng Nhã đi dạo nơi bãi cát mịn màng, có hai đầu chắn gió bởi hai vồ núi cùng khu rừng nguyên sinh nhô ra tận biển, vẽ nên cảnh biển thơ mộng, quyến rũ, như vầng trăng khuyết. Điều này, nhắc tôi nhớ lại bãi biển Đầm Trầu ở Côn Đảo, cũng mang vẻ đẹp hoang sơ, kỳ vĩ, trong chuyến đi "bụi" vừa qua. Khác chăng, đứng ở Gành Dầu người ta dễ dàng nhìn thấy hòn Bàng, hòn Thầy Bói của nước ta cùng với hòn Nần, núi Tà Lơn của nước láng giềng Campuchia, nằm chếch về phía Tây Nam. Và, cũng từ nơi đây, bọn tôi được nghe nhiều người còn kháo nhau rằng: "Đã tới Gành Dầu mà không ghé Bãi Dài coi như chỉ mới biết có một nửa Phú Quốc!?". Điều này đúng hay sai, xin chờ bọn tôi sau khi khám phá biển Gành Dầu xong, sẽ di chuyển sang Bãi Dà gần đó, tìm hiểu thêm cũng chưa muộn.

Thực vậy, khi đã đứng trước Bãi Dài, bọn tôi mới cảm nhận hết vẻ đẹp mà thiên nhiên ban tặng cho bãi biển dài hơn 15 cây số, không chỉ hoang sơ, mà còn lôi cuốn bởi những khu rừng nguyên sinh ngập mặn, xuất hiện tại các cửa sông nhỏ trải dài từ Gành Dầu về tới rạch Cửa Cạn, tạo ra cảm giác như đang đi lạc vào chốn thiên đường nơi hạ giới. Có lẽ, nhờ phong cảnh hoang sơ, đẹp đẽ, không thua gì bức tranh thủy mặc nên Bãi Dài đã lọt vào mắt nhiều hãng tin lớn như: ABC Úc, CNN Mỹ, BBC Anh… bình chọn là một trong năm bãi biển đẹp nhất hành tinh?

Trong lúc tôi và anh bạn đứng tranh luận về nét đẹp ở Bãi Dài, Nhã âm thầm lôi tấm vải bạt mang theo, trải rộng ra dưới tán những hàng dương cổ thụ xanh rợp bóng mát, để sau khi tắm biển lên có chỗ ngồi thưởng thức hải sản, một cách chu đáo.

Sửa soạn đâu đó xong xuôi Nhã lớn tiếng hô hào:

- Xuống biển thôi mọi người ơi.

Theo đề xướng của Nhã, bọn tôi chạy đi lấy quần áo bơi mặc vào, trước khi lao người xuống biển, vùng vẫy, bơi lội, cho đến khi mỏi nhừ tay chân, mới trở lên bờ, mua ít hải sản do người dân địa phương đánh bắt từ biển mang vào bờ buôn bán. Cứ thế, tự tay mỗi người dùng que xiên từng con tôm, cua, mực, nướng trên bếp than cháy đỏ được làm từ mấy viên đá to ghép lại; từ đó, mùi thơm ngào ngạt hải sản nướng trên bếp lửa, theo gió lan tỏa ra khắp Bãi Dài.

Theo dự kiến, sau khi ăn uống xong, bọn tôi sẽ dành thời gian chạy ngược qua Bãi Thơm để khám phá tiếp. Nhưng theo kinh nghiệm của người dân ở đây khuyên: "Nếu qua đó xem cho biết thì được, còn phong cảnh chưa chắc gì đã đẹp bằng bãi Gành Dầu này, bởi ở bãi Thơm còn có khá nhiều đá ngầm và tàu thuyền neo đậu gây ô nhiễm, chi bằng cứ vui chơi ở đây xong chạy thẳng về thị trấn hay hơn".

Tối đến, khi đã quay về lại thị trấn Dương Đông, tôi cố dỗ giấc ngủ mãi mà không tài nào nhắm mắt được, bèn gõ cửa phòng Nhã với hy vọng cô còn thức, rủ đi chợ đêm tìm chút gì bỏ bụng:

- Nhã ơi! Em ngủ chưa?

Giọng cô tỉnh queo:

- Ngủ rồi.

- Xạo. Ngủ sao còn nghe được mà trả lời.

- Anh cần gì?

- Đi chợ đêm Phú Quốc kiếm chút gì ăn không?

- Hu hu! Em cũng đang cảm thấy đói mà không dám gọi anh, vì sợ phá hỏng giấc mộng vàng của anh.

Từ khách sạn bọn tôi ở, đi bộ ra đường Trần Hưng Đạo, qua đến Võ Thị Sáu, đã ngửi thấy mùi hải sản nướng xộc lên mũi thơm lừng. Đã đói bụng thì chớ, mùi thơm càng hấp dẫn những cái miệng háu đói nơi bọn tôi thêm.

Đi thêm đoạn đường vào sâu bên trong, bọn tôi dừng chân lại bên dưới cái cổng chào bề thế, nhìn lên bảng đèn màu sắc, nhấp nháy ngay bên trên đầu, ghi hàng chữ: "Chợ đêm Dinh Cậu kính chào quý khách". Ôi! Khu chợ đêm, đông vui, náo nhiệt, bày bán la liệt những mặt hàng lưu niệm, ngọc trai, vòng vàng, nhẫn bạc, dây đeo cổ bằng vỏ sò, vỏ ốc… cho tới các gian hàng ẩm thực, đỏ lửa với đủ các loại nghêu, sò, ốc, hến, tôm, cua, ghẹ, cá…

Chưa vội, bọn tôi thử đi rảo quanh khu chợ đêm một vòng, tìm hiểu, đánh giá, nên ăn gì, ở quán nào, bởi kinh nghiệm rút ra từ lời khuyên của những kẻ đi nhiều, sành ăn là: "Hãy chọn những quán ăn đông khách thì ghé vào, dù có phải chờ đợi phục vụ hơi lâu; bù lại, ít ăn phải đồ ăn để lâu, nhất là các mặt hàng hải sản? Và, dựa vào lời khuyên chưa hẳn đúng đó, bọn tôi ghé vào quán của đôi vợ chồng sumo vui tính, có dáng dấp to dềnh như hai chiếc thùng phuy di động, đang vồn vã, mời chào, hướng dẫn "Thượng đế" đi chọn lựa từng con mực, con tôm, con cua, con cá… trước quầy hàng đã thấy có khá đông thực khách.

Và, thực khách sẽ bất ngờ lẫn thú vị khi đến với khu chợ đêm Phú Quốc là: "Khách chỉ con nào làm thịt con đó". Điều này làm tôi nhớ tới giọng khôi hài của anh chàng hướng dẫn du lịch, trong chuyến đi từ Thái Lan sang Malaya bằng đường bộ: "Trưa nay quý khách sẽ được thưởng thức món cơm chỉ, chiều sẽ là cơm giỏ". Thoạt nghe, ai nấy đều nóng lòng muốn biết ngay món cơm chỉ, cơm giỏ, ra sao. Tới chừng, khi xe đỗ lại trước một siêu thị ăn uống dọc đường, mọi người mới vỡ lẽ ra món cơm chỉ là cơm mà khách chỉ món nào người bán sẽ gắp món bỏ vào dĩa cơm cho mình. Cũng tương tự như thế, món cơm giỏ ăn vào buổi chiều là, món cơm dẻo như nếp, đựng trong chiếc giỏ đan bằng tre hay nứa. Thế mới biết: "Đi một ngày đàng học một sàng khôn" là vậy.

Đêm về, có lẽ do đã nạp đủ năng lượng ở chợ đêm Dinh Cậu, nên bọn tôi ai nấy ngủ say như chết. Sáng ra cảm thấy tinh thần sảng khoái, dư sức để tiếp tục đi khám phá Nam đảo và Đông đảo.

Do được cảnh báo trước, bọn tôi chọn áo quần màu tối để mặc, nếu không muốn bị những đoạn đường đất đỏ bám chặt vào vải, khó lòng giặt trắng mới như cũ.

Từ ngã 5 Trần Hưng Đạo, tôi chạy thẳng một lèo đến: "Bảo tàng Cội Nguồn". Đây là bảo tàng tư nhân, được ví như một phiên bản Phú Quốc thu nhỏ, bao gồm cả chục ngàn hiện vật mang đậm tính nhân văn qua nhiều thời đại. Bảo tàng cao năm tầng; tầng 1: giới thiệu điều kiện tự nhiên về Phú Quốc; tầng 2: giới thiệu khái quát lịch sử, khám phá, hình thành, đấu tranh xây dựng đảo; tầng 3: giới thiệu bộ sưu tập hiện vật, cổ vật sưu tầm tại đảo; tầng 4: giới thiệu cổ vật được vớt lên từ những tàu bị đắm ở phía Đông của đảo; tầng 5: giới thiệu cuộc sống đời thường của cư dân; ngoài ra, còn có khu bảo tồn loài chim biển và giống chó có xoáy dài trên sống lưng, tạo ra huyền thoại với thiên hướng săn mồi, bảo vệ chủ nhân, bảo vệ người đồng hành với nó.

Rời bảo tàng Cội Nguồn, tôi chạy qua đoạn đường nhựa nối tiếp con đường đất đỏ như son, chạy song song với bãi Trường xanh đẹp, nhờ có những bóng dừa đổ liêu xiêu, gợi nhớ cảnh biển Hàm Tiến ở Phan Thiết. Và, kia rồi, cửa hàng mà phái đẹp, mỗi khi đi du lịch Phú Quốc không thể bỏ qua: Cửa hàng trưng bày, buôn bán, và cũng là cơ sở nuôi cấy ngọc trai, nghe đâu của doanh nghiệp đến từ nước Úc.

Sau khi làm một vài thủ tục bắt buộc của nhà sản xuất, bọn tôi được hướng dẫn qua phòng trưng bày ngọc trai. Thần linh ơi! Cứ nhìn vào bảng giá của mỗi viên ngọc trai, tôi đã phát hoảng, vì giá mỗi viên ngọc trai thường thôi, đã ngốn hơn tháng lương của tôi. Biết đứng ở đây lâu, đàn ông con trai không thuộc hàng đại gia dễ bị "quê độ" lắm, nên lấy cớ muốn đi xem người ta trình diễn thao tác nuôi cấy ngọc trai, bởi cùng lắm tôi chỉ có đủ khả năng mua tặng cho người yêu viên ngọc trai Trung Quốc, bán rẻ như cho ở khu chợ đêm Dinh Cậu.

Cảm thấy có lỗi với Nhã ở khu chợ đêm Dinh Cậu, tôi đưa cô đến Bãi Sao, chụp vài tấm ảnh rồi chạy thẳng tới Bãi Khem hay bãi Kem gì đó, ăn món nhum và cồi mai nướng mỡ hành, chấm muối ớt, nghe quảng cáo là "dzách lầu mụ pho".

Đường vào Bãi Kem có khá nhiều cát, bánh xe cứ như đang bị sức mạnh vô hình nào đó trì kéo lại, khiến người và xe suýt bị ngã mấy bận. Cảm thấy nguy hiểm rình rập, Nhã định nhảy xuống đi bộ cho chắc ăn, nhưng tôi đã kịp thời trấn an cô không được manh động; nhờ vậy, tôi không chỉ đưa cô vượt qua địa hình khó khăn mà, còn lãi to với cái ôm nóng bỏng của người đẹp từ phía sau. Cám ơn mày nghe bãi cát trắng đến mịn màng, không khác gì một vỉa kem, thảo nào người dân địa phương chẳng bảo nó giống kem nên gọi đó: Bãi Kem.

Ngồi chơi, ăn uống một lát, bọn tôi chạy theo đường An Thới – Hàm Ninh qua đông đảo, khám phá những con suối ẩn mình trên dãy Hàm Ninh, chảy róc rách qua các khe đá, thảm cỏ tranh, trước khi hòa mình thành dòng chính đổ ầm ào vào Suối Tranh, suối Đá Bàn.

Sau khi đưa vé cho nhân viên kiểm soát, bọn tôi được mời bước qua chiếc cổng được xây cách điệu bằng một thân cây cổ thụ, có cành cao vươn ra xa treo bảng: "Khu du lịch sinh thái Suối Tranh". Nơi trước đây còn rất hoang sơ, nay được cải tạo trở thành địa điểm lý tưởng để nghỉ ngơi, giải trí, ngắm cảnh rừng bạt ngàn ở Phú Quốc.

Tiếp tục đi dọc theo con đường nằm cạnh suối lên tới chân thác, nghe bên tai tiếng nước đổ ầm ì từ trên cao xuống, tạo thành một cái hồ rộng mà, ở đó đang có nhiều nhóm thanh niên nam nữ, vô tư dựng lều cắm trại, bơi lội, đùa giỡn, bên cảnh quan thiên nhiên thơ mộng hữu tình.

Nhác trông thấy bọn tôi đi hai người, nhóm bạn trẻ tỏ ra thân thiện, rủ rê nhập bọn vui chơi, đàn hát, bơi lội, ăn uống… tiếc là bọn tôi không còn nhiều thời gian ở đảo, nên viện cớ còn phải đi thăm nhà thùng rồi, ghé Hàm Ninh mua ít cá ngựa tươi sống, mang về biếu ông bà già ngâm rượu uống bổ thận tráng dương.

Thật vậy, đã cất công ra đến Đảo Ngọc Phú Quốc mà không ghé thăm các nhà thùng hay còn gọi là thùng lều, nơi sản xuất ra loại nước mắm không chỉ nổi tiếng trong ngoài nước, sẽ là sự thiếu sót vô cùng lớn lao. Chính vì vậy mà Nhã đã yêu cầu tôi phải đưa cô đến một trong các nhà thùng, xem cho biết nơi đã sản xuất ra những giọt nước mắm cốt, loại gia vị không chỉ thuộc dạng quốc hồn quốc túy mà còn mang đậm bản sắc văn hóa Việt Nam.

Và, tại một trong sáu cửa hàng trưng bày sản phẩm, đồng thời cũng là các nhà thùng nổi tiếng tại Đảo Ngọc Phú Quốc, tôi đã phải uốn ba tấc lưỡi lên, nói thật khéo mới được ông chủ thùng lều đồng ý, hướng dẫn cho đi thăm cơ ngơi của ông.

Khi cánh cửa nặng nề được mở ra, mùi thơm đặc trưng của nước mắm làm từ cá, xộc lên mũi mọi người. Theo chủ nhà thùng cho biết, nước mắm ngon phải được làm từ nguyên liệu cá cơm tươi sống chỉ có tại vùng biển Phú Quốc, không thêm chất phụ gia, không chất định vị, định mùi, cộng với muối được mua từ Bà Rịa – Vũng Tàu, mang về chườm ướp trong những chiếc thùng được làm bằng gỗ trai, gỗ hộ phát, bời lời, dên dên… suốt thời gian dài mười lăm tháng, đủ để cá chín ngấu, cho ra loại nước mắm có độ đạm từ 35 đến 40 độ, nên khi ăn người ta dễ cảm nhận được vị mặn đậm đà, ngọt béo từ mỡ cá góp phần tạo ra. Ngoài ra, chủ nhà thùng chia sẻ thêm là trong mỗi thùng lều chứa khoảng 7 đến 13 tấn cá, được niềng bởi 8 sợi dây đai, mỗi sợi dùng đến 120 sợi mây bện lại, nếu xử dụng thường xuyên tuổi thọ mỗi thùng có thể lên đến sáu mươi năm.

Sau khi nghe qua quy trình sản xuất nước mắm cá cơm tại nhà

thùng Phú Quốc, Nhã muốn nhanh chóng rời khỏi nơi đây, chạy qua làng chài cổ nằm dưới chân núi Hàm Ninh. Thăm ngôi làng đánh cá mộc mạc, hoang sơ, bên những mái nhà tranh vách nứa giản dị, cho dù ngày nay đã bị ảnh hưởng ít nhiều bởi các hoạt động du lịch. Tìm hiểu cách người dân sinh sống bằng nghề truyền thống như: lặn biển, mò ngọc trai, bắt hải sâm, cua, ghẹ, tôm; nhất là, được ngồi trên cây cầu cảng vừa đẹp vừa lãng mạn, nhìn về phía đảo Hải Tặc, đảo Hòn Nghệ, mũi ông Đội, trong buổi chiều bảng lảng bóng hoàng hôn. Đợi chờ đêm đến, thưởng thức món ghẹ xanh, tôm tít, nổi tiếng tại thiên đường hải sản vừa ngon vừa rẻ tại các quán ăn nằm dọc theo cây cầu cảng, cảm nhận mùi muối, mùi ngai ngái từ gió biển thổi tới.

Và, may mắn thay, trong lúc chờ món ăn được dọn ra, bọn tôi tình cờ quen biết, chuyện trò với một lão ngư ngồi ngay bên cạnh. Lão tự giới thiệu lão đã mấy đời sống tại làng chài Hàm Ninh, hỏi bọn tôi đã nghe qua món đặc sản: “Tiết canh cua ở Đảo Ngọc Phú Quốc” bao giờ chưa?

Theo lão:

- Để có đủ tiết cho một đĩa tiết canh cua, người ta cần ba đến bốn con cua gạch biển, to cỡ 700 gram cho tới 1 ký, vì tiết cua không thể hãm theo cách của vịt hay heo, nên phải chuẩn bị trước nguyên liệu từ một con cua khác, bằng cách luộc trong nước có pha thêm chút rượu để làm giảm mùi tanh, khi cua chín gỡ nạc cua cho vào đĩa trộn với gia vị, rau quế, ngò gai xắt nhuyễn để làm dậy mùi. Kế đến, với số cua còn lại, người ta dùng dây buộc các ngoe ở cùng một bên lại thành một chụm, dùng kéo bén cắt chúng một lượt để nước cua từ từ chảy vào đĩa đã chuẩn bị sẵn nguyên liệu. Cứ thế, tiếp tục cắt tất cả những chiếc ngoe của số cua còn lại xong, gỡ gạch ở mu cua bày lên trên mặt đĩa tiết. Khi tiết đông, thấy có phần nước nổi lên trên mặt đĩa tiết, khéo tay dùng muỗng hớt hết lớp nước bên trên mặt đĩa tiết cho thật khô. Sau rốt, rắc thêm hạt tiêu, đậu phộng rang giã nhỏ, ớt… ăn cùng bánh tráng nướng, xúc từng miếng tiết canh cua có vắt thêm tí chanh, ăn kèm với ngò rí, rau húng lủi… ngon hết biết.

Nghe lão ngư kể cho nghe cách chế biến món tiết canh cua mà, nước miếng trong miệng bọn tôi cứ chực chờ trào ra.

Phải tự kìm chế đến mấy bận, Nhã mới thốt được nên lời:

- Anh! Mình hỏi xem quán có phục vụ món tiết canh cua không, chứ em tìm trong thực đơn sao không thấy?

Chiều theo Nhã, tôi gọi cô phục vụ đến gọi món tiết canh cua, thì được nghe cô trả lời:

- Mấy hôm nay đầu bếp chánh tạm nghỉ việc để lo cho vợ đi đẻ…

Nghe xong, Nhã thất vọng và buồn ra mặt, hẹn lần sau nếu có dịp trở ra Phú Quốc, thế nào cũng phải tìm ăn cho được món tiết canh cua, bởi cô thừa biết cô phục vụ đã không nói thật, vì trong menu nhà hàng không thấy ghi món tiết canh cua thì, dù cô có đợi qua hết Tết Congo cũng chưa chắc gì đã có, nên phải nói dối là đầu bếp đang nghỉ việc lo cho vợ đi đẻ?

Minh Nguyễn

----

(1)- Dinh Cậu nổi tiếng tọa lạc ở đầu của mõm đá giống con rùa.

(2)-Từ xưa anh linh của Dinh Cậu đã vang lừng khắp bốn biển.

(3)-Dinh Cậu như tấm bình phong bảo vệ dân lành.

(4)-Nhờ ơn Cậu mà mưa gió thuận hòa dân cư an lạc.

(5)- Bà Lớn Tướng – Lê Kim Định là phu nhân của anh hùng Nguyễn Trung Trực, đã hy sinh cùng đứa con sinh non tại sông Cửa Cạn, được nghĩa quân lén cướp xác bà, đem về bãi ông Lang chôn cất, lập đền thờ.

"nửa đêm giờ Tý canh ba"
buồn tình khó ngủ đi ra đi vào
làm gì hơn là làm thơ
tặng con chuột nhắt đón chào ngày xuân
vểnh râu hít hương bánh chưng
hiểu ra nhân loại có chung nụ cười
lh.

MỘT ĐỜI CÂM NÍN

LÊ NGUYỆT

Lan Mai nhìn đứa cháu ngoại Tường Vy đang cắm cúi làm toán chị vừa cho đề. Năm nay nó bắt đầu vào lớp Một. Mẹ Tường Vy là Thái Hồng, con gái lớn của chị cũng đã ba mươi tuổi rồi. Tường Vy có đôi mắt và cái miệng giống hệt mẹ nó, mẹ nó lại giống người đàn ông mà Thái Hồng chưa một lần biết mặt để gọi tiếng "Ba" thiêng liêng như hiện nó đang gọi một người khác.

Chị tên là Lan Mai, tên của hai loài hoa đẹp ghép với nhau và chị cũng đẹp như hai loài hoa ấy. Tiếc thay, khi về với chồng chị không còn là hai đóa Lan Mai tinh khiết nữa vì đã trao gửi cho anh cái ngàn vàng duy nhất trong đời.

Mai chạnh lòng nhớ đến ba mươi năm trước. Khi ấy chị cũng đã ba mươi tuổi, tuổi của con gái chị bây giờ.

Chị ra trường về dạy ở một vùng xa. Hai năm sau anh được đổi về làm hiệu trưởng trường của chị. Có thể nhan sắc và sự năng nổ trong công tác đã khiến anh đặc biệt quan tâm đến chị nhiều hơn các cô giáo khác và rồi họ yêu nhau. Lúc đó chị hai mươi bốn tuổi. Chuyện tình kéo dài sáu năm và chị quyết định xin chuyển về gần nhà trước, anh sẽ chuyển sau khi có người thay thế chức vụ. Họ hẹn nhau sau khi ổn định nơi công tác rồi sẽ tiến tới hôn nhân. Chị yêu anh và cũng biết anh rất yêu chị. Làm giáo viên thời bao cấp mỗi tháng chỉ có mấy chục đồng cộng mười ba ký gạo trong đó hết ba ký cao lương. Hai người nếu muốn tự cưới không phiền đến cha mẹ tốn kém là không thể nào nên chị phải về trước, tìm cách làm thêm để tăng thu nhập.

Buổi sáng đi dạy, buổi chiều chị học may ở một tiệm may lớn Thiện Toàn do hai anh em Thiện và Toàn làm chủ. Chị siêng năng lại khéo tay nên rất nhanh được ráp đồ ăn công sản phẩm. Vì có chủ đích nên chị học cắt cũng nhanh. Thiện đã có vợ con còn Toàn bắt đầu đeo đuổi chị. Cũng chính nhờ Toàn mà Mai mới rành rẽ tất cả các kiểu đồ, từ áo bà ba, áo dài, áo sơ mi, áo véc tông, quần thường, quần tây chị đều cắt may được hết trong vòng sáu tháng trong đó có một mùa hè.

Như vậy Mai có thêm thu nhập gấp đôi tiền lương ít ỏi của mình.

Thời đó, giáo viên nghèo lắm, chiếc xe đạp cũng không sắm nổi. Mai đi bộ suốt từ nhà ra tiệm may, từ tiệm may về nhà, từ nhà tới trường…

Tòng thường xuyên về thăm chị. Mỗi khi có việc về phòng giáo dục anh đều tranh thủ tạt qua, dắt chị đi ăn uống. Biết đồng lương anh ít ỏi bao giờ chị cũng đưa thêm cho anh chi xài. Hai người vẽ ra bao cảnh vợ chồng hạnh phúc sau khi cưới nhau. Tòng đã nộp đơn xin về rồi, chỉ còn chờ người đến thay nữa là xong. Tình yêu của họ tưởng không có ai chia cắt được nhưng Mai vẫn chưa nói với gia đình. Chị là chị lớn trong gia đình có bảy đứa em.

Một lần, khi các giáo viên về huyện để học khóa chính trị, chỉ còn anh ở lại giữ trường. Chị xuống thăm anh. Quen và yêu nhau nhiều năm nên chuyện quan hệ xác thịt đối với hai người không còn lạ lẫm nữa. Anh nói tình yêu dành cho chị dù non mòn biển cạn vẫn không đổi dời. Chị tin.

Chị nhiều lần từ chối Toàn. Từ chối mà không nêu lý do nên Toàn không cam tâm. Thật ra vì Toàn nhỏ hơn chị ba tuổi và là tuổi kỵ nên anh nghĩ vì lý do đó mà Mai từ chối mình. Thiện không muốn Toàn yêu Mai vì chê nhà Mai nghèo không môn đăng hộ đối với nhà anh. Nhưng Toàn say đắm Mai, mặc kệ lời can ngăn của anh trai và phản ứng của cha mẹ khi biết chuyện. Toàn lập tức cho Mai nghỉ làm ở tiệm. Mai có cơ hội cất một cái quán nhỏ ở trước miếng đất của gia đình để mở tiệm may riêng. Chị vừa đi dạy vừa may, thức khuya dậy sớm. Nhờ siêng năng và khéo tay, chẳng bao lâu chị có một lượng khách ổn định.

Toàn thường xuyên tới lui, chỉ biểu thêm cho Mai. Chị hàm ơn anh, đối xử rất lịch sự nhưng không quá đà. Mai không để cho Toàn hiểu lầm về tình cảm càng làm anh yêu quý chị hơn.

Thiện biết chuyện, gọi Mai tới để cảnh cáo. Nói nếu như Mai không rời xa Toàn ra thì cha mẹ anh sẽ xuống tới nhà làm rùm beng xấu hổ thêm thôi. Mai nói lại với Toàn, kêu anh đừng đến nữa nhưng anh cười: "Anh Thiện chỉ hù dọa thôi". Rồi vẫn y như cũ.

Có dịp về huyện là Tòng ở lại với Mai vào buổi tối khi chị đã đóng cửa tiệm. Một thời gian dài như vậy vẫn chưa ai phát hiện ra anh, nhất là gia đình chị hoàn toàn không hề hay biết chị đang có người yêu. Tòng cũng không đòi hỏi Mai giới thiệu mình với gia đình cũng như chưa lần đề nghị đưa chị về nhà ra mắt cha mẹ. Cả hai đều cho rằng chưa phải lúc.

Và chuyện gì tới phải tới.

Một hôm, Tòng ghé thăm Mai, chưa bước vào nhà anh bắt gặp Toàn cũng ở đó. Toàn mua một con vịt quay và bánh mì vào để cùng ăn với chị. Khi Toàn đang bày đồ ăn ra mâm thì Tòng đến. Tòng khựng lại và quyết định quay trở về không để cho Mai nhìn thấy mình. Trước khi ra về, anh còn kịp nghe tiếng cười vui vẻ của Mai và Toàn.

Một tháng, Tòng không ghé thăm Mai nữa mặc dù anh đi họp hội đồng hiệu trưởng trên huyện đến ba ngày. Mai biết và bức xúc đi tìm anh nhưng Tòng lánh mặt. Mai đau khổ không biết chuyện gì đã xảy ra. Cô quyết tìm anh cho bằng được. Chị kinh ngạc khi nghe anh nói:

"Anh cũng nghe nhiều về em và Toàn, cậu chủ của tiệm may nhưng anh không tin. Hôm anh ghé thấy em vui vẻ với Toàn, hai người còn bày vịt quay ra ăn chung là anh biết dư luận không sai. Em có quyền của mình, em có thể chọn nên anh tôn trọng ý nguyện của em, âm thầm chia tay để em khỏi khó xử".

"Anh hiểu lầm em rồi. Em đối với Toàn như một người ơn thôi. Quen nhau bao nhiêu năm anh không biết em là người như thế nào sao?".

"Anh trả tự do cho em đó. Anh không muốn vợ mình có một chút gợn nào về tình cảm cả. Quên anh đi. Anh thật không thể tưởng tượng em là loại người như vậy. Anh lầm em rồi".

Rồi Tòng tàn nhẫn bỏ đi. Mai đau điếng trong lòng. Chuyện tình kéo dài bảy năm nói dứt là dứt sao? Nhưng Mai là người có tự trọng, chị không thể hạ mình van xin anh một khi anh đã muốn từ bỏ. Vậy là họ chia tay nhau. Cuộc chia ly lãng nhách để lại trong lòng Mai một nỗi hận không biết chia sẻ cùng ai.

Khốn nạn thay, ngay lúc này chị lại mang thai con của Tòng. Cái bào thai mới vừa tượng hình hơn một tháng.

Một cuộc dằn xé dữ dội trong Mai. Giữ lại hay phá bỏ? Chị yêu Tòng, đến bây giờ sự thật phũ phàng chị vẫn yêu và còn yêu có thể cả đời này. Đứa con là kết tinh tình yêu của chị dành cho anh. Chị lại ba mươi tuổi rồi, không chồng có con, lại là cô giáo nữa sao tránh khỏi miệng đời đàm tiếu? Và gia đình của chị? Chị là chị cả lại không làm gương cho các em thật đáng xấu hổ. Nhưng phá bỏ đứa con này thật sự chị không nhẫn tâm. Rất nhiều lần chị muốn nói cho Tòng biết trong người chị đang mang giọt máu của anh nhưng tự tôn kéo chị lại. Bên cạnh Mai lúc nào cũng có Toàn cho dù gia đình ngăn cấm anh tới lui với chị. Chuyện đã như thế này rồi Mai cũng không đuổi xua Toàn nữa, chị để mặc anh đến với mình, cùng chị may đồ khi đắt hàng. Và chung quanh mọi người kể cả gia đình chị đã mặc định Toàn là người yêu của chị.

Phải tính toán sao với cái bào thai rồi sẽ ngày một lớn đây? Bằng mọi giá Mai phải giữ lại đứa bé, phải tìm cho nó một người cha. Hay là nhờ Toàn làm tấm bình phong che chắn cho mẹ con chị? Mai cảm thấy xấu hổ với ý định đó, nhưng không như vậy thì phải làm sao đây? Sau khi suy nghĩ cẩn thận, Mai nói với Toàn:

"Anh thật sự thương em phải không?".

"Phải".

"Anh cũng biết em không thương anh mà?".

"Tình yêu sẽ được vun đắp nếu như anh cố gắng".

"Nhưng bây giờ trong lòng em đang có người khác. Mặc dù đã chấm hết rồi nhưng em thấy bất công với anh".

"Miễn có được em, anh không màng gì hết. Bây giờ em chưa thương anh nhưng anh tin rằng rồi em sẽ thương".

Đắn đo một hồi, Mai quyết định nói thật:

"Có một chuyện này em muốn nói với anh, nếu như anh chấp nhận thì quãng đời sau của em sẽ hoàn toàn là của anh".

"Chuyện gì em nói đi".

"Em đang có thai gần hai tháng rồi".

Toàn mở lớn mắt. Biểu cảm của anh Mai đọc được nét kinh hoàng. Anh lắp bắp:

"Gần hai tháng? Có nghĩa là mới đây?".

"Phải".

"Mới đây em còn quan hệ với anh ta? Nghĩa là em đã từng có người yêu rồi sao?".

"Phải. Cũng vừa mới chấm dứt. Sau khi chấm dứt em mới hay mình có thai. Toàn à, anh có thể chọn rời xa em. Thật ra, trong khoảng thời gian vừa rồi anh đã làm em cảm động. Nhưng trong lòng em còn một chút gợn về mối tình này. Bây giờ, em đang mang thai mà không thể vứt bỏ bào thai này được. Nhưng chấp nhận anh là bất công với anh. Cho nên, anh hãy từ bỏ em đi. Em là đứa con gái hư hèn không xứng với sự nâng niu trân trọng của anh đâu".

Toàn im lặng. Mai biết anh đau khổ lắm và bỗng dưng chị cũng cảm thấy hổ thẹn với chính mình.

Bẵng đi một tuần, Toàn không đến. Mai biết như vậy là chấm hết mọi thứ. Chị sẽ một mình nuôi con, một mình gánh chịu búa rìu dư luận. Mặc kệ, chị không cần ai thương hại mình. Đứa con sẽ là niềm an ủi của chị, bằng mọi giá phải sinh nó ra.

Nhưng Toàn đã đến. Anh chấp nhận làm người cha hờ của con chị. Mai nói:

"Em biết thiệt thòi cho anh. Em biết mình không có quyền đòi hỏi gì thêm. Nhưng nếu anh đồng ý thì phải chấp nhận điều kiện của em và anh cũng nên đưa ra điều kiện với em".

"Em có điều kiện gì?".

"Cả đời này em sẽ không nhắc tới, không gặp gỡ ba của đứa bé. Nó lớn lên chỉ biết một mình anh là ba thôi. Em mong anh cũng sẽ thương yêu đừng ghẻ lạnh với nó".

"Anh cũng có điều kiện. Cả hai chúng ta xem như trên đời không có người đàn ông đó. Anh không bao giờ hỏi về hắn và em dù bất cứ lý do gì cũng không được tìm gặp hắn. Đứa bé suốt đời không được biết sự thật này".

"Em chấp nhận".

Và bây giờ phải qua cái ải của gia đình anh.

Cái ải của gia đình anh thật khó qua. Ba anh đùng đùng nổi giận khi nghe Toàn đòi cưới Mai vì Mai đã mang thai con của anh. Ông và Thiện đến tiệm may của chị miệt thị đủ lời. Ông cho rằng Mai lớn tuổi hơn Toàn nên cố tình dụ dỗ Toàn vì gia đình anh khá giả. Ông tuyên bố vĩnh viễn không chấp nhận con dâu như chị. Và dù cho chị có sinh ra được một thằng con trai đẹp như Phan An, Tống Ngọc thì ông cũng thề là sẽ không bao giờ cho nó bước chân vào nhà đừng nói chi nhận tổ quy tông.

Mai từ thất vọng này đến thất vọng khác. Chị buồn bã rã rời khi Toàn bị ba anh triệu tập về nhà và cấm tuyệt đối không được gặp chị.

Bẵng đi vài tháng, bụng Mai càng ngày càng lớn. Chị mặc kệ số phận đẩy đưa, cùng lắm thì như phương án ban đầu, một mình nuôi con. Lúc đó Tòng cũng đã đổi về làm hiệu trưởng gần nhà nhưng anh chưa một lần tìm đến chị. Mai chua chát nghĩ: Mối tình sáu, bảy năm trời kết thúc ngay vào lúc chị cần anh nhất. Kết thúc mà không cho chị giải thích một lời.

Rồi Toàn cũng đến tìm chị. Anh ở hẳn tiệm may của chị. Ba má chị thương Toàn nhưng tự ái vì những lời của cha anh. Mai biết Toàn là người có tình nghĩa, một lời đã hứa như đinh đóng cột. Nhưng chị không biết phải đối xử với anh ra sao vì nghe được tin ba má anh đã đi coi vợ cho anh rồi. Đó là con gái rượu của một tiệm vàng ở xứ của anh.

Mai khuyên Toàn nên quên chị đi, về mà làm theo lời cha mẹ vì chữ hiếu phải giữ làm đầu, vả chăng, chị cũng không xứng đáng để anh hy sinh lớn như vậy nhưng Toàn nhất quyết muốn bên cạnh chị để chăm sóc khi chị sinh nở. Vì vậy, dù lễ đính hôn tổ chức xong nhưng cả năm sau Toàn vẫn chưa định ngày cưới. Anh cứ kéo dài thời gian cho bên nhà gái nản lòng mà từ hôn.

Và ngày Mai sinh con đã đến.

Chị sinh ra một bé gái. Nó giống y chang Tòng từ mắt tới miệng. Rất may là Toàn chưa biết mặt Tòng nên anh không nhận ra. Bạn bè đồng nghiệp tới thăm chị ai cũng ngờ ngợ nhưng không tiện hỏi. Chị đặt tên con là Thái Hồng. Nhìn đứa bé, Mai chạnh lòng.

Khi Thái Hồng được ba tháng tuổi thì Toàn cho Mai hay là hôm nay ba mẹ anh sẽ đến nhà gái chồng tiền lo cỗ bàn cưới. Anh kêu Mai hãy đến phá cái đám cưới này đừng cho diễn ra. Tự trọng của một cô giáo không cho phép Mai làm như vậy dù trong thời gian qua, chị đã yêu Toàn lúc nào không hay. Hình ảnh Tòng chỉ còn trong ký ức và ký ức đó là một mảng đen làm ô uế cuộc đời chị. Mai nhủ lòng, nếu như suôn sẻ làm vợ Toàn, chị sẽ toàn tâm toàn ý lo cho mái ấm của mình, trong đó là con của chị và Toàn chứ không phải của ai khác.

Chính vì lẽ đó, ngay ngày cha má Toàn đến nhà gái bàn chuyện đám cưới, chị đã đến.

Sự xuất hiện của Mai làm mọi người tá hỏa. Ba Toàn giận dữ khi chị nêu lý do vì sao đến ngay lúc này. Yêu cầu của Mai chỉ là muốn thông báo cho nhà gái biết chị đã có con với Toàn, chị không đòi hỏi danh phận cũng như không mong mỏi anh cưới mình về làm vợ. Chỉ là muốn gia đình Toàn nhất là anh phải có trách nhiệm với con của chị, cụ thể là chu cấp cho nó đến năm mười tám tuổi. Ba Toàn miệt thị chị đủ lời. Ông cho rằng đã tuyên bố dứt khoát với chị từ một năm trước nhưng chị vẫn ngoan cố, dùng những lời lẽ ma mị và thân xác tội lỗi để quyến rũ Toàn. Ông nói, cho dù hôm nay có bị nhà gái từ hôn chị cũng đừng hòng ông chấp nhận chị làm dâu, cả đời này đừng mong bước vào nhà ông nửa bước.

Mai muốn bỏ cuộc giữa chừng. Những lời của ông làm chị tổn thương sâu sắc. Vì lẽ gì phải chịu những xúc phạm cay đắng từ gia đình anh? Họ đã như vậy rồi nếu như biết sự thật đứa bé này không phải con của Toàn thì chị phải nhận bao nhiêu lời lẽ khó nghe nữa?

Mai buồn bã ra về. Chị không còn hơi sức để hơn thua. Mặc mọi chuyện ra sao thì ra.

Nhưng nhà gái là gia đình giàu có, trọng sĩ diện. Người ta không dễ dàng gả con mình vào một nơi mà biết chắc mối lương duyên này sẽ đem lại nhiều phiền phức. Họ từ hôn làm cho gia đình Toàn cay cú, càng có thành kiến với Mai nhiều hơn.

Từ đó, Toàn và Mai sống như vợ chồng trong căn tiệm may của chị. Một bữa tiệc nho nhỏ mời bà con và các bạn bè thân thích của chị, chỉ vậy thôi.

Nhiều năm trôi qua…

Chị sinh cho anh một đứa con trai. Đứa con này anh nâng niu như châu báu. Toàn vẫn thường xuyên về nhà thăm cha mẹ nhưng cha mẹ anh chưa một lần nhìn con dâu cháu nội. Chị cũng chưa từng biết nhà anh. Mai cũng không quan tâm. Chị vừa đi dạy vừa cùng Toàn may, cuộc sống của gia đình chị ổn định, dư dả, thoải mái. Hai đứa con lớn lên vô tư và hạnh phúc.

Toàn không thương Thái Hồng. Điều đó rõ ràng mặc dù anh chưa bao giờ tỏ ra khó chịu hay nhắc nhở gì về quá khứ của chị. Nhưng sau khi chị sinh bé Cầu thì sự phân biệt đối xử thật rõ ràng. Toàn ấp ôm chiều chuộng, trìu mến với Cầu mà Mai nhìn ra được anh chưa một lần âu yếm với Thái Hồng. Khi Hồng đậu đại học Toàn cũng không mừng rỡ, hí hửng đi khoe với mọi người, tổ chức một bữa tiệc chiêu đãi như khi Cầu đậu. Đến lúc Hồng mới học xong năm thứ nhất thì có bạn trai và mang thai buộc phải nghỉ học để làm đám cưới, Toàn chỉ trề môi một cái rồi không nói gì mặc cho Mai sắp xếp. Hồng không được sự quan tâm của ba nên nó cũng không quan tâm lại anh. Bao nhiêu tình thương Toàn dồn vào cả một mình Cầu.

Mai nhìn thấy hết nhưng chị cũng không dám tỏ thái độ gì. Dù sao anh cũng đã thực hiện đúng lời hứa. Hơn hai mươi năm trôi qua, chưa một lần nào nhắc tới lầm lỡ của Mai và Thái Hồng cũng đinh ninh mình là con ruột của Toàn.

Không phải Mai chưa từng gặp lại Tòng. Anh là hiệu trưởng dù là của trường nào cũng vậy, chị là giáo viên, mỗi mùa hè đều học chính trị hoặc cải cách giáo dục sao không gặp nhau cho được? Nhưng chỉ là nhìn thoáng qua thôi, chị sợ phải đối diện với anh, sợ tình yêu của bảy năm vô tình trỗi dậy sẽ có lỗi với người chồng đầu ấp tay gối của mình nên luôn tránh mặt. Tòng lúc nào cũng hướng mắt về chị và đôi khi muốn tới gần để hỏi thăm về cuộc sống hiện giờ nhưng đều bị chị né tránh. Mai đã nhất quyết chôn vùi quá khứ và tẩy xóa cẩn thận, chị xem như đó là một vết nhơ của thời son trẻ.

Một lần, Tòng bệnh nặng, chị sợ anh không qua khỏi, trong lòng rất muốn nói với con về cha mình. Rất muốn cho anh biết sự thật để cha con nhìn nhau lần sau cuối. Nhưng Mai đắn đo mãi, làm như vậy là phản bội lòng tin của Toàn. Bởi sau khi biết được cha mình là người khác và tại sao người trước nay mình gọi là cha lại không thương yêu mình thì Hồng sẽ nghĩ sao?

Hôm nay, cả chị và Hồng đều đã có một gia đình hạnh phúc. Toàn đối với Hồng cũng gần gũi hơn xưa vì nó rất có hiếu với anh. Chị còn muốn gì nữa? Phải giấu kín. CẢ ĐỜI CÂM NÍN để giữ vẹn chữ tín với chồng và hạnh phúc cho con.

Lê Nguyệt

thơ

TRÁI TIM ĐI LẠC

NGUYỄN HẢI THẢO

Trở lại quê xưa heo hút gió
Quanh năm con nước đỏ phù sa
Lòng tôi trên chuyến đò xuôi ngược
Bâng khuâng như một kẻ xa nhà.

Con sông quen khúc lở bên bồi
Mượn giùm hạt phù sa thắm đỏ
Tôi bồi đắp trái tim rạn vỡ
Giọt máu tình khi ngập lúc vơi.

Mượn giùm tôi khóm lục bình trôi
Xanh ký ức một thời lang bạt
Mượn giùm tôi mênh mang câu hát
Rằng ai đưa con sáo sang sông.

Có lẽ trái tim mình đi lạc
Qua sông mới chợt nhớ lối về
Bao năm cơm áo còn gánh nặng
Vẫn thèm một chút bóng trăng quê.

Ai ca vọng cổ nghe mùi quá
Đàn tim tôi lạc mất nhịp rồi
Con sáo sổ lồng đâu quay lại
Nỗi niềm ai chia sẻ cùng tôi?!

thơ

GỬI NGƯỜI THÁNG MƯỜI

ANH THƯ

Tôi đã thầm thương Người tháng Mười
Thương từ đôi mắt, xuống đôi môi
Mỗi khi người đến… tim chênh nhịp
Người thấu gì không ngơ ngẩn tôi!?

Tôi đã thầm thương Người tháng Mười
Ân cần, săn sóc mãi chưa vơi
Hạnh phúc tôi đầy trong mắt ấy
Cả từng nụ cười điếng hồn tôi.

Tôi đã thầm thương Người tháng Mười
Mong manh ngày tháng lững lờ trôi
Bao giờ, và đến bao giờ nữa?
Được nói yêu người, một tiếng thôi!

thơ

ÂM THANH BÀN PHÍM

DUNG THỊ VÂN

1-

Âm thanh bàn phím
- luôn là những ngôn ngữ vô cùng
Anh có thể cảm nhận bằng đôi mắt, bằng trái tim
- và bằng tất cả những gì trong tâm hồn anh có thể

2-

Mạng toàn cầu
- Là đôi mắt
- Một chấm Like – một trái tim hay một giọt nước mắt
Đó là ngữ ngôn trong im lặng sẻ chia

3-

Ta nói với nhau
Bằng tất cả câm từ gõ từ bàn phím
Anh cảm nhận được hay không…
Vì đó là âm thanh của thời đại @ (a còng)

4-

Dường như người ta đã quên mất cảm xúc khi bên nhau
Bởi ảo ảnh thực hư như là căn bệnh
Mà thế kỷ này – Trời đất cũng chiêm bao
Mà thế kỷ này – Trời đất cũng đổi thay

5-
Anh có biết bởi vì sao không?
Dẫu sao ta cũng nói lời cảm ơn đến Mark Zuckerberg
Người sáng lập Facebook
Đã cho mọi người viết được tất cả những tin tức - và tình yêu gần xa
trên toàn thế giới

6-
Cảm ơn những hủy - những Block từ Facebook
Để cho ta nhận ra - những điều khuyết thực
Luận - lý trần gian
Ai bạc - ai khinh

Câu nói tự ngàn xưa ai cũng biết
Hỷ nộ ái ố là lẽ thường nhân
Ta chẳng phân vân
- với những điều được mất.

December 06, 2017 – 09:35am

thơ

ĐỜI CHÚNG MÌNH ĐÃ CUỐI

ĐINH THỊ THU VÂN

anh à
em thương từng này, chứ có thương nhiều hơn nữa
ngàn vạn lần hơn nữa
thì đêm mãi là đêm – đêm vẫn nhạt thênh ngày!

thương đến lạc đời
thương trộm
thương che
thương đẫm vóc
đẫm hồn
đẫm đơn
đẫm lẻ
thương xuôi…

em thương xuôi, mà nghe đau về ngược!

đời chúng mình ngắn quá
một lần yêu mà mơ mãi không thành
đời chúng mình ngắn quá
một lần cần – bạc mắt vẫn xa xăm

đời chúng mình… muộn lắm
em xé lòng em sao dệt đủ tơ mành
đời chúng mình đã cuối
lỡ một nhịp dài
em đuối sức
trôi quanh…

em đuối sức mà anh không lần níu!

anh không níu
anh không cùng hiu quạnh
lỡ một nhịp dài
nước mắt lạnh phong phanh

đời chúng mình đã cuối
không kịp nữa rồi cho một lần được nhận
để trao thêm…

CHỮ ĐỒNG

VN. PHAN VĂN HI

1 - Gia đình là nhân tố cấu thành xã hội. Ở đó người chồng người vợ là giềng mối. Gia đình ấm êm hay khốn khổ đều từ sự tương tác hài hòa hoặc mâu thuẫn của họ trước tác động không ngừng của xã hội.

Vợ chồng hoàn toàn hạp nhau, giống nhau trong mọi cách nghĩ cách làm chưa chắc có cuộc sống chung tốt.

Hai nửa đều độc ác, tham sân thì sự phối hợp ăn ý của họ sẽ đưa đến kết cục đen tối cho chính bản thân, gia đình, đồng thời gieo rắc thảm họa khôn cùng cho xã hội.

Hai nửa đều u mê, vị kỷ, luôn vơ vét cho riêng mình, thượng đội hạ đạp sẽ gây nhiễu hại vô cùng.

Đa nguyên, đa sắc màu, đa tính chất là nguồn gốc tự nhiên. Quy luật tiến hóa cũng bắt đầu bằng sự khác nhau. Tinh hoa của những cái khác nhau bổ sung cho nhau đã đưa con người tiến hóa không ngừng.

Vợ chồng là hai cá thể, hai thực thể khác nhau. Phần nhiều từ một thoáng rung động ban đầu họ hướng về nhau, tìm cách tiếp cận nhau rồi gần nhau, cảm nhau, yêu nhau trong cõi mộng. Không so đo tính toan hơn thiệt, họ yêu cả cái dại khờ ngây ngô của nhau. Với họ Xuân Hạ Thu Đông mùa nào cũng đẹp, nên thơ, nồng ấm. Họ thiết tha quấn quýt như một nửa này không thể thiếu một nửa kia.

Khi hai nửa thực sự thuộc về nhau trong cuộc chung sống vợ chồng, thời hoa mộng dần qua, thực tế hé lộ nhiều khác biệt vốn có của nhau mà trước đó họ không hề bận tâm. Một số cặp vợ chồng thất vọng về nhau, không chịu đựng được nhau, cuộc sống chung tan vỡ. Đa phần các cặp vợ chồng khác chấp nhận thực tế ưu khuyết của nhau, chịu đựng nhau, thiện chí tìm điểm chung chung sống, sẵn lòng bổ khuyết cho nhau, cùng nỗ lực phát huy ưu điểm của nhau, kiên trì xây dựng hạnh phúc và họ đã có hạnh phúc bên nhau.

Vốn dĩ trong cõi ta bà niềm vui nỗi khổ chồng lấn, đan xen ngổn ngang vô kể, khác nào lượng nước biển Đông mông mênh mờ mịt. Từ ngàn xưa ông bà ta đã chứng ngộ và liên tục nhắn nhủ, dạy bảo cháu con: ĐỒNG VỢ ĐỒNG CHỒNG TÁT BIỂN ĐÔNG CŨNG CẠN.

2- Con người bơi lội trong dòng đời như con thuyền rong ruổi trên sông hồ hay biển cả. Tất cả đều đối đầu gian khó và có chủ đích hướng đến một bến đợi.

Họ không bơi lội một mình!

Con người thường có nhau chí ít cũng các thành viên trong gia đình, bà con bạn bè thân thuộc. Rộng hơn là cộng đồng.

Để tới đích mong đợi họ phải có chung một chữ ĐỒNG.

Cùng chuyển động, cùng hướng về một bến đợi, họ đã là bạn ĐỒNG HÀNH của nhau

Mọi diễn biến trong hành trình đều tác động đến từng người. Muốn hay không họ cùng nhận niềm vui, nỗi lo, nỗi buồn, nỗi khổ chung trong hành trình đó. Họ là ĐỒNG CẢNH của nhau.

ĐỒNG HÀNH, ĐỒNG CẢNH nhưng dị mộng thì thảm họa. Trong nhiều trường hợp, khi hoàn cảnh bức bách phải có nhau để sống còn, họ trở thành ĐỒNG MINH. Lúc biến thì ĐỒNG KHỔ nhưng thực chất họ chẳng chịu ĐỒNG CAM. Khi đường sống riêng hé lộ họ quay mặt dìm diệt nhau.

ĐỒNG HÀNH, ĐỒNG CẢNH mà chung mộng đưa họ gần nhau hơn trong tương tác, tương sinh, tương tồn, tương tiến; ngày một gắn bó hơn trong sự ĐỒNG CẢM sâu sắc.

Nhưng nếu ĐỒNG CẢM chỉ để lân la đưa đẩy, hùa nhau phần

nàn oán thán hoặc cùng nhau mơ mộng kiểu "chờ sung rụng" thì vô hình trung dẫn nhau dấn sâu vào vùng trũng lờ mờ tăm tối để rồi từng bước bị gặm nhấm bởi bao tác hại tiềm tàng.

ĐỒNG CẢM là để lắng nghe, chia sẻ, trao đổi, giúp nhau đọc thấu tình huống trước các yêu cầu bức thiết của cuộc sống, tựa vào nhau vượt qua trắc trở, tháo gỡ thất bại, khơi dậy khát khao về sự tồn tại và thành quả của nhau, thổi vào nhau ý thức CÓ NHAU SỐNG CÒN, hài hợp trong cách nghĩ cách làm, ĐỒNG TÌNH hướng tới cái chung, ĐỒNG LÒNG từ bỏ cái riêng nếu cái riêng đó tổn hại cái chung, luôn chìa tay cho nhau, một người ngã nhiều người nâng, chia sẻ trách nhiệm, truyền lửa, ĐỒNG TÂM dấn thân và động viên nhau dấn thân dẫn đến hành động ĐỒNG BỘ.

3- *Trong xã hội*

Tìm đến cái chung, vì cái chung chung sống là con đường sống còn, hòa bình, văn minh, tiến bộ, hạnh phúc.

Tìm đến cái riêng, mưu mô thủ đoạn là con đường tụt hậu, đen tối, hư hoại, hủy diệt.

Trong một nước

Vua quan ĐỒNG THUẬN, dân chúng ĐỒNG TÌNH, trên dưới ĐỒNG HÀNH, tất cả lắng nghe nhau, có sai ĐỒNG SỬA, có họa ĐỒNG GÁNH, có phúc ĐỒNG HƯỞNG, trong mọi tình huống ĐỒNG PHÁT HUY điều tốt thì đất nước hòa bình, vững mạnh, thịnh vượng.

KỲ TÍCH CỦA CHỮ ĐỒNG

- Hào khí Đông A! Kỳ tích của nhà Trần! Dấu son của lòng yêu nước Đại Việt (1258 – 1288) 3 lần oanh liệt đánh bại Nguyên Mông hùng mạnh nhất trong lịch sử các nước lúc bấy giờ. Hào khí Đông A là kết tinh, là sản phẩm của cả một hệ tư tưởng thống nhất cộng lực cộng tồn, đoàn kết vô song, ĐỒNG TÂM cống hiến, ĐỒNG BỘ xả thân cứu nước từ vua, đại thần, tướng sĩ, quý tộc, mọi tầng lớp nhân dân gái trai già trẻ. Chữ ĐỒNG trong tổng lực toàn quân toàn dân đã làm nên tất cả.

- Hào khí Đống Đa! Kỳ tích của Tây Sơn Nguyễn Huệ! Chiến công thần tốc thần kỳ xóa sạch 29 vạn quân Thanh xâm lược chỉ trong 5 ngày (30/12âl/1788 – 05/01âl/1789) oai hùng lẫm liệt dưới sự lãnh đạo tài tình của vua Quang Trung (Nguyễn Huệ) cùng với sự ĐỒNG TÌNH của nhiều tầng lớp nhân dân, sự khát khao mãnh liệt ĐỒNG BỘ của toàn quân muốn nhanh chóng quét sạch quân thù ra khỏi bờ cõi. Triều đình Đại Thanh kinh hoàng. Chiến công lừng lẫy của Tây Sơn lưu danh hậu thế. Chữ ĐỒNG đã bẻ gãy mộng xâm lăng, vùi lấp hàng hàng lớp lớp xác thù đầy ắp thành gò. **Gò Đống Đa!** Tới nay, đã qua 230 năm mà nấm mồ khổng lồ đó hãy còn đó, lồ lộ bên phố Tây Sơn, phường Quang Trung, quận Đống Đa, thủ đô Hà Nội.

THẢM HỌA CỦA SỰ ĐI NGƯỢC LẠI CHỮ ĐỒNG

Vua độc tài, quan tham nhũng, ai cũng mưu lợi riêng, bán rẻ Tổ quốc, chà đạp lên quyền và lợi ích của nhân dân là tội ác trời không dung đất không tha, không tồn tại được trong lòng dân.

- Vua như Lê Chiêu Thống (1765 – 1793) cõng rắn cắn gà nhà, rước voi giày mả tổ. Ông là vị vua thứ 16 cũng là vì vua cuối cùng của nhà Lê trung hưng đã cầu viện 29 vạn quân Thanh dưới sự thống lãnh của Tôn Sĩ Nghị tràn sang chiếm đóng Thăng Long, cướp của, hiếp giết kinh hoàng, kinh thành hoảng loạn, nhân dân oán thán, thảm thê. Cái kết ô nhục muôn đời.

- Vua như Trần Dụ Tông (1336 – 1369). Ông là vì vua thứ 7 của nhà Trần. Sáu tuổi đã làm vua. Lớn lên mê đánh bạc, tổ chức đánh bạc ngay trong cung điện. Mê uống rượu, tổ chức thi uống rượu. Tháng 6/1366, một đêm uống rượu ở Hưng Yên, trên đường về ***ông bị cướp mất*** cả ***ấn tín*** và ***gươm báu.*** Trong cung vua quan trác táng đủ trò, bên ngoài khắp nơi rượu chè cờ bạc, tệ nạn tràn lan, loạn lạc nhiễu nhương, dân tình lầm than đói khổ. Thế nước suy vong. Năm 1368 tiểu quốc Chiêm Thành xua quân đánh phá Thăng Long, vua quan đã phải bỏ chạy tán loạn.

- Đại thần như Chiêu Quốc vương Trần Ích Tắc vì hiềm tị với hoàng huynh Trần Thánh Tông đã đem cả gia đình theo giặc Nguyên. Được Hốt Tất Liệt phong An Nam Quốc vương, Ích Tắc hùng hổ dẫn giặc về đánh phá nước non. Cái kết khác nào Lê Chiêu Thống.

- Đại thần như Văn Chiêu Hầu Trần Văn Lộng (cháu nội Thái sư Trần Thủ Độ) được phong tướng trấn thủ vùng sông Tam Đái, làm phản, hàng giặc Nguyên, mở cửa cho Thoát Hoan tiến quân xâm lược Đại Việt. Cái kết khác nào Lê Chiêu Thống.

- Đại thần như Chương Hiến Hầu Trần Kiện được thay cha làm Tĩnh Hải Quân Tiết Độ Sứ, là rể của Thượng tướng Trần Quang Khải. Trần Kiện cùng tùy tướng Lê Trắc dẫn cả chục ngàn quân hàng Nguyên Mông (1284) khiến mặt trận phía Nam lúc đó suýt bị vỡ. Cuối cùng Trần Kiện bị bắn chết tại Chi Lăng trên đường theo Toa Đô tháo chạy.

Bán nước là đại ác!
Làm suy yếu nước là đại ác!
Từ xưa luật pháp nước ta gọi đó là ***thập ác.***

4 - Người các nước gọi nhau là dân tộc.

Người Việt Nam không chỉ gọi nhau là dân tộc mà còn gọi nhau là ***đồng bào.***

Từ hơn 4000 năm văn hiến, các thế hệ ta luôn được truyền tụng cội nguồn ***chung bọc trăm trứng*** của dòng Bách Việt. Qua đó tổ tiên ta muốn nhắn nhủ, dạy dỗ, khuyên bảo chúng ta – ***người Việt với nhau*** – hãy luôn luôn thương yêu nhau như anh em một nhà, như ruột thịt, như những đứa con cùng một bào thai, cùng một cha một mẹ, cùng một dòng Bách Việt kiên cường, bất khuất, tồn tại mãi mãi, phát triển không ngừng trong mọi thời gian, không gian và hoàn cảnh.

Là ***đồng bào*** chúng ta hãy luôn ***đồng hành*** theo ý hướng của cha ông tiên tổ. Hãy luôn ý thức rằng trong mọi tình huống chúng ta là ***đồng cảnh.*** Cùng cảnh ngộ, cùng một nhà chúng ta hãy luôn luôn vận dụng cái tình để ***đồng cảm,*** thấu hiểu, thứ tha, chia sẻ, ***đồng tình*** từ bỏ cái riêng nếu cái riêng đó xâm hại cái chung, ***đồng tâm*** hiệp lực, một người Việt ngã nhiều người Việt nâng, chan hòa tình nghĩa, xây dựng ***cộng đồng***, đoàn kết vững chãi, tương tồn, tương sinh, tương tiến.

Là ***đồng bào,*** bất kể đau khổ nào cũng ***đồng gánh***, niềm vui nào cũng ***đồng chia***, hạnh phúc nào cũng ***đồng hưởng***, ngoại lực nào xâm hại thì ***đồng bộ*** đứng lên quyết tử cho ***đồng bào*** quyết sinh.

Bách Việt vĩnh hằng!
Việt Nam vĩnh cửu!
Đồng bào miên viễn thiêng liêng!

Đêm Hóc Môn, 06/09/2019
VN. Phan Văn Hi

THỬ NHÌN VỀ NHỮNG NGƯỜI LÀM VĂN NGHỆ TỈNH LẺ

HỒ CHÍ BỬU

Có người nhận xét và phê bình rằng: Khoảng ba mươi năm trở lại đây, sinh hoạt văn nghệ miền Nam có ồn ào nhưng kém sôi động. Ồn ào vì tính cách dàn trải ở bề mặt của nó, tức là số lượng người viết, số lượng sách báo, số lượng sáng tác. Nào văn, thơ, biên khảo, dịch thuật, ca kịch, nhạc bản v.v… Kém sôi động vì không có chiều sâu, chưa có một hào quang nào để làm khởi sắc cho một tư trào. Và kém sôi động vì văn nghệ thời bấy giờ cho ta thấy chưa có một cuộc cãi vả nào ra hồn. Tóm lại chúng ta chỉ có một thứ văn nghệ mà kích thước suýt soát ở mức trung bình.

Nếu quả những lời nhận định trên đây là đúng thì cũng còn diễm phúc cho chúng ta. Một dân tộc đã trải qua nhiều thời kỳ chiến tranh. Tưởng chừng như mọi thứ đều sụp đổ huống hồ gì văn nghệ. Đáng trách chăng là những kẻ núp đằng sau tấm bình phong văn nghệ để buôn bán món hàng phi văn nghệ. Chúng tôi muốn nói những kẻ hô hào cổ súy cho một thứ văn nghệ phiêu lưu, lai căng, mất gốc. Nhằm khai thác thị hiếu thấp hèn của con người. Bộ mặt văn nghệ tránh sao khỏi hoen ố bởi những kẻ khoác áo văn nghệ, những cai thầu văn nghệ. Tận dụng dịp may, có thể là đứng trong ban biên tập của một tờ báo nào đó, chủ nhân của một web, blog, cúc cung tận tụy với bề trên, đạp lên xác đồng nghiệp để đi lên. Có bao nhiêu văn nghệ sĩ chân chính phải chịu hẩm hiu. Bài vở gửi về được nằm trong sọt rác. Bài vở của ê kíp mình thì trang trọng, ưu tiên một. Thiếu gì những chàng văn nghệ sĩ *Amateur*, chỉ cần có tên trên báo thôi, còn tiền nhuận bút thì đàn anh cứ dùng, thậm chí còn "boa" thêm nữa. Thỉnh thoảng sở này, huyện kia làm tập san cho có phong trào, thì đàn anh nhận luôn từ A đến Z, miễn sao đúng với tinh thần của tập san. Nói ra, muốn ói tới mật xanh.

Giờ chúng ta thử nhìn về những người làm văn nghệ tỉnh lẻ. Dạo này, tưởng chừng như xã hội giàu lên. Nên các quán café, quán nhậu mọc lên như nấm. Tuổi trẻ dễ tìm gặp trong đó. Chân tướng lộ liễu một cách đáng thương. Mỗi gương mặt thể hiện một tiếng nói, tiếng nói của phá phách ngang tàng, tiếng nói của cô đơn da diết. Tiếng nói của bất mãn và tiếng nói của văn nghệ bị bôi lọ, bè phái. Văn nghệ bầy đàn. Văn nghệ quốc doanh. Đó là hậu quả của tuổi trẻ vô ý thức, quan niệm văn nghệ lệch lạc, bừa bãi. Cố sơn phết cái tâm hồn rỉ sét, trống rỗng của mình. Chỉ biết mượn văn nghệ để vá víu cái tôi. Cái tôi lớn. Vĩ đại. Vênh váo. Khoe khoang. Bị chỉ trích thì: Ta nè, những người làm văn nghệ cây đa, cây đề. Tuổi trẻ bị thuốc độc bởi trào lưu, đeo mặt nạ văn nghệ. Bắt chước, tập làm thiên tài, phô trương, lập dị, cô lập khác thường.

Có kẻ thuộc lòng vài ba câu triết, cố gắng làm dăm ba bài thơ con cóc. Dùng nhiều ẩn ngữ, tự cho mình là một triết gia – Mình là number one… Tự đặt cho mình một bút hiệu thật kêu, lạ lùng. Chạy ra đường ngất ngưởng lầm lì như bảo: *Ta là văn nghệ sĩ. Ta ở Hội này, hội kia v.v…*Có kẻ chỉ trích thì thằng này, thằng kia không ra gì. Còn ta, số một La Mã. Gặp nhau thằng nào cũng bảo: *Tao sắp in thơ, mỗi tập khoảng 100 bài thơ. In chứ sao, vì có đơn vị tài trợ.* Cầm tập thơ ngửi không vô mà đi lòe bạn bè. Văn nghệ bị lợi dụng đau đớn. Tội nghiệp. Có vài bài thơ trên báo tỉnh thì vội đi in danh thiếp: Nhà thơ X… nhà văn Y… Bám vào hội văn nghệ của tỉnh để kiếm tài trợ tập thơ – In xong – Vỗ ngực cho mình ngang hàng với Xuân Diệu – Hàn Mạc Tử… và tưởng là mình sắp đoạt giải Nobel. Phát tởm.

Nên chăng có một cái nhìn lại cho văn nghệ tỉnh lẻ. Những cây đa cây đề tàng lá sum suê mà cằn cỗi, hãy tự rụng lá đi để cho lá cỏ vươn lên. Những lá cỏ nhưng cứng cáp mà sáng tạo, và những người bạn trẻ của tôi ơi, hãy đến với văn nghệ bằng trái tim hừng hực lửa nhưng không mù quáng. Phải dấn thân tìm cho mình một chỗ đứng. Quê hương ta luôn rực sáng trong hồn ta, trong tình người, trong tình yêu đời thường, trong trái tim nhân hậu. Đừng làm văn nghệ *café rẻ tiền*. Mà hãy làm một cuộc dấn thân, nhưng dấn thân có lý tưởng. Và những *cai thầu văn nghệ* thôi đừng độc diễn trên sân khấu tỉnh lẻ nữa, để chúng con còn chỗ dung thân. Xin đa tạ…

Hồ Chí Bửu

NGÃ RẼ

TRƯƠNG VĂN DÂN

(Viết tặng P.U.)

Em thường nói, cuộc vui nào cũng tàn, bữa tiệc nào cũng chấm dứt, biết thế, nhưng, khác em, tôi còn muốn nán lại để dọn dẹp những ngổn ngang ly tách trước khi phủi tay đứng dậy.

Nhưng ước muốn nhỏ nhoi cuối cùng đó tôi đã không thực hiện được. Bởi sáng hôm ấy, khi thức giấc đã không còn có em bên cạnh. Đêm trước ôm nhau, sáng dậy em biến mất như huyền truyện liêu trai, không một lời từ giã. Hạnh phúc bốc khói bất ngờ làm tôi rớt vào khoảng không. Tôi trôi nổi bồng bềnh, người phiêu dạt với cảm giác chơi vơi. Hụt hẫng. Ngay lúc đó, tôi chỉ mơ hồ là mình vừa mất một cái gì, nhưng chưa rõ ràng và cụ thể, mãi đến khi sự ngái ngủ đã bị xua đi, tôi mới cảm nhận là nỗi đau trong lòng mình lớn lắm.

Suốt ngày thứ Bảy đó tôi đã hốt hoảng gọi em, nhưng chiếc điện thoại di động im ỉm suốt cả ngày. Tôi vẫn kiên trì, mãi đến khuya mới nhận được tín hiệu, nhưng em không bắt máy, hoàn toàn vô cảm trước tiếng kêu tuyệt vọng của tôi. Đến nước đó tôi mới thực sự hoang mang và hiểu rằng tình nghĩa giữa em và tôi đã hoàn toàn chấm dứt. Dường như có ai đó đã nói rằng con người luôn luôn bước chậm sau nỗi khát khao, và tôi biết giờ đây chúng mình chính là hai kẻ nhỡ tàu. Giá như… giá như đêm ấy, chỉ cần nhận một tin nhắn, hay một tín hiệu nào đó của em… thì sự việc đã được nhìn thấy khác. Dẫu em có nói là mình đang thất vọng về tôi, đang mơ về một cuộc đời mới, hay thậm chí muốn bỏ tôi đi lấy người khác thì tôi cũng đành cam chịu và chấp nhận. Có thể tôi sẽ tự bảo: "Có gì đâu!"như vẫn thường nói mỗi khi có biến cố xảy ra. Để tự an ủi, nhưng cũng để xem thường mọi việc theo bản tính của mình. Nhưng đêm ấy chỉ có tiếng ò e của tiếng gọi lạc vào thinh lặng. Em có biết không? Trong cái im ắng đến rợn người ấy tôi nghe hết tất cả nỗi trống trải của mênh mông và sự phũ phàng của kẻ tuyệt tình. Dường như trong đêm còn có tiếng gió rít, hú dài, lúc mới nghe tôi cứ ngỡ đó là tiếng cười ngạo nghễ… và khi âm thanh dội vào vách vắng tôi lại nghe rất giống tiếng của mình cười, đau đớn, rồi nỗi buồn trào ra, ào ào tuôn chảy. Nỗi buồn phun ra như máu đang xối xả và thể xác tôi chỉ còn là một khối rỗng. Cảm giác cụ thể đến độ đang nằm trên giường mà tôi thấy mình chông chênh; như sắp té.

Sáng Chúa nhật, ngủ một giấc không an lành, thức giấc thấy cuộc tình của mình bước sang trang khác, tôi thấy đời mình sao bi thương quá. Tôi là gì của em? Chắc chẳng qua chỉ như một bóng mát tình cờ gặp gỡ giữa đường, và khách bộ hành, như em, tạm dừng chân giây lát rồi lại tiếp tục ra đi? Bước qua một ngã rẽ khác của dòng đời vì cảm giác bất an, vì một cuộc sống nghèo nàn sắp đổ chụp xuống đời nhau.

Chuyện đổ vỡ đã thực sự xảy ra nhưng khi nhìn lại, tôi vẫn tưởng như đùa, khó tin quá, vì xưa nay tôi thường nghĩ, khi hết lòng yêu thương một ai đó, muốn gánh hết cho họ những nhọc nhằn của cuộc mưu sinh thì trước sau gì cũng được yêu thương, quý mến.Trong tâm tưởng đó tôi nhìn em như một sinh linh bé bỏng cần được bảo vệ, chở che. Rồi giờ mới giật mình, biết rằng không như vậy. Em đã đoạn tuyệt, ra đi, không để lại gì, ngay cả một mảnh giấy, vài hàng tạm biệt… vì quyết định bỏ, là đi. Chẳng cần đắn đo suy nghĩ. Người mà em nhiều lần thề thốt yêu thương, khi xuất hiện một kẻ thứ ba đã biến thành một vướng víu mà em đã nhất định phủi tay. Em không yêu tôi đến mức sẽ ở bên tôi trong bất kỳ tình huống nào như vẫn thường hứa hẹn. Và nhánh cây tỏa bóng chở che đã bị chặt đi, nhát cắt thô bạo, phũ phàng, như người ta loại một thanh củi mục. Sau, em phơi phới bỏ về với người mới, riêng mình tôi ở lại trong căn phòng trống trải, tan nát cõi lòng.

Trong nỗi đau chết lịm, tôi bùi ngùi nhìn lại đoạn đường mà chúng mình đã đi qua. Quen nhau được hai năm, em bỏ tôi, đi. Rồi quay lại. Hai năm sau đó, em cũng lại bỏ đi. Rồi quay về. Tôi luôn thấp thỏm yêu em với tâm trạng nỗi đau này chưa vơi thì nỗi đau khác đã ập đến mà vẫn thụ động chấp nhận và tha thứ cho em. Nhưng lần này thì tôi biết là mình sẽ vĩnh viễn mất nhau… rồi ngậm ngùi nhớ đến thời gian lúc mới quen nhau, tất cả rối tung như một số phận đã được an bài.

Ngày lễ Tình Yêu đầu tiên của hai đứa, em mang tặng tôi hai đóa hồng làm bằng hoa đất cực kỳ tinh xảo. Lời dặn: "Giữ mãi nhé anh". Tôi vô cùng hạnh phúc và hứa với em sau một nụ hôn cháy bỏng. Nhưng chưa đầy mấy giờ, sáng hôm sau, loay hoay thế nào tôi đã vô tình làm rơi xuống đất, ngỡ ngàng nhìn hai bông hoa xinh đẹp biến thành trăm mảnh vụn. Em tiếp nhận sự việc với nỗi kinh hoàng. Và cũng chính trong ngày lễ ấy, tôi mang tặng em cây bonsai để đặt lên thành cửa sổ trong phòng ngủ. Tôi mong nó sống mãi, nhưng chỉ mới mười ngày thì cây đã tàn tạ, héo khô vì thiếu nước! Như vậy là những kỷ niệm đầu của ngày lễ Tình Yêu của chúng mình đều mất. Đó là điềm báo trước rằng mối nhân duyên tan rã? Chuyện tình của mình đã gượng gạo khởi đi, nhưng trước sau gì cũng sẽ tan như đã manh nha từ những bước đầu? Tôi hoang mang, chẳng biết cảm nhận đầy mê tín đó của em có nghĩa gì không, nhưng… vẫn cứ yêu em. Yêu đến nỗi không hề gian dối hay tính toán cho mình có được một quyền lợi nhỏ nhoi nào. Mù lòa trong tình yêu, tôi đâu thấy những ẩn khuất trong suy nghĩ của người thương, lầm tưởng thời gian sống bên nhau là hạnh phúc, chứ đâu hiểu thực ra đó chỉ là một chuyến buôn gian lận. Sống bên tôi mà em luôn dáo dác nhìn quanh những ngọn núi khác để sẵn sàng đánh đổi và lựa chọn.

Giờ bình tâm nghĩ lại, tôi thấy là trong suốt cuộc tình duyên với em, tôi chẳng có ai hậu thuẫn. Tất cả bạn bè, anh chị trong gia đình em đều chống đối và họ chỉ chờ cơ hội để bàn ra tán vào nhằm hủy diệt mối quan hệ của chúng mình. Họ chán, tôi biết. Bởi tôi nghèo. Một thằng kỹ sư quèn như tôi, khó nhọc lắm mới nuôi nổi bản thân, chắc không thể cung phụng cho em và gia đình một đời sống phung phí như gã Việt kiều giàu sang mang lại. Và số phận tình cảm của mình quay cuồng xung quanh ngày về thăm nhà của một người quen từ Mỹ.

Người thân của em là tác nhân không nhỏ của chuyện môi giới, tình đến, tình đi. Họ thuyết phục em rằng đây là lối thoát, cơ hội giàu sang cuối cùng, em đừng nên đánh mất.

Tôi biết tất cả những "thâm cung bí sử" đó, nhưng không dám trách mẹ hay anh, chị của em. Với tôi lý lẽ hay ảnh hưởng của họ chỉ có giá trị tương đối. Người quyết định cuối cùng là em, chứ không phải họ. Và em đã chọn lựa, như đã làm!

*

Suốt ngày Chúa nhật thẫn thờ, tôi biếng ăn, mỏi mệt, rồi đêm đó mang sự trống trải và niềm đau của mình đi vào giấc ngủ.Trong mơ tôi thấy mình nắm tay em, tung tăng trên con đường đầy hoa, nở rộ một góc trời. Trên không trung có tiếng nhạc dịu dàng, khẽ ru tôi và em vào trong niềm hạnh phúc ngất ngây, thơ mộng; nhưng, thoắt một cái, hình ảnh trong mơ vụt đuổi nhau loạn xạ. Mây đen ở đâu bỗng kéo về. Rồi trời đổ cơn mưa. Hoa lá tả tơi dưới những tia nước từ trên cao trút xuống. Lúc tạnh, nắng yếu ớt vừa trỗi lên, tôi lại thấy em và người chồng sắp cưới dìu nhau đi may đồ cưới. Đứng bên lề, tim tôi quặn thắt. Tiếng nhạc thanh thoát lúc đầu được thay bằng một âm điệu buồn, cay đắng: "Người vui bên ấy, xót xa nơi này…" và hình như trong mơ tôi đã cố ghìm mình, khỏi khóc; không hiểu sao lúc thức giấc lại thấy má mình ươn ướt.

Em có biết chăng? Tôi đã thức giấc từ một giấc mơ như vậy đó! Chết lặng! Rồi lịm dần trong cơn đau. Còn nỗi đau thì rất thật chứ không phải là mơ! Tôi nghe miệng mình đắng chát, và lần đầu tiên trong đời, vừa thức giấc, tôi đã tìm đến rượu. Một cốc nhỏ thôi, em biết mà, tôi đâu biết uống, chỉ định nhấp để khỏa lấp cảm giác chua chát trên đầu lưỡi. Nhưng cũng chính vì thế mà tôi chếnh choáng, nỗi buồn không tan vào rượu mà kết tủa trên cổ họng cháy bỏng, rồi đắng ngắt trào lên đôi mắt mù mờ. Tôi loáng thoáng nhìn quanh. Mất, mất hết. Cả thực tại, dĩ vãng của những tháng ngày êm đềm xưa cũ như không còn có mặt trong căn phòng ấm cúng của chúng mình. Ngoài kia, phía bên ngoài của sổ vẫn còn những tiếng chim kêu, tiếng rì rầm huyên náo của cuộc đời muôn thủa, mà với tôi tất cả đã đổi thay, mọi vật chao đảo, không còn dáng dấp của ngày nào. Tôi với em đã thực sự chia lìa. Chia lìa, chẳng có chia ly. Đưa tiễn!

Thiếp trong mê man, lúc tỉnh dậy thì buổi chiều đã muộn lắm rồi. Tôi đứng bên cửa sổ, nhìn dòng kênh dưới nhà như trôi đi chậm dần. Bỗng dưng tôi muốn nó trôi nhanh hơn, cuốn trôi nỗi bực dọc bừng bừng, nhưng đốt hết điếu thuốc này rồi điếu khác, lồng ngực vẫn nặng nề, u ám. Những tia nắng của buổi chiều đang xuống bắt đầu nhạt nhòa. Có tia sáng làm đỏ quạnh một vùng trên mặt nước. Tôi thẫn thờ nhìn như kẻ bị thôi miên. Bất động. Lòng vẫn hy vọng, đợi chờ, sự chờ đợi bằng nhớ nhung và ấm ức. Đến khuya, lịm đi vì mệt mỏi, giữa đêm trăn trở tìm giấc ngủ và cơn mơ chập chờn gần sáng, lòng vẫn thầm đợi tiếng "tíc" của một mẩu tin ngắn ngủi mà một lúc nào đó em nghĩ lại và nhớ đến tôi. Nhưng vô vọng.

Sỏi đá vẫn cần… nhưng tôi biết là từ đấy cho đến ngàn năm… mình sẽ không còn có nhau, nữa!

Tôi tự trách mình vụng về nên không giữ được em, nhưng vẫn thầm hỏi là lòng em có bình an không, sau khi làm tổn thương lòng tự ái và để lại trong tôi những mặc cảm, cùng nỗi ê chề của kẻ bị hất hủi, bỏ rơi?

Hào quang tỏa xung quanh thần tượng tình yêu mà tôi tôn thờ, ngay đêm ấy, vụt tắt. Đôi cánh thiên thần đã gãy. Ánh sáng đang chói chang bỗng tối sầm, bóng tối âm u từ đâu đó tràn về và hình tượng chỉ còn là cái bóng mờ, dữ dội. Lòng yêu thương biến thành kinh hãi. Tôi như chợt tỉnh cơn mê. Paul Valéry có lần đã viết: "Cách tốt nhất để thực hiện giấc mơ là sự tỉnh dậy"và tôi như bừng tỉnh. Thì em vẫn là em, tôi vẫn là tôi. Nhưng mọi tương quan lúc này giữa chúng mình đã khác. Chúng ta cần phải làm lại tất cả mọi thứ. Tôi hiểu là trong đời, trước hoặc sau gì thì mình cũng sẽ nhận đúng những gì mà mình xứng đáng được nhận. Dĩ nhiên: "…sống trong đời sống cần có một tấm lòng…" vì không có nó con người sẽ không có lối thoát trong sự tham lam ngu xuẩn và cay nghiệt với nhau. Với tôi, em đã sống với một tấm lòng? Tôi hoang mang và ngờ vực quá. Và tự hỏi là mình có cay đắng quá không khi xem sự khinh khỉnh khước từ đối thoại của em là một thái độ kiêu căng, miệt thị. Như một cố tình xúc phạm!

Ý nghĩ thà chia tay còn hơn sống để "giết đời nhau" đã manh nha từ hôm ấy, nên bây giờ, ba tháng trôi qua từ bữa đó, gã Việt kiều đã lặng lẽ bỏ đi; em có muốn quay về bên tôi thì cũng đã trễ rồi. Niềm tin xưa mà tôi dành cho em đã sụp đổ. Hoàn toàn.

*

Tôi không quên là hôm qua em đến gặp tôi. Khuôn mặt đẹp của em buồn não nùng. Nó vừa lạ, vừa quen như thoáng hiện lên từ một cõi xa xôi huyền bí nào trong cuộc đời oái ăm này. Ngồi bên cửa sổ, dưới bóng cây hoàng lan tỏa hương ngào ngạt trong sân một quán cà phê quen thuộc. Tôi yên lặng quan sát những giọt nắng xuyên qua cành lá soi lốm đốm trên mái tóc và khuôn mặt em thành nhiều vùng đen, trắng. Đó phải chăng là hai mặt phản diện phải trái, đúng sai, hung thần, ác quỷ của cuộc đời? Đó phải chăng là niềm đau, hạnh phúc, hợp tan tan hợp của tình yêu? Của những sẻ chia, dâng hiến hy sinh, lọc lừa, tráo trở trong những quan hệ phức tạp nhất giữa hai con người. Đen Trắng như Nam và Nữ. Như Âm và Dương? Như nước mắt vui mừng, như nụ cười tê tái của những cảm nhận chồng chéo không rõ ràng, đúng sai không dễ gì phân biệt.

Em cầm tách cà phê, nâng lên, đặt xuống mà chẳng hớp một ngụm nhỏ nào. Có lẽ thái độ im lặng của tôi làm em ray rứt. Vì em hiểu rằng tôi đã chẳng cần em giải thích điều gì nữa. Chúng mình chẳng còn gì để nói. Mọi hy vọng tái hợp như bị đập tan tành. Em nhớ không? Chúng ta ngồi bên nhau như hai người bạn lâu ngày gặp lại. Có lẽ những buồn vui xưa giờ chỉ là chuyện xa vời… Có bóng mây bay qua, vũng tối mờ ảo phủ lên cả hai khuôn mặt. Xa xôi. Chung quanh ngừng lặng. Em có khó nhọc lắm không? Đôi mắt thường mở to nhìn đời đầy tin tưởng ngày xưa, mà tôi vẫn cho là tha thiết… sáng đó nó như ánh lên nỗi chờ đợi của kẻ sắp chìm, đang cố với lấy tấm gỗ mục trôi nổi bồng bềnh. Không chộp được nó tất cả sẽ chấm dứt. Quá khứ, vị lai sẽ trở thành vô hình, vô tướng. Tình yêu, hạnh phúc sẽ tan vào hư vô…

Có lẽ vì những ý nghĩ đó mà tôi không mấy ngạc nhiên khi mới gặp em đã nhắc đến kỷ niệm.Trước đây mỗi lần chợt gợi, em hay loáng thoáng vài câu rồi lảng sang chuyện khác. Nhưng lúc này tôi đâu có muốn nhắc lại chuyện xưa, dù có bao điều nếu được nói với em chắc tôi sẽ nhẹ lòng. Nhưng chuyện tình cảm của chúng ta đã rã nát đến nước này thì còn gì nữa mà giãi bày, hỡi em yêu?

Tôi không quên mẩu tin nhắn của em, tuần lễ trước khi chúng ta gặp mặt, khi tôi rời thành phố để về miền thùy dương cát trắng. Xưa nay khi tâm hồn căng thẳng tôi thường về với biển. Dường như tiếng rì rào của biển giúp trái tim đa cảm của tôi bình tĩnh, quên đi những căng thẳng của nhịp sống dập dồn. Đứng trước mênh mông, mọi đau buồn như tan vào cõi bát ngát muôn trùng, trong đó những uất ức, lắt léo của dòng đời như bị hòa nhập rồi tự xóa. Thói quen đó, em biết, có từ thời thơ ấu, trong những đêm trăng, tôi thường kể với em là hay đi chân trần trên cát, đẫm mình trong thứ ánh sáng huyền hoặc, thả hồn bay bổng. Tin nhắn viết: "Anh yêu thương. Tình cảm của anh dành cho em đã vơi đi nhiều chưa? Xa anh rồi, bây giờ em thấy buồn, suy nghĩ. Quyết định của em làm anh đau, giờ em chẳng biết nói sao ngoài câu xin lỗi. Đừng buồn em nữa nhé, anh". Em vẫn còn quan tâm đến tôi sao? Tôi chẳng nhớ ai đó đã nói rằng sự xa cách thổi bùng tình yêu lớn và dập tắt những tình yêu nhỏ, nhưng tôi chẳng tin là ba tháng xa nhau đủ để em lắng đọng và xác định lại tình cảm của mình rồi có thể làm bùng lên một ngọn lửa, lớn. Đối với tôi, nó đã tắt như chiếc nến trước cơn bão tố. Tuy nhiên lòng tôi không khỏi vương vấn với những tin nhắn kế tiếp của em: "Anh khỏe không? Sao anh không nhắn tin cho em? Lo, buồn lắm. Không biết người ta có còn nhớ đến mình không? Em biết có quá nhiều chuyện đã làm anh buồn, chắc anh khó tha thứ cho em lắm. Em xin lỗi về mọi việc". "Nhớ anh quá. Lần chia tay này có phải là mãi mãi mình xa nhau không anh? Chúc anh hạnh phúc". Tôi giữ yên lặng, không trả lời, mãi đến khi nhận được tin nhắn này mới gọi điện để cám ơn em: "Hôm nay Chúa nhật, em mới đi dự thánh lễ, cầu xin mọi sự bình an luôn đến với anh. Ước sao được nghe lại những lời yêu thương của anh".

Tôi chỉ cám ơn em và không biết phải nói gì thêm. Em còn chờ đợi tôi nói những gì khác nữa chăng? Suy nghĩ thế nào là tùy, nhưng xin em đừng nói là tôi chọn lựa. Vì thực ra tôi có chọn lựa gì đâu! Nói đúng ra là tôi đành phải chấp nhận bản phán quyết mà em đã dành cho tôi. Tôi nào có quyết định gì, chẳng qua đó chỉ là sự cam lòng hứng chịu! Còn nếu như em vẫn cố cho rằng tôi đã chọn con đường không quay lại, thì em ơi, hãy hiểu đó chính là sự chọn lựa đau đớn và bất hạnh nhất mà tôi đã phải làm.

Thú thật, bây giờ tôi chỉ muốn được yên thân. Tôi muốn được tĩnh lặng một thời gian để có thêm cơ hội tìm hiểu chính mình và nghĩ suy về mọi quan hệ giữa người. Có thể tôi sẽ cô đơn và héo hắt như thân cây thiếu bóng mặt trời trong một khoảng trời riêng nào đó, nhưng cũng có thể là thời gian sắp tới, tôi cũng sẽ đi tìm một tình cảm mới. Để khỏa lấp khoảng trống mênh mông. Xưa nay, em cũng biết là tôi vẫn nghĩ rằng, ai đó sẽ bất hạnh lắm nếu không có tình yêu. Thiếu nó, tôi nghĩ rằng cuộc sống sẽ phẳng lờ, vô nghĩa, đời sống sẽ tẻ nhạt, chẳng có chiều sâu và con người sẽ chỉ đứng bên lề, vì không yêu nên chẳng được thương. Albert Camus có lần viết: "Không được yêu chỉ là một xui xẻo nhỏ. Không yêu nữa mới là bi kịch lớn". Chối bỏ xúc cảm thì cũng như từ chối cuộc đời. Tâm hồn khô cằn, không còn rung cảm thì khác chi cái chết? Nó là một phí phạm lớn, vì "Cuộc đời đó có bao lâu... mà hững hờ". Và trong nhận thức đó, vai trò của em trong chuyến hành trình của tôi giữa cõi đời có lẽ đã thật sự chấm dứt.

Tôi đã nghĩ như thế dù vẫn chưa quên tin nhắn cuối cùng của em: "Nói chuyện với anh xong, em thấy buồn thêm, buồn thẫn thờ luôn đó. Nhưng không dám trách anh. Em luôn mang lại cho anh niềm đau. Nhiều quá. Em không biết làm sao để anh không buồn nữa. Mọi chuyện đều do em gây ra và phải chấp nhận thôi. Chúc anh vui khỏe, hạnh phúc".

Bây giờ em lại trách tôi sao? Chính em là người đã dành cho tôi số phận cay đắng "để giải thoát đời nhau", để tìm một "danh phận", mà! Còn tôi? Tình cảm của tôi trước nay vẫn không thay đổi. Nói trắng ra là vẫn còn yêu thương em, nhưng tôi biết là từ biến cố ấy, chúng ta sẽ không đủ can đảm gặp lại mà mang trên người bộ mặt bình thản như xưa. Sau cơn đau chí tử chắc tôi sẽ nhìn em bằng con mắt đầy sợ hãi, vì bản tính thất thường, sống với em mà lòng tôi luôn lo sợ chút hạnh phúc mong manh sẽ bất thần biến mất. Mọi chuyện đau buồn đã đốt cháy niềm tin và chúng mình không thể trở lại bên nhau, bởi trên cuộc đời này làm gì có phép lạ có thể biến những khổ đau mất mát hôm qua thành niềm hạnh phúc ngày mai?

Bây giờ thì... Thời gian ba tháng đã trôi qua, nhưng nghĩ lại tháng ngày xưa cũ của chúng mình thì nỗi đau vẫn không tắt mà càng ngày càng dày nặng trong tâm hồn tôi; và nếu đau buồn là một cái gì cụ thể thì chắc nó sẽ nặng như đá tảng. Hạnh phúc đã qua, nỗi buồn vẫn âm ỉ cháy và tôi càng thấm thía về lời nhận xét sâu sắc của Albert Einstein: "Khi nghĩ về hạnh phúc thì hạnh phúc đã mất. Nhưng nhớ đến nỗi đau, thì nỗi đau ấy vẫn còn".

Nhưng dù sao thì tôi cũng xin cám ơn em. Vì nhờ em mà tôi có được một khoảng đời hạnh phúc. Được thấy ánh hào quang của nỗi đam mê, say đắm. Vì có biết bao người trên cõi đời này vẫn sống, vẫn ăn, vẫn ngủ… nhưng chắc gì đã hưởng được cái không khí ngất ngây của ái tình. Vì đã có mấy ai suốt cuộc nhân sinh có được những giây phút xuất thần như thời gian tôi sống cùng em? Tôi yêu em đến vắt kiệt tâm hồn, nhưng cũng chính quãng thời gian mình là "máu thịt của nhau" tâm hồn tôi đa dạng và phong phú nhất. Đó là một an ủi, dù ngoái lại, nó đã đốt cháy tuổi trẻ, dằn vặt, đớn đau nhưng cũng đã mang theo những khoảnh khắc hạnh phúc hơn tất cả.

*

Gặp em xong, suốt đêm qua tôi không sao ngủ được. Đêm, tôi nằm nghe tiếng lá cây xào xạc, rồi hoang mang, trăn trở với những ý nghĩ đốt cháy cõi lòng. Chuyện tình của chúng ta lướt nhanh qua trí nhớ như một đoạn phim buồn, trước mắt tôi hiện lên khuôn mặt em tranh tối, tranh sáng, chớp tắt, xanh rờn như soi bởi ánh lân tinh của bầy đom đóm. Hạnh phúc cũng tràn trề nhưng khổ đau cũng nhiều khi bùng dậy, quất mạnh, như bão thốc lên thể xác, linh hồn. Tôi chẳng biết quyết định ra sao, thấy mình lênh đênh dật dờ trên đỉnh cao cơn sóng và chỉ muốn quên hết mọi điều.Tôi không ngủ, có lúc mong chờ ánh sáng ban ngày mau đến để soi rõ ý tưởng mình phải làm gì, nhưng cũng có lúc thẫn thờ bước ra ban công, mắt đăm đăm nhìn mảnh trăng lưỡi liềm treo lơ lửng trên bầu trời thăm thẳm. Hình như có lúc tôi đã thấy một ánh sao băng, rơi xuống rồi tắt lịm như một chuyện tình nào đã và đang mờ dần trong trí nhớ.

Thật lòng, có lúc tôi tự trách mình đã làm em thất vọng và bỏ đi. Nhưng gia cảnh tôi nghèo quá, ngoài những nỗ lực mà tôi luôn cố gắng để vươn lên, để vượt qua số phận của chính mình, tôi còn biết làm thêm gì khác? Thôi thì đành chấp nhận, nhưng trước khi mất nhau vĩnh viễn tôi vẫn còn vương một thắc mắc, là, sống bên tôi, em đã đổi dạ từ bao giờ? Từ bao lâu, em tin rằng một gã Việt kiều, chưa gặp, từ Mỹ về sẽ mang đến cho em giàu sang và hạnh phúc? Từ bao lâu, em đã âm thầm liên lạc qua mail, "chat" với gã? Em đã hoàn toàn thông cảm và trong vài lần gặp đã "yêu" người đó? Hay chỉ tự ép mình theo một sự tính toán của gia đình, gạt bỏ những tình cảm đang có với tôi?

Em bằng lòng kết hôn, tìm chút "danh phận" với người ta vì thật sự yêu thương, quý mến hay chỉ đặt mình trong khuôn khổ, chấp nhận sống suốt đời với một người chưa chắc hiểu được em. Để chịu đựng nhau? Để có một cuộc sống vật chất đầy đủ hơn những gì mà tôi mang lại? Ôi chao, xưa nay đã mấy ai có thể bó buộc tình yêu phải phục tùng theo những con tính mà sống chung hạnh phúc? Chắc em cũng biết là không có tình yêu, ăn đời ở kiếp chỉ là một cuộc ép xác, chứ làm gì có được niềm vui? Em thừa thông minh để đánh giá đúng những "được" và "mất " này mà!

Một sáng thứ Bảy em đã bỏ tôi, bây giờ lại muốn quay về? Em trở lại vì gã Việt kiều đã cao chạy xa bay hay vẫn còn "yêu thương" tôi? Vì tôi là người hiểu em hay thật sự vì tôi vẫn còn "sáng giá" hơn những người đàn ông đang vây quanh em lúc này?

*

Đã quyết đoạn tuyệt, chia lìa, đã biết là mình không thể trở lại, tình cảm chúng ta sẽ rất nhạt mờ, nhưng không biết sao trong lòng tôi vẫn còn cố tìm một lời giải thích. Giờ đây, sự việc đã an bài, tìm hiểu nguyên nhân để làm gì nữa? Phân tích, tìm hiểu… có khác nào tôi vẫn còn muốn biện minh và còn cố tình bào chữa cho em? Thế nghĩa là sao, em? Nếu không phải, là dù không thừa nhận, trái tim tôi vẫn còn thương yêu em, lắm lắm! Giải thích, để khỏi day dứt? Bám vào lý lẽ cố tìm như một cái phao, để vững tâm hơn về những quyết định, hay chỉ để chứng tỏ sự thiếu niềm tin vào lối rẽ của mình… vì cứ thấy tình cảm mù mờ, còn lý lẽ càng viện dẫn càng chưa thuyết phục và cuối cùng rơi vào mê lộ. Tất cả chỉ có lẽ là từ rất lâu em đã trở thành một phần của đời tôi, và thú thật, cho đến giờ này tôi cũng chẳng biết làm sao để xóa chúng đi trong trí nhớ! Chỉ mới đêm qua thôi, nằm trăn trở và nhớ lại những lời yêu thương xưa vang vọng từ một cõi tận cùng trong ký ức… tôi có cảm giác như những mũi kim chích vào trái tim trống rỗng. Vị ngọt xưa không còn nữa, cái còn lại chỉ là những dư vị chát đắng lan tỏa và thấm trong từng sớ thịt để cảm nhận trọn vẹn tiếng nấc trong lòng mình đau đớn. Đó phải chăng… dù muốn buông xuôi, nhưng trong đáy sâu tâm thức, trái tim tôi vẫn còn gắn bó da diết với mối tình vừa tan vỡ.

*

"Anh ơi, em không biết nói bằng thứ ngôn ngữ mầu nhiệm nào để làm vơi đi nỗi thống khổ và tiêu tán nỗi đau mà em đã tạo cho anh". Tôi đã im lặng lắng nghe, lòng liên tưởng đến những điều bình thường mà chỉ khi mất đi người ta mới chợt hiểu rằng cần thiết."Mình trở lại với nhau đi anh. Xa anh rồi em mới hiểu được tình cảm đã dành cho anh. Chưa ai có được! Lúc nào anh cũng có trong em. Xa anh rồi em mới quý tình yêu.Tất cả những mất mát em gặp cũng không bằng đã để mất anh.Về lại với em đi anh. Em sẽ không để mất anh nữa đâu. Em yêu anh! Bây giờ thì em biết chắc điều ấy". Giọng nói của em tha thiết và dịu dàng, say đắm và thương yêu, trong đó có chút hối tiếc, khổ tâm, hòa vào nhau, quyện vào nhau, vừa vỗ về vừa quyết liệt. Chưa bao giờ tôi nghe thấy trong giọng nói của em có cái âm sắc như hôm ấy. "Em rất ân hận vì những việc đã làm. Tha thứ cho em đi anh. Cho em xin lỗi!". Tha thứ? Xin lỗi? Chỉ thế là xong sao? Thì ra… em vẫn tham lam như ngày nào. Chỉ tiếc là phù phép của em giờ đã không còn hiệu nghiệm. "Em còn muốn nói thêm gì nữa? Trở lại với nhau? Khi yêu, tôi có thể chết vì mất em. Lúc em bỏ đi, tôi như đã chết. Nhưng giờ nếu em về tôi sẽ không sống lại. Bởi người ta chỉ chết có một lần. Lúc cô đơn, tôi đã nghiệm ra rằng, hạnh phúc phải tự mình cảm nhận chứ đâu phải do em mang lại. Nó độc lập. Từ *tâm mình*. Lệ thuộc vào bất kỳ ai thì trước hoặc sau gì cũng chỉ nhận được những thất vọng và khổ đau".

*

Có lẽ em đã nhìn thấy nét đau đớn hiện lên trên khuôn mặt nhăn nhúm của tôi, nhưng giọng nói của tôi sao thật bình lặng. Và, trong nỗi bình lặng ấy, có lẽ chỉ có tôi mới âm thầm nghe hết tất cả nỗi nhức buốt vì quyết định của chính mình.

*

Tôi sẽ đau lòng lắm với quyết định này, nhưng dầu sao thì cũng phải cố quên em, bởi quan hệ tình cảm của anh em mình là một mê cung, trong đó chúng ta đã bị dòng xoáy làm cho quay cuồng, đôi khi tự đánh mất mình lúc nào không biết. Rồi trên quãng đời phiêu du vô định này đây, nếu có khi hoàn cảnh trớ trêu buộc chúng ta phải rẽ vào một lối khác, tôi chỉ thầm mong và hy vọng là cho đến cuối đời, phút nhắm mắt xuôi tay chẳng có gì phải ân hận, day dứt… để không bao giờ rơi vào tình huống "sẩy chân một bước hận nghìn thu".

Sự chọn lựa cuối cùng, lần này là của tôi, không biết có đúng không? Ai mà biết được! Tôi chỉ hy vọng là mình đã suy nghĩ kỹ. Thời gian chung sống vừa qua có thể đã làm những viên thuốc bọc đường tan ra, độc dược ngấm vào máu, lan tỏa đến tim và não, tình yêu của chúng ta khó thể sinh tồn. Hơn nữa, anh em mình khác nhau quá nhiều, chỉ còn nước đành đoạn chia tay và ngậm ngùi chia cắt. Như thể tôi là giống Rồng, còn em thuộc giống Tiên, dù chưa có trăm con nhưng không thể tiếp tục sống chung, kẻ lên nguồn, người phải xuống biển mới có thể sống còn. Đó là thân phận của dân tộc Việt, của tình yêu đôi lứa đã trót sinh ra và lớn lên trên mảnh đất khổ đau và đầy chia rẽ này.

Sài Gòn, 11/2005

Trương Văn Dân

thơ

BÌNH MINH QUÊ TÔI

LÊ HIỀN

Bình minh cõng nắng qua sông
Cùng ta đi giữa mênh mông đất trời
Gió lùa từ phía ngàn khơi
Mang hương vị biển ru hời cùng ai

Bờ tre xõa tóc trải dài
Dòng kênh ngụp lặn đắp bồi phù sa
Trên cành, chim cất tiếng ca
Đàn cò sải cánh đồng xa lúa vàng

Trời xanh mây trắng thênh thang
Đồng quê bức họa mênh mang nghĩa tình
Người về đón đợi bình minh
Ngắm xem phong cảnh hữu tình quê hương

Bến Tre quê mẹ thân thương
Dừa nghiêng soi bóng bên đường rợp xanh
Ai về ngắm cảnh bình minh
Vẳng nghe khúc hát yên bình quê tôi.

"VỀ CHỐN THƯ HIÊN" GÓP LỜI PHONG NGUYỆT

NGÃ DU TỬ

Sánh vai về chốn thư hiên
Góp lời phong nguyệt nặng nguyền núi sông
(Nguyễn Du)

Hơn 50 năm trước cụ Vương Hồng Sển có viết cuốn THÚ CHƠI SÁCH, lượng xuất bản sách đến vài ngàn bản (cơ sở báo chí và xuất bản Tự Do, Sài Gòn 1961) thế mà giờ này muốn tìm cuốn sách ấy để đọc không phải chuyện dễ, chúng ta sẽ mua với giá rất đắt những người thích đọc cuốn đó khó có thể mua được, vì nó đã là sách hiếm may ra còn ở những người sưu tầm sách.

Mới đây, tác giả Trần Trọng Cát Tường trong tinh thần yêu sách rồi chơi sách anh đã sưu tầm hơn 15 ngàn bản sách, thao thức với cách chơi sách trong thời đại mới, thì ra nghề chơi lắm công phu, tôi đọc trên mạng giới thiệu VỀ CHỐN THƯ HIÊN của anh, tôi thích quá, tính hỏi tìm mua, không ngờ tôi được nhà thơ Khắc Minh thay mặt tác giả tặng cuốn sách ấy, tôi đọc chậm rãi để tìm xem tác giả thế hệ sau có gì khác với xưa, ngày trước chưa có internet như bây giờ, tôi nghĩ thời này muốn sưu tầm, tìm tòi bất cứ điều gì internet cũng có thể giải quyết, cho nên chắc không còn mấy ai mặn nồng với thú chơi sách, nhất là thú sưu tầm sách, thì ra cách nghĩ và cách chơi trong trần gian này chẳng ai giống ai, Trần Trọng Cát Tường đọc sách, chơi sách rồi viết sách mỗi cách đều có một nỗi riêng của nó, thế nhưng khi xem thận trọng tác phẩm của anh viết mới thấy sự dày công cỡ nào, thú vị quá như một tư liệu khảo cứu sử học về sách, vì vậy tôi viết cho anh như góp lời phong nguyệt, hầu thêm chút sắc màu của người thưởng ngoạn để độc giả thấy thêm sự đa diện của mỗi mỗi người đọc nó.

Trong vòm trời bát ngát này mọi người đều có cái thú riêng tây, nhưng thú tao nhã nhất là thú đọc sách, cao hơn đọc sách là thú chơi sách vì chơi sách đòi hỏi rất nhiều thời gian và tiền bạc, chúng tôi suốt mấy mươi năm đọc sách và viết nên cũng hiểu cái lợi, cái tao nhã của nó, quả tình sau khi đọc xong bản VỀ CHỐN THƯ HIÊN rồi tôi mới khâm phục tác giả, không những đọc viết thận trọng và còn chú giải những điều tưởng chừng không dễ, lịch sử của đất nước ta có những oái oăm thăng trầm nên sách cũng có những trầm thăng thân phận theo lịch sử, nội chuyện sách của miền Nam trước 1975 xuất bản và bây giờ tái bản lại, người có trách nhiệm chặt đầu chặt đuôi một cách tùy ý bất chấp chính bản, không có một nguyên tắc nào như tác giả đã nhắc rất nhiều trong tác phẩm, tác giả đã viết: "Không thể lấy con chữ hiện hành danh xưng hôm nay làm vật chuẩn dọn dẹp những gì đã là dấu ấn lịch sử những gì đã viết ra, nhất là những người đã từ trần thì phải tôn trọng tuyệt đối không được tùy tiện thêm bớt gì hết" (1), ấy vậy mà người có trách nhiệm xuất bản cứ thản nhiên cắt khúc nọ thêm khúc kia như không có chuyện gì xảy ra, ai đâu mà kiện tụng. Tôi lấy vài điển hình để độc giả thấy rằng thăng trầm của sách cũng như của lịch sử vậy, nhưng có điều tôi tin rằng cái gì của Césa phải trả lại cho Césa, ví dụ như bút ký "Ta đã làm chi đời ta" của thi sĩ Vũ Hoàng Chương khi đã cho tái bản thì rõ ràng phải tôn trọng tác phẩm không được sửa chữa tùy tiện vậy mà những người có trách nhiệm lại làm những việc thiếu trách nhiệm trong cách xuất bản, vì vậy tác giả viết: "Riêng cuốn TA ĐÃ LÀM CHI ĐỜI TA của thi bá Vũ Hoàng Chương ngoài việc hoán đổi thể loại (bút ký) thành hồi ký và thiếu hẳn những chương đoạn mà lẽ ra phải giữ lại đã làm cho bản tái bản (1993) mất đi một số thông tin thú vị.Thực tế, dù sách chứa những đặc tính của một hồi ký với bóng dáng người viết cùng những tư liệu về sinh hoạt văn học liên quan nhưng không phải là hồi ký đúng nghĩa". (2)

Ví dụ thứ nhì là cuốn "Thi nhân Việt Nam" của Hoài Thanh – Hoài Chân, một tác phẩm kinh điển văn học Việt Nam ai cũng biết, thế mà nhà xuất bản Văn học, Hà Nội 2010 đổi thành Hoài Thanh, Hoài Trân (đành rằng người phía Bắc và phía Nam thường đọc âm TR lẫn lộn với CH) một điều không thể chấp nhận được, đọc là một việc viết lại chuyện khác, không biết những người chịu trách nhiệm xuất bản họ nghĩ gì đến sự cẩu thả đó và tại sao như vậy(3), và còn nhiều nhiều nữa mà tác giả đã dày công thu thập những dữ liệu, chứng cứ ấy từ thú chơi sách mà ra.

Lịch sử đã qua chúng ta không thể "cải tử hoàn sinh" những điều đã mất, dù những người nặng lòng với văn chương Việt Nam nói chung không thể không ngậm ngùi nhưng hy vọng càng về sau này sự quản lý xã hội càng tiến bộ hơn mong rằng người có trách nhiệm với văn chương nói riêng, với xã hội nói chung cũng phải cẩn thận cần có trách nhiệm hơn trong việc tái bản những tác phẩm cũ nhất là tác phẩm của miền Nam.

Làm thơ, viết văn đã khó với trách nhiệm cao cả là chuyển tải đến người đọc văn ý, văn chương, tư tưởng mà mục đích sau cùng là cộng hưởng với xã hội để mong ngày càng tiến bộ về giáo dục mọi mặt nhằm phụng sự cho dân trí dân tộc ngày càng phát triển và tự do, ấy vậy mà con số thực trong hiện tại cũng rất khiêm tốn vô cùng, thế mới thấy chơi rồi viết như Trần Trọng Cát Tường đầy trách nhiệm với xã hội, với thế hệ kế tiếp cỡ nào. Hãy nghe một người viết về cuốn sách VỀ CHỐN THƯ HIÊN: "Đây là cuốn sách viết về chơi sách, chơi nhưng rất có trách nhiệm. Chơi mà đã có trách nhiệm thì làm trách nhiệm còn nhiều hơn nhiều lần nữa. Ai có công việc liên quan tới viết lách, nhất là công việc có tính chất biên khảo, nghiên cứu… cần nên đọc để viết làm sao cho con cháu đời sau bớt lầm được lạc lối"(4). Có lẽ người viết này cũng thấy được sự cẩu thả của nhiều người nhân danh viết văn!

Ngày nay, sở dĩ nhiều người quay lưng với sách chắc lắm lý do, nhưng cái cơ bản vẫn là tác phẩm mãi nói theo cách vô thưởng vô phạt thiếu tính tư tưởng, một cuốn sách mà không có tính tư tưởng thì nhạt phèo, không đọc có khi hay hơn vì đỡ mất thời giờ.

Nói tóm lại VỀ CHỐN THƯ HIÊN không những quyển sách hay mà còn là một tài liệu quý đầy đủ nhiều chi tiết về thú đọc sách và chơi sách. Trong chương cuối "chia phôi ngừng chén" mục tiểu dẫn tác giả đã giúp chúng ta biết nhiều về những từ ngữ chuyên môn trong làm sách, chơi sách chắc chắn không phải ai đọc sách cũng biết.

Để kết thúc bài này tôi mượn lời của Văn Bảy đăng trên tờ *Thể thao Văn hóa*: "Nếu *Thú chơi sách* (Vương Hồng Sển) hấp dẫn vì những câu chuyện và văn phong viết giọng miền Nam tài tình, thì *Về chốn thư hiên* vững vàng vì cách đặt vấn đề khoa học, với lập luận và dẫn chứng, chú thích rõ ràng", tôi chỉ góp lời phong nguyệt nhằm tỏ bày sự yêu mến của người cần mẫn, công phu, và rất trách nhiệm với sách của chính mình trước cõi đời vô biên.

Sài Gòn, tháng 7/ 2013

Ngã Du Tử

Chú thích:

----

(1) Trang 88 Về chốn thư hiên của Trần Trọng Cát Tường NXB Hồng Đức, Hà Nội

(2) Trang 87 Về chốn thư hiên của Trần Trọng Cát Tường NXB Hồng Đức, Hà Nội

(3) Trang 56 Về chốn thư hiên của Trần Trọng Cát Tường NXB Hồng Đức, Hà Nội, trang cuối ghi "giấy chấp nhận ĐKKHXB số 59/2009 CXB 146/VH
ngày 04/8/09, in xong và nộp lưu chiểu năm 2010 Cty thương mại và dịch vụ Đinh Tị (Hà nội) liên kết xuất bản

(4) Trang webblog ngohuudoan Tháng 6/2013

tuy xài con chuột không dây
nên giữ một chị có dây phòng hờ
những ai có tính ưa sờ
khum khum lưng nó bất ngờ hổ người
chuyện này kinh nghiệm riêng tôi
đừng nên sơ ý cuộc chơi dở chừng
lh

NGƯỜI MẸ TRONG THƠ VŨ TRỌNG QUANG

NGUYỄN THỊ TỊNH THY

Tôi thật sự bị cuốn hút bởi hình ảnh người mẹ trong bài thơ *Ngôi nhà* của Vũ Trọng Quang:

"Một tay ôm con một tay ôm đàn
không còn tay nào mẹ vẫy chào khu rừng lãng mạn khói lửa"

Hai câu thơ đầu chứa đựng nhiều lạ lẫm. "Một tay ôm con một tay ôm đàn", nếu đây là người mẹ của thời bình thì đã rất đẹp. Bởi vì giữa bao vất vả, bận rộn, và có thể là cả khó khăn nữa, người mẹ vẫn giữ niềm đam mê thời thiếu nữ. Đó là tình yêu với âm nhạc. Tình yêu này lớn lắm, khiến người mẹ trẻ phải thu vén thời gian và công việc để nuôi dưỡng nó. Tuy nhiên, đến câu thứ hai, Vũ Trọng Quang đã hướng người đọc sang một tiêu điểm khác. Người mẹ ôm con và ôm đàn trong tao loạn. Mẹ phải giã từ quê hương khói lửa, không còn tay nào để vẫy chào khu rừng lãng mạn. Vậy là, trên hai tay mẹ là con thơ và cây đàn, trong tấm lòng mẹ là quê hương. Mẹ phải rời xa quê hương vì chiến tranh đã lan đến những vùng quê hẻo lánh yên bình nhất. Trong giờ phút nguy cấp đó, giữa cuống quýt hốt hoảng, giữa cái sống và cái chết, giữa bao nhiêu tài sản quý báu cần phải mang theo, mẹ chọn con và cây đàn. Theo bản năng của người phụ nữ, mẹ chọn con là không có gì phải bàn cãi. Nhưng cây đàn thì sao? Nó là âm nhạc, và cao hơn nữa, nó là Cái Đẹp. Từ hành động ôm đàn chạy loạn, có thể nhận ra xuất thân, sở thích và tâm hồn của người thiếu phụ.

Hai câu thơ trên rất giàu sức gợi, nó biểu đạt được hiệu quả của bút pháp ý tại ngôn ngoại trong thi ca. Chỉ với hai câu thơ, người đọc có thể hình dung được tính khẩn trương, gấp gáp, nghiệt ngã của chiến tranh; quyết định đầy khó khăn của mẹ và xúc cảm trước cái đẹp bị đọa đày. Đứa con thơ, cây đàn và khói lửa – những hình ảnh tương phản nhau lại có chỗ đứng bên nhau tạo nên một bức tranh đẹp, lạ và độc đáo về người thiếu phụ. Người đàn bà này chắc hẳn không chỉ yêu âm nhạc, có lẽ bà còn yêu cả thơ ca, tiểu thuyết, sân khấu, hội họa (?). Bởi vì, ở thời đại của bà, mẫu phụ nữ được bồi dục thi ca nhạc họa thường có những sở thích và năng khiếu tổng hợp ấy. Họ là những người đẹp hiếm có của nghệ thuật trên nhiều ý nghĩa: vừa là nguyên mẫu của sáng tác, vừa là người thực hành nghệ thuật, vừa là người thưởng thức. Con người quý phái tao nhã nhường ấy lẽ ra phải được sống trong bầu trời hoa mộng với những nốt nhạc và núi rừng lãng mạn của mình. Nhưng không, chiến tranh đã cướp đi của bà tất cả, biến bà thành một nạn dân, một chinh phụ vất vả nuôi con trong mòn mỏi ngóng chinh phu, và cuối cùng là trở thành góa phụ.

Rời khu rừng bình yên trong lành, mẹ bắt đầu những tháng ngày lam lũ cơ cực với bầy con thơ dại:

"tôi bắt đầu tôi dưới chân cầu
thở mùi tanh của cá
tắm dòng sông nước đen
từ tiếng rao bán báo tôi lớn lên
từ tiếng gõ vào thùng đánh giày tôi lớn lên
em dậy thì bên kia sông
tôi tỏ tình bằng im lặng"

Tác giả đã dịch chuyển điểm nhìn sang "tôi", vừa để thay đổi đối tượng miêu tả, vừa tăng độ chân xác cho hiện thực được nói đến. Tôi lớn lên trong tận cùng cơ cực. Cái nghèo đã buộc tôi kìm nén tất cả những ước vọng, cảm xúc, buộc tôi giấu cơn sóng tình với những rung động đầu đời xuống tận đáy lòng của kẻ hạ lưu. "Tỏ tình bằng im lặng" nghĩa là tôi đang đau khổ, buồn tủi đến cùng cực. Từ những ẩn ức, kìm nén của tôi, có thể thấy được nỗi khó khăn, chua xót của mẹ. Người đàn bà thượng lưu vốn yêu nghệ thuật như lẽ sống của đời mình ấy chắc chắn sẽ phải dằn vặt ghê gớm trong nghịch cảnh này. Đây là bút pháp vẽ mây nẩy trăng. Nhà thơ không miêu tả chi tiết người mẹ đã phải trải qua những tháng ngày che giấu thân phận, vất vả nuôi con như thế nào khi có chồng đi kháng chiến. Anh chỉ nói về mình, về chàng thanh niên đang tuổi dậy thì không dám ngước mặt lên với đời, không dám tỏ bày tình cảm yêu đương của mình bởi sức nặng của thân phận đè nghiến lên tất cả. Đắng cay, thua thiệt, tủi hổ, lặng lẽ, câm nín… đó là tôi; và đó cũng chính là mẹ. Cách thay đổi điểm nhìn này vừa mở rộng trường nhìn của bài thơ, vừa tạo không gian liên tưởng, vừa tăng tần số cảm xúc trong độc giả.

Mẹ nhận được tin mình trở thành góa phụ trong một ngày đan áo:

"Cha tôi bỏ xác trên rừng
mẹ ngồi đan áo mũi kim đâm vào đầu ngón tay
nước mắt rơi xuống hai chữ anh hùng"

Thế giới vỡ vụn. "Cổ lai chinh chiến kỷ nhân hồi" (Xưa nay chinh chiến mấy ai về)*. Quy luật của chiến tranh đã ập xuống đời mẹ. Nỗi bàng hoàng, đớn đau sắc nhọn như mũi kim đâm vào đầu ngón tay, xuyên qua trái tim, xuyên qua sự chờ đợi mỏi mòn, xuyên qua ngọn lửa hy vọng phấp phỏng trong phút chốc đột nhiên tắt ngúm.

Kết thúc chiến tranh, người ra đi đã vĩnh viễn không về, mẹ lại chất chồng thêm nỗi đau thời hậu chiến:

"cuộc chiến khốc liệt cuối cùng đã kết thúc
mỗi chúng ta chưa có hòa bình
tôi và em bày ra một xung đột khác"

Xung đột nào giữa tôi và em khiến lòng mẹ chưa nguôi? Xung đột nào khiến trái tim mẹ lại một lần rỉ máu? Trong tột cùng buồn đau mất mát, mẹ lại tìm đến với cây đàn. Âm nhạc sẽ giúp mẹ nguôi ngoai. Cây đàn đã cùng mẹ theo dặm dài năm tháng giờ đây nâng đỡ trái tim tan nát của mẹ:

"Mẹ không còn ngồi đan áo
ngón tay còn nhỏ máu
ngón tay bấm vào dây đàn
nốt nhạc rơi xuống hai chữ anh hùng"

Hình ảnh về nỗi đau được miêu tả rất đẹp, đẹp đến mức dẫu phải rơi nước mắt người đọc cũng nhận ra đó là một niềm bi mỹ. Người đàn bà đan áo, người đàn bà đánh đàn là những hình ảnh quen thuộc, nhưng Vũ Trọng Quang đã dựng câu, lập ý vô cùng độc đáo khi gắn kết chúng với những nỗi đau vô bờ bến: tử biệt và sinh ly. Ngón tay nhỏ máu trên mũi kim, ngón tay nhỏ máu trên dây đàn. Máu ứa trên tay, lệ ứ trong tim, không một lời than vãn, người đàn bà của nỗi đau trở nên bất tử. Người đàn bà đan áo, người đàn bà đánh đàn, người đàn bà có chồng tử trận, người đàn bà có những đứa con ly tán trong ý thức hệ… Đẹp đẽ vô cùng, đau đớn vô cùng, thánh thiện vô cùng, bình thường vô cùng, nhưng cũng vĩ đại vô cùng! Oằn vai gánh bi kịch của cá nhân, của gia tộc và dân tộc, mẹ nhấn xuống dây đàn, truyền vào nốt nhạc để cho nỗi đau cắt cứa dần lan tỏa, thấm vào, ngân lên, chìm sâu…

Ta nghe khắc khoải, xót xa trong hai câu thơ có cấu trúc trùng điệp: "nước mắt rơi xuống hai chữ anh hùng…/ nốt nhạc rơi xuống hai chữ anh hùng". Chính hai chữ "anh hùng" đầy ám dụ đã biến cái quen thuộc trở nên lạ lẫm, dập tắt cảm hứng ngợi ca hào hùng thường thấy trong văn chương một thuở, đưa người đọc đối diện với nỗi chua xót trên tầm cao của chủ nghĩa nhân văn.

Vũ Trọng Quang đã đúc kết cuộc đời của mẹ cha trong bài thơ lục bát ngắn sau:

"Từ khi Mẹ bỏ núi rừng
Là buông thân phận xuống đường trầm luân
Máu xương Cha gửi lại rừng
Ngàn thu đổi lấy anh hùng ngàn thu"

(Song thân)

"Trầm luân" đời mẹ bắt đầu từ cái ngày "một tay ôm con một tay ôm đàn" giã từ khu rừng lãng mạn để về nơi phố thị, tiếp nối với ngày mẹ nhận tin cha trở thành "anh hùng". Trầm luân còn đăng đẳng với năm mươi năm "Mẹ ngồi đan thời gian thành chiếc áo sông dài núi cao biển vô tận/ hết thảy con đường thanh xuân" để tìm kiếm xác chồng trong bài thơ *Chỗ nằm dưới lòng đất*. Đó là chuỗi trầm luân trong phần đời còn lại của mẹ được Vũ Trọng Quang viết nên bằng những câu thơ chập bóng u minh, dữ dội hiển linh, hạnh phúc cay lòng ngập chìm trong giằng xé giữa lý trí và tình cảm, va chạm giữa tỉnh thức và mê muội, hoang mang giữa ảo giác và tri giác.

Người cách mạng đi tìm xác người cách mạng bằng ngoại cảm. Đó là gì? Là tột đỉnh của nỗi khát khao đưa người đã khuất về lại nơi chôn rau cắt rốn bằng mọi giá? Là khát vọng kiếm tìm để xác minh một sự thật trước những hồ nghi, hoang mang? Là an ủi vong linh người anh hùng mấy mươi năm làm ma phiêu bạt, làm chiến sĩ vô danh? Là làm yên lòng người đang sống suốt một đời mong ngóng nắm xương tàn?... Đi tìm hài cốt cha trong phức cảm đó, "tôi" chẳng có gì ngoài việc "trang bị mãnh liệt lòng thành khẩn", mở cửa tâm linh, bóc từng bí mật dưới lòng đất "như bí mật sống bí mật yêu bí mật cầm súng bí mật ngã xuống". Và cuối cùng, sau bao chân thành khấn nguyện, ngoan ngoãn phục tùng, nhạy bén cảm nhận, "toàn thân tôi run lên miệng tôi há hốc mắt tôi rực sáng". Tôi đã tìm thấy người cha năm mươi năm nằm dưới lòng đất hoang lạnh. "Thắp hàng nến sáng lên nhang khói mịt mùng", "đêm nay không mộng mị nhớ câu thơ tiên tri", không còn thao thức kiếm tìm, không còn hồ nghi băn khoăn, tôi ngủ "được giấc tròn thanh thản".

Giữa niềm hạnh phúc oái oăm của kẻ thành công trong việc xác minh sự chết, tôi gom những chữ nghĩa được chắt ra từ đau thương của đứa con mồ côi để chắp vào đôi cánh cú mèo huyền ảo vút lên, "đưa chiếc áo năm mươi năm đan xong bay về trời". Chiếc áo của người góa phụ sau nửa thế kỷ đã trao đúng tay người nhận. "Thêm một lần Mẹ rưng rưng đội mang khăn đẹp". Vẫn là màu trắng của mất mát nhưng đó là màu khăn tang mãn nguyện. Vành khăn vừa như tiễn biệt vừa như chào đón một người về với thiên thu, thỏa mãn ước vọng cuối cùng của người góa phụ khao khát tìm kiếm chồng dẫu chỉ là xương cốt, chỉ là tro bụi. Hiểu được nỗi niềm đó của người đan áo, nhà thơ bật lên tiếng kêu tha thiết vò xé tâm can người đọc:

"Cha ơi
con yêu tro bụi vô cùng"

Từ những câu thơ chân thực, Vũ Trọng Quang đã cho ta thấy hai quãng đường đời của mẹ: Quãng đời núi rừng lãng mạn và quãng đời phố thị trầm luân. Bằng những hình ảnh đời thường, ý thơ khắc khoải, tình cảm mạnh mẽ dữ dội khi tiết chế, khi bung tỏa mang đậm khí chất nam nhi, nhà thơ đã thể hiện tình yêu thương, lòng trân trọng đối với tình mẹ, đời mẹ một cách da diết chân thành. Vậy mà, khi mẹ lìa xa cuộc sống này, tổng kết đời thơ của mình trong bài *Mẹ*, Vũ Trọng Quang vẫn không thôi dằn vặt:

"Con vẫn thiếu hồn thơ viết về Mẹ"

Viết về mẹ, trước tình mẹ, đời mẹ, mọi chữ nghĩa đều bất lực. Cũng đúng thôi:

"Thơ nhỏ bé bởi do Người vĩ đại
Chới với chạy theo con lạc dấu chân
Lúc Mẹ núi rừng chữ còn khờ dại
Khi Mẹ trầm luân ý tứ hóa không không"

(Mẹ)

Không chỉ riêng gì chữ của Vũ Trọng Quang, mà chữ của con, của chúng con – của tất cả những nhà thơ trên thế gian này - vẫn luôn luôn và sẽ mãi còn khờ dại trước những người mẹ. Tôi hiểu, với bài *Mẹ*, Vũ Trọng Quang đang khóc mẹ bằng thơ, bằng vốn chữ nghĩa sau một thời trai trẻ "bay bổng mộng mơ vô ích chao nghiêng", chợt giật mình nhìn lại, nhận ra có một khoảng trống lớn lao cho sự tôn kính thiêng liêng chưa được lấp đầy. Có lấp được không? Chắc chắn là không! Bởi vì, để báo đáp mẹ, dù báo đáp bằng thơ hay bằng gì đi nữa, chúng ta vẫn như đang đi về phía đường chân trời, cứ thấy đường chân trời trước mặt nhưng đi hoài không tới. Vì thế, những lời tự dằn vặt sau đây của anh đã nói hộ bao người:

"Những dòng này như những dòng tự khảo
Những dòng này không xứng gọi bài thơ
Bút mực của đời, của con cân não
Đã từ lâu bất lực đến bây giờ"

(Mẹ)

Tôi hiểu, đây không phải là sự khiêm tốn. Đây chính là sự bé nhỏ của người con trước mẹ. Bút mực bất lực, ý tứ chênh chao, lòng riêng thổn thức, bao nhiêu câu thơ là bấy nhiêu niềm đau của chữ.

Tuy nhiên, với tư cách là một người con, một người mẹ và là một độc giả, xin nhắn gửi với nhà thơ rằng: Chỉ trong bốn bài thơ, anh đã khắc ghi trong chúng tôi một hình tượng người mẹ đẹp đẽ tuyệt vời. Anh đã báo hiếu mẹ bằng chính tâm hồn yêu văn chương nghệ thuật mà anh thừa hưởng từ mẹ trong những tháng ngày trầm luân cơ cực nhất. Mặc dù vẫn biết anh sẽ không thôi day dứt, nhưng đành vậy, vì muôn đời là vậy: "Thơ nhỏ bé bởi do Người vĩ đại". Do Mẹ anh, Mẹ tôi, Mẹ của chúng ta quá vĩ đại mà thôi!

Huế, Mùa Vu Lan 2018

Nguyễn Thị Tịnh Thy

Chú thích:

(*) Thơ trong bài *Lương Châu từ* của Vương Hàn

ĐỌC: "MỢ HỮU" CỦA TRẦN NHUẬN MINH

ĐẶNG XUÂN XUYẾN

MỢ HỮU

Cậu xây xong nhà ba tầng
Người cứ dần dần héo quắt
Thế rồi một sớm tinh mơ
Cậu cứ lặng im mà mất

Cô bác từ quê ra viếng
Thấy mợ dịu dàng mảnh mai
Mà nhà thì to đẹp thế
Biết rồi sẽ về tay ai?

Em chồng mắt lườm miệng nguýt
Vô tâm mợ có thấy đâu
Thương cậu, mợ không biết khóc
Thỉnh thoảng lại hờ một câu

Mợ khổ từ hồi tấm bé
Mong chi lầu trắng gác xanh
Cậu chết mợ thành người lạ
Bơ vơ trong chính nhà mình

Chẳng thiếu kẻ đe người ướm
Nhà xinh mợ lại càng xinh
Như con thuyền nan không bến
Lênh đênh trong chính phòng mình

Khách khứa dập dìu lá gió
Đêm đêm chớp bể mưa nguồn
Mắt mợ dần dần hoang vắng
Họ hàng mợ cứ quên luôn

Mợ đáng thương hay đáng trách
Trời ơi! Tách bạch làm chi
Dòng sông muôn đời vẫn thế
Đục trong thì vẫn trôi đi.

Hải Phòng, năm 1990
Trần Nhuận Minh

LỜI BÌNH:

Gần 20 năm viết sách và kinh doanh sách kiếm tiền, tôi không mặn mà tới mấy chuyện thơ văn nên khi dàn trang đưa bài "***Trần Nhuận Minh – Thi Nhân "Sĩ Phu Bắc Hà"***" lên trang blog Đặng Xuân Xuyến, tôi mới biết Trần Nhuận Minh là nhà thơ tài hoa. Chả trách, nhà thơ Chu Vương Miện ở tận Hoa Kỳ "say" ông đến "mê mẩn".

Và cũng từ vô tình đó mà tôi biết, rồi thích bài thơ MỢ HỮU của ông.

Vâng. Tôi thích bài thơ ***Mợ Hữu*** đậm chất tự sự của Trần Nhuận Minh.

Mở đầu bài thơ, là lối kể chuyện chầm chậm, nhẩn nha, như để nén những cảm xúc sẽ ùa về, sợ sẽ làm vỡ chuyện về người cậu, người em của mẹ. Bốn câu thơ ở khổ thơ kể về người cậu thật giản dị, mộc mạc, hệt lối nói dân dã, chân chất của người chân quê. Chỉ thế thôi mà người đọc thấy được "Cậu" của nhà thơ là người "một nắng hai sương", chỉn chu, căn cơ, chất phác. Từ "cứ" được sử dụng như một điệp từ, lặp lại hai lần trong bốn câu thơ của khổ thơ như nhấn thêm, xoáy sâu thêm vào sự bất lực, xót xa trước sức khỏe có chiều hướng xấu đi trông thấy của người cậu. Hai từ "Thế rồi" ở câu thứ ba thốt ra thật nhẹ, nghe như buông xuôi, như tuyệt vọng mà sức nặng ngàn cân:

Cậu xây xong nhà ba tầng
Người cứ dần dần héo quắt
Thế rồi một sớm tinh mơ
Cậu cứ lặng im mà mất

Sau khổ thơ tự sự thật nhiều cảm xúc về người cậu, nhà thơ bắt đầu kể về người mợ, bằng cách đặt hình ảnh "Thấy mợ dịu dàng mảnh mai" bên cạnh "Mà nhà thì to đẹp thế" để đẩy lên nỗi xót xa của "cô bác", của những thân bằng quyến thuộc, dành cho người vừa mất: tài sản làm ra mà không được hưởng. Câu nghi vấn, cũng là câu cảm thán, của lối suy diễn bạc bẽo và đố kỵ của thói đời: "Mà nhà thì to đẹp thế/ Biết rồi sẽ về tay ai?". Nghe sao mà chua xót!

Nỗi đau đời được Trần Nhuận Minh đẩy cao thêm: "Em chồng mắt lườm miệng nguýt", làm đau hơn cái thế thái nhân tình bị sức mạnh vật chất chi phối. Thì ra, người ta đến đám tang người thân phần ít là vì đau xót, mà phần nhiều là vì ấm ức, đố kỵ, là ngóng kiếm chác từ khối tài sản kếch xù của người vừa mất, xác vẫn còn đang nằm trong quan tài giữa nhà. Thật là tàn nhẫn, bỉ ổi!

Hình ảnh "Em chồng mắt lườm miệng nguýt" làm ta nhớ tới mối quan hệ "chị dâu em chồng" vốn đã được mặc định chả tốt đẹp gì trong tiềm thức dân gian. Chỉ câu "Em chồng mắt lườm miệng nguýt", Trần Nhuận Minh đã khắc họa mối quan hệ giữa "Mợ" và "Em chồng" rõ đang ở thế gầm ghè, căng thẳng, sắp chực trào vì sức hút của kim tiền, khiến ta chạnh lòng thêm về hình ảnh người mẹ rất thực dụng trong ca dao: "Em đã bảo mẹ rằng đừng/ Mẹ hấm mẹ hứ mẹ bưng ngay vào".

Gia đình chồng (cô bác) thì như thế. Em chồng thì như vậy. Tất cả đều ghé mắt vào khối tài sản "Cậu" để lại mà hậm hực, mà đố kỵ. Còn "Mợ" thì sao? Nếu ở khổ thơ trước, Trần Nhuận Minh kể "Mợ" của ông đẹp về hình thức "Thấy mợ dịu dàng mảnh mai", thì ở những khổ thơ này, ông kể về bản chất thật thà, chân chất của người mợ: "Vô tâm mợ có thấy đâu/ Thương cậu, mợ không biết khóc/ Thỉnh thoảng lại hờ một câu".

Và ông trần tình thêm về người mợ:

Mợ khổ từ hồi tấm bé
Mong chi lầu trắng gác xanh
Cậu chết mợ thành người lạ
Bơ vơ trong chính nhà mình

Đến đây, người đọc thấy nhói lòng, đau xót quá.

Câu ca dao "Cậu chết mợ ra người dưng" đã phũ phàng, đen bạc chốn dân gian nhưng qua sự kế thừa của Trần Nhuận Minh, ông đẩy sự tàn nhẫn, đen bạc đó cao lên thêm một bậc: "Cậu chết mợ thành người lạ", bởi "người dưng" chỉ người ngoài, người không có quan hệ họ hàng, thân thích, còn "người lạ" chỉ người không hề quen biết, khiến hình ảnh người mợ "bơ vơ trong chính nhà mình" càng tăng thêm ám ảnh, đau xót.

Dường như quá bất bình với những đố kỵ, hẹp hòi từ những kẻ mượn danh người thân hòng sang đoạt tài sản của người mợ, từ những toan tính trục lợi của những kẻ cơ hội, nhà thơ đã chua xót lật tẩy thói đời khốn nạn của những kẻ lòng dạ nhơ bẩn, đau đáu vì tiền: "Chẳng thiếu kẻ đe người ướm/ Nhà xinh mợ lại càng xinh"; và cảm thán sự bất lực, lẫn cả sự bất hạnh của người mợ chân chất, hiền lành trước lũ người gian manh, đểu cáng khi mà người phụ nữ "chân quê" đó chỉ mong có được sự bình yên nhỏ nhoi với một hạnh phúc bình dị, giản đơn cũng không có được: "Như con thuyền nan không bến/ Lênh đênh trong chính phòng mình".

Nhà thơ tiếp tục đau xót với nỗi cảm thương cho người mợ bằng những dòng thơ viết về tận cùng nỗi cô đơn: "Khách khứa dập dìu lá gió/ Đêm đêm chớp bể mưa nguồn"; về nỗi đau âm ỉ của niềm tin, của tình nghĩa đã cạn kiệt, héo rữa: "Mắt mợ dần dần hoang vắng/ Họ hàng mợ cứ quên luôn". Từ "cứ" lần nữa được nhà thơ xử dụng, như thêm một mặc định tất nhiên để cảm thông cho người mợ.

Rồi nhà thơ tự hỏi, tự vấn lòng mình: "Mợ đáng thương hay đáng trách"? Và kêu lên tiếng than, nửa như tự trách mình, nửa như trách cứ người đời: "Trời ơi! Tách bạch làm chi", để tiếp tục lại tự trấn an mình bằng triết lý có phần an phận, chấp nhận xuôi theo thói đời vô cảm như đã thành thông lệ, thành chân lý của dòng đời: "Dòng sông muôn đời vẫn thế/ Đục trong thì vẫn trôi đi".

Bài thơ khép lại với một tiếng thở dài.

Hà Nội, chiều 07 tháng 09 năm 2018

Đặng Xuân Xuyến

thơ

AI BUÔN BÁN TRÁI TÌNH YÊU

MÃ LAM

1. Tuổi trẻ ai bán ta mua
Để trong miền mắt chín mùa tóc xanh
Chân thành ai bán chân thành
Ta mua đầy gánh để dành nuôi tim

2. Cậy tiền mua được thế gian
Sao ta còn thấy xuân tàn thu tiêu
Nụ cười ai bán bao nhiêu
Ta mua dăm mớ làm kiêu nữa già

3. Nỗi buồn thương mại nỗi buồn
Ai mua? Ai bán? Ai buôn kiếm lời?
Ta buồn hoa lá biết buồn
Hoa ươm kỷ niệm lá tuồn dối gian

4. Tài sản thể hiện bản thân
Đam mê tài sản tiến gần nghĩa trang
Tình ta em gửi ngân hàng
Rút lãi từng tháng mua ngàn nụ hôn

5. Ai buôn bán trái tình yêu
Dành riêng ích kỷ chia nhiều mất duyên
Tài sản cùng với chức quyền
Sự đời dễ đắm chung thuyền lợi danh.

thơ

HỒN THƠ CẠN…

TT-THANH TRƯỚC

Hồn thơ cạn…
Con từ giờ ngơ ngẩn
Hết mơ trăng… hết thờ thẩn trời mây
Nắng hạ tràn… không ấm giấc trưa gầy
Mưa thu khóc… tóc mây không đủ ướt!

Hồn thơ cạn…
Bút nghiên chừ say khướt
Loạn niêm vần… không mà mượt ý lời
Trang giấy nhàu… bên chung rượu đã vơi
Nhòe nét mực… tâm tư rời rã… Trống!

Hồn thơ cạn…
Sương mờ giăng lối mộng
Tay quạng quờ… tìm bóng cũ hình xưa
Nghe bơ vơ… nghe vụn vỡ dâng vừa
Đêm rách nát… gió đưa tình lịm chết!

Hồn thơ cạn...
câu… từ… giờ chấm hết…!

25/08/2019

thơ

ĐI CÂU VÀ CÔ GÁI CẮT BÀNG

HUỲNH MINH THÔNG

Chiều dần trôi, nắng tắt rồi
Mê câu lạc lối đứng ngồi không yên
Bo Bo kinh xáng gọi tên
Muỗi mòng bù mắc lại quên đường về

Trời sao gió lặng tư bề!
Tiếng xuồng rẽ nước tràn trề niềm tin
Như chờ, như đợi người tình
Cô ơi! Ghé lại cho mình quá giang

Cô về trong xóm ngoài làng?
Đi nhờ một đỗi lạc đàng cô ơi!
Xuồng em tuy khẳm nhưng mời
Dầm kia bơi phụ kẻo trời lại mưa

Cô ơi cho hỏi chồng chưa?
Sao anh nhiều chuyện - xin thưa chưa chồng
Bàng này cô cắt hay trồng
Đồng hoang bàng mọc không trồng anh ơi

Thấy cô vui miệng mở lời
Đặt cô đôi đệm giá hời được không?
Tôi thì chẳng thích chiếu bông
Chính cô đan lấy thì không gì bằng

Tôi chờ dẫu có mấy trăng
Đêm về vẫn nhớ hàm răng cô cười
Chúng mình mười tám đôi mươi
Biết cô nhớ mấy? tôi mười chẳng ngoa

Sông dài, sông vắng trêu đùa
Nếu cô đồng ý hẹn mùa năm sau
Có cha, có mẹ trầu cau
Đến xin hỏi cưới trước sau một lời.

1/8/2017 -

thơ

BÓNG VÀNG QUA

TÍN ĐỨC

Mùa trẩy hội đang về cùng nắng lạ
Em hoang mê mang tình nhỏ quay đi
Bến mù sương anh đứng chờ lặng lẽ
Ở bên kia bờ cỏ đã vàng hoa

Bên kia! Ồ bên kia…
Mùa xuân đến
Xuân reo hát lời thinh không gió loạn
Xuân cười xanh trên lá nõn cành nâu
Em vói tay đón mùa về hoa đỏ

Đỏ lòng em – Đắng chát nụ tình anh.

thơ

CHỜ ĐÔNG

NGUYỄN HÙNG PHONG

Trời vào Đông chưa em...
Mà sao chưa nghe Thu nói lời từ giã
Ghế đá hẹn hò mong manh chiếc lá
Một thoáng mưa rào chợt nắng hanh hao!

Trời vào Đông chưa em...
Buổi sáng đợi chờ sương mờ giăng lối
Lối vắng không tên dáng ai bước vội
Gió hát rì rào góc phố mồ côi!

Mùa Đông về chưa em...
Sao không nghe cái lạnh len vào da thịt
Tháng Mười loanh quanh trời chiều tối mịt
Quán vắng phong phanh... như chưa thấy Đông về!

Tháng Mười trời vào Đông...
Nhớ làm sao dịu dàng bàn tay nắm
Thèm vị ngọt nụ hôn nồng nàn môi ấm
Thương lắm vai gầy hương tóc em bay!

Tháng Mười lại chờ Đông...
Chợt thấy bâng khuâng nhìn dòng đời trôi mãi
Xuân, Hạ, Thu, Đông... Thời gian không trở lại
Một thoáng bồi hồi... Như se sắt lòng ai!

Tháng 10/2019

thơ

VỀ ĐI EM

NGUYỄN MINH TƠ

Về đi em ngày mai mình ly biệt
Cuộc tình dù tha thiết cũng chia xa
Khóc chi em còn gì mà nuối tiếc?
Tiếng dương cầm ai dạo khúc phôi pha.

Về đi em đêm nay mình từ tạ
Nửa vầng trăng trơ trọi giữa đêm thâu
Ta còn lại nửa hồn hoang xa lạ
Bến tương tư neo đậu mối duyên đầu.

Về đi em... tiếng lòng ta vụn vỡ
Những thang âm nức nở giữa đêm mưa
Ta cố nhóm đống tro tàn dang dở
Làm hành trang khâm liệm cuộc tình xưa.

Ta còn gì giữa mùa đông lạnh giá
Cây bàng khô trút lá đợi chờ ai?
Ta loay hoay với cuộc người mặc cả
Giữa vòng xoay theo tháng rộng năm dài.

25-10-2019

thơ

ĐẰNG KIA XUÂN CŨNG ĐÃ VỀ RỒI

DẠ YÊN

Đằng kia xuân ngóng Tết về thôi
Mơn mởn nụ xanh vắt ngõ trời
Nhè nhẹ hương chiều thoang thoảng cốm
Đong đưa êm ả rớt mây cười.

Ấm áp thèm vai của một người
Tóc mềm hờ hững chút xuân tươi
Xuân về lộc biếc hoa đào thắm
Ríu rít đàn chim cũng tỏ lời

Chiều tà rộn rã lá xuân phơi
Guốc mộc khua vang tít bồi hồi
Áo mới em may chờ đón Tết
Giàn hoa thiên lý ngủ bên đồi

Rêu cũ tường hoang đã một thời
Thời gian lỡ nhịp đón sương rơi
Người xưa dấm dẳng. Đời thêm tuổi
Tóc tuyết phai mùa héo hắt thôi!

Đằng kia xuân cũng đã về rồi
Bánh mứt chờ xuân réo gọi mời
Vạt nắng hoa mai buồn rưng rức
Cành hồng lặng lẽ giọt sầu rơi

Gót hồng đậm nhạt xót xuân trôi
Níu gió tìm mây vắng bóng người
Ngóng mãi bao giờ người trở lại
Đằng kia xuân cũng đã về rồi.

thơ

TIẾNG DƯƠNG CẦM BÊN Ô CỬA NHỎ

HOÀNG LYNH

Ta nghe đâu đó tiếng đàn
Khúc dương cầm gọi mùa sang, hay là
Hình như từng ngón kiêu sa
Lướt trên phím tựa bóng tà huy vương!

Gió đông thông thốc miên trường
Lạnh như muôn nẻo trùng dương lạnh về
Tiếng đàn ru ngọt cơn mê
Ta làm chú thỏ vụng về giỡn trăng.

Này em, ô cửa màu xanh
Sáng đèn, có lẽ em nhìn thấy ta
Ước gì nắng sớm, chiều tà
Mình cùng dạo khúc... một nhà, bên em?

Saigon, 31/10/2019.

thơ

HƯƠNG XƯA

KHÁCH HÀN TRIỀU

Nửa vòng trái đất, một đại dương
Điệp khúc tương tư trỗi miên trường
Người xa vạn lý... Ta hoài tưởng
Một bóng hương xưa má thắm hường

Bên ấy giờ đây đón xuân về
Em còn có nhớ một miền quê
Ngày ba mươi Tết đào, mai nở
Em phơi phới xuân, tóc chấm thề

Đì đùng pháo Tết, đón xuân sang
Lũ trẻ mừng vui chạy khắp làng
Nhà ai đóng bánh mừng năm mới
Từng nhịp trong đêm đến rộn ràng

Em ngồi bên mẹ, lượm nổ rang
Má đỏ hây hây nhẹ tay sàn
Từng hạt nếp thơm bùng qua lửa
Rộn ràng ngoài ngõ buổi xuân sang...

Áo mới em khoe dưới nắng vàng
Hương trầm thoang thoảng, quyện không gian
Hội xuân, tiếng trống Bài Chòi vọng
Một tết trong xuân rộn xóm làng

Bây giờ, tất cả vào lãng quên
Xuân đến, hoa mai nở bên thềm
Bóng xưa nào thấy hồn thơ khát
Tết đến xuân về thiếu vắng Em!

Ngỏ đời hiu hắt... Buồn tái tê
Thu vắng, đông qua xuân lại về
Người xưa nào thấy mờ nhân ảnh
Một mảnh tình suy buốt não nề...

1/1/2019

thơ

MỘT KHÚC QUANH THÔI MÀ

TỐNG THU NGÂN

Một khúc quanh thôi mà
Chỉ là một khúc quanh thôi
Chỉ là một khúc quanh thôi
Mà sao chiều đã dần trôi muộn màng

Đường chiều đếm bước lang thang
Lắng nghe rừng gọi, đại ngàn nhớ mong
Một khúc quanh, khúc long đong
Khúc đầy sương trắng, khúc nồng nàn yêu

Khúc quanh chứa biết bao điều
Buông tay hay nắm... rừng chiều lắt lay
Vào rừng tìm lá tàu bay
Nhặt ươi, lượm cũi, ngắm ngày, ru đêm

Khúc quanh dậy sóng biển êm
Ầm ầm thác đổ một miền riêng tư
Khúc quanh là khúc nhân từ
Hay là một khúc trầm tư cả đời

Lặng nhìn một buổi chiều rơi
Nghe trăm năm gọi rã rời chiêm bao
Khúc quanh sóng vỗ lòng đau
Ôm tình muôn kiếp nghẹn ngào giấc xuân...

Tùy bút

THỊ TRẤN NHỎ

LÊ YÊN

Chiếc xe giường tầng của Thành Bưởi chạy nhanh như lướt, lên xe tôi cầu xin bình an. Cảnh vật bên ngoài trôi vút qua, xe đã rời thành phố, bỏ lại sự náo nhiệt và ánh đèn, đi xe đêm cũng thú vị. Sự im lặng với ánh sáng vừa đủ dìu dặt trong tiếng nhạc nhẹ đưa tôi dần vào giấc ngủ lơ mơ, chợt giật mình thức giấc vì tiếng ho của người bên cạnh, tôi tỉnh ngủ, ngồi lên xem đã tới đâu! Một khoảng tối hun hút, thưa thớt nhấp nháy ánh đèn. Tất cả như chìm đắm trong bóng đêm với những riêng tư… Tôi ngồi yên lắng nghe âm thanh của bánh xe lăn trên mặt đường. Một lộ trình có điểm đến chính xác. Trong cái sắp tới, tôi ngược dòng ký ức với thị trấn nhỏ, the thắt từng cơn gió. Chợt rùng mình, cái lạnh chạy dọc sống lưng… Nghe sao giá buốt tâm can!

Con đường từ Sài Gòn lên Bảo Lộc ngày xưa phải đi gần một ngày mới tới, còn bây giờ, tôi coi đồng hồ, lên xe tám giờ tối, mới một giờ khuya xe đã qua đèo Bảo Lộc, sương mù làm cho con đường mờ hơn. Lâu rồi tôi mới trở lại nơi tôi đã sống, một thời gian khá dài, với khoảng sáng, tối đan xen, ngày như dài hơn và đêm cũng khá co ro…

Đèn sáng được bật lên, tiếng anh phụ xe: "Bà con chuẩn bị, xe sắp tới trạm trung chuyển" mọi người ngồi lên rộn ràng chuẩn bị đồ đạc. Xe đã vào trạm, ngừng hẳn, tiếng anh phụ xe: "Ai về đâu lên xe nhỏ đưa về". Sự mệt mỏi khiến anh kiệm lời.

Xuống xe, tôi tìm một chiếc ghế khuất gió, kéo cao cổ áo, vai so lại trước cơn lạnh giữa đêm. Giờ này còn sớm, tôi không muốn gõ cửa bất cứ người quen nào để làm phiền. Hơi thở đã thành khói, tôi xoa hai tay vào nhau cho nóng rồi ủ lên mặt: "Dza lạnh quá". Hết ngồi co, lại đứng lên đi tới đi lui, cái lạnh như gặp phải người lạ, cứ thế da diết, tôi lẩm bẩm: "Đã từng quen!" Chợt nao lòng với cảm giác xưa... Khi mặt trời chưa lên, ngày của tôi đã bắt đầu với những nhọc nhằn... *Em quen một nắng hai sương/Tủi thân con gái trời thương má hồng/ Mong manh phận mỏng long đong/Ôm lòng thiếu nữ theo chồng xứ xa...!* Nén tiếng thở dài như tự nhủ với chính mình "Lại cái tật... Cứ miên man với những suy nghĩ...!"

Đứng từ trạm trung chuyển tầm nhìn không bị hạn chế. Gió mang hương hoa trà trên những ngọn đồi thấp thoáng ngát xanh. Cảm giác nhẹ hẫng như cánh chim thả lỏng đôi cánh nương theo cơn gió về cuối trời. Trong khoảnh khắc tôi quên đi thực tại... Hít một hơi thật sâu như tiếp năng lượng. Mỉm cười, cám ơn ngày mới!

Năm giờ, trời đã hửng sáng. Những tia nắng ban mai còn trốn sau lớp sương mù, tựa chiếc áo mỏng khoác lên người thiếu nữ, mơ hồ hư ảo, trải dài theo triền dốc. Nhìn ngọn đồi thoai thoải, đẹp như đôi chân dài con gái, thăm thẳm mút tầm mắt. Cảnh vật còn tĩnh lặng sau một đêm chưa vội trở mình.

Lên một xe nhỏ tôi nói với bác tài: "Cho tôi tới chợ Khu sáu!". Xe chạy qua khúc quanh, đường nhựa mới tinh. Con đường ngày xưa tôi bước qua nó với đất đỏ dính đầy đôi dép nhựa mỗi ngày. Con đường mà khi mặt trời đã tắt không một ánh đèn. Tôi đi qua nó với những bước thuộc lòng yêu thương. Đôi chân nhớ từng ngõ tối qua con dốc dài... Tôi quay tìm khóm hoa vàng ngậm sương đêm... Dã quỳ hoang dại hai bên đường không còn. Những dãy nhà san sát nhau. Bây giờ đã là phố thị...!

Chợ khu sáu chỉ là một chợ quê, một đôi gánh hàng rong, nào trái cây, rau củ, chuối mít từ vườn nhà. Vài thau cá suối, cá nuôi, vài ba thớt thịt tự mổ. Gà đúng là gà ta thả vườn tối leo lên cây ngủ, trống mái nhốt chung trong từng chiếc lồng thép đan tròn có nắp đậy, được cột bằng sợi dây ni lon xanh đỏ. Họ bán dọc hai bên con đường, trong cái lạnh sớm mai co ro.

Tôi vào quán cà phê vừa mở cửa. Gọi một ly sữa nóng pha chút cà phê, nhấp từng ngụm sữa nóng, nuốt xuống tới đâu nghe ấm tới đó. Dõi qua bên kia phố, ánh mắt dừng lại trước một căn nhà còn đóng cửa, tim tôi run lên từng nhịp gấp gáp… Những ký ức như quay lại. Căn nhà ngày xưa mỗi sáng ngủ dậy, khoảng sân nhỏ phía trước bơ rụng đầy! Cây bơ già sai trái, ruột vàng, béo ngậy lượm đầy một rổ.

Tôi nhìn thấy bóng dáng thằng hai, lưng cõng em, phía trước mang cặp, hứng nước mưa nấu cơm cho mẹ. Tôi thấy người đàn ông chân bước thấp bước cao, người nồng nặc mùi rượu mỗi khi về nhà, mẹ con tôi sợ hãi không biết chuyện gì xảy ra. Tôi thấy tôi đêm ba mươi Tết còn ở ngoài đường làm đẹp cho người ta, gần giao thừa mới về nhà. Những ngày rét mưa tầm tã từ sáng đến tối, hết ướt rồi lại khô. Khổ với miếng cơm manh áo…Tôi thấy những con đường dốc, gò lưng với chiếc xe đạp… qua từng ngày.

Đứng lên trả tiền ly sữa, mang vội mắt kiếng, bước ra đường, từng bước chậm, tôi đi. Hơi thở của đất trời vẫn mang mùi vị cũ, thời gian mới với một tôi mới trong cái cũ ngày xưa.

***

Xong việc, tôi ra chợ, cảm giác như gặp lại cố nhân. Bồi hồi, hai chân gấp gáp nhưng không dám lại gần, cứ thế chậm lại. Ngày hai vợ chồng còn là giáo viên, với những tem phiếu, cuộc sống khó khăn, tôi là người bước ra chợ buôn bán để chồng ổn định công việc. Đi ngang qua từng gian hàng, quen có, lạ có, dừng lại ở dãy hàng ăn… Kia rồi! Hàng bánh canh Dì Năm còn bán! Bước vào chọn một chỗ ngồi, gọi một tô bánh canh. Nhìn người phụ nữ trước mặt, đã già rồi, vẫn chiếc áo bà ba, tóc bới củ tỏi và điếu thuốc vấn trên môi chưa bỏ. Tôi chào hỏi: "Dì Năm nhớ con không?". Khẽ cười Dì Năm trả lời: "Nhìn quen lắm mà nhớ chưa ra". Tôi nghĩ thầm: "Ừ, làm sao nhớ được, đã lâu lắm rồi còn gì".

Đưa mắt ngó qua mấy gian hàng, ánh mắt dừng lại sau cánh cửa quán cơm của tôi ngày xưa, quán mặt trước là đường lớn, nhiều quán ăn san sát nhau, khách vãng lai nhiều, dân ở các xã ra đông, nhất là thứ Bảy, Chủ nhật… Dân tộc từ các xã vùng sâu với nhiều màu sắc sặc sỡ trong cách ăn mặc của họ, nhìn rất vui mắt.

Quán bán đến chiều tối. Lạnh và hay mưa là những gì rất riêng của thị trấn nhỏ này. Có những người khách chỉ ghé qua một đôi lần trong năm cho những chuyến công tác. Chưa kịp quen đã lạ rồi. Cái bếp than thỉnh thoảng nổ lách tách với những tia sáng, trong đêm nhìn thật đẹp.

Mỗi sớm mai, hai mẹ con bày hàng, lúc đó thằng Hai mới học lớp sáu, mười cái ghế chồng lên nhau, con vịn mẹ leo lên giăng bạt. Ngày xưa đâu có bạt quay như bây giờ. Anh hàng xóm cảm cảnh, sáng nào cũng dậy căng bạt giùm. "Cám ơn anh!" Thằng Hai trước khi đi học, đã đi chợ cho mẹ một giỏ đầy. Những ngày lễ Tết đông khách, còn nấu được cho mẹ nồi cơm lớn. Nghĩ tới con, tôi thấy xót: "Con trai à, con không chỉ là con của mẹ, mà còn là một người bạn, một người cùng mẹ đồng hành qua bao gian nan, mẹ đã chọn con đường khó đi để con vất vả nhiều". Trong tận cùng sâu thẳm với yêu thương của một người mẹ, cảm giác ray rứt khôn nguôi. Mẹ đã không cho con trọn vẹn sự hồn nhiên của tuổi thơ. Một chiều nào đó… Sau này, khi ký ức quay lại với những hình ảnh. Đi chợ, rửa chén, nấu cơm cho mẹ với tuổi mười hai… Chắc con không khỏi nao lòng. Con trai! Mẹ xin lỗi con. Tâm mẹ đau như từng vết cắt!

Nỗi buồn không lớn lên theo tuổi con tôi, mà như nhỏ lại đi sâu vào ký ức, nằm đó, để rồi có những lúc lặng đi với những nhức buốt. "Cô ơi! Ăn đi cho nóng". Tôi như sực tỉnh. Quay lại nhìn dì Năm. "Cám ơn!". Tô bánh canh bốc khói nhiều hành ngò, vắt miếng chanh, chan chút mắm ớt, mùi thơm làm tôi đói bụng. Hình ảnh tô bánh canh đã ở lại trong tôi, không chỉ là mùi vị, mà còn là kỷ niệm, tôi cười vu vơ với ý nghĩ: "Con người thật lạ! Cuộc sống luôn phải đi tới, sao cứ phải hoài niệm, để rồi đau lòng. Đó là cảm xúc! Đôi khi nó làm chủ, nhấn chìm ta trong tận cùng…". Cảm xúc là những cung bậc tình cảm của con người. Nhưng nếu nó vượt qua sự kiểm soát của lý trí sẽ khiến ta phạm sai lầm thật đáng tiếc.

Bảo Lộc thay đổi nhiều, bây giờ đã là thành phố Bảo Lộc. Những con đường vàng suốt mùa hoa dã quỳ nở rộ không còn, trong tôi nơi này vẫn yên bình một thị trấn nhỏ êm đềm, dù khoảng thời gian ở trong nó không được mấy ngày bình yên. Có người muốn từ bỏ nơi cho ta những nỗi đau, không muốn nhìn lại dù chỉ một lần. Riêng tôi vẫn muốn quay lại, yêu thương, buông bỏ. Một sự tự do cho tâm hồn khi ta không bị níu giữ bởi thù hận và sân si. Có như thế tôi mới bình yên hơn!

Tạm biệt mi Bảo Lộc! Hẹn một ngày trở lại…

Chuyến xe đêm Thành Bưởi với số ghế A2, tôi trở về Sài Gòn. Giọng ca Khánh Ly văng vẳng bên tai: "Chiều nay em ra phố về, thấy đời là những chuyến xe…"

Sài Gòn – Mùa Thu.

Lê Yên

THẾ VÕ CUỐI CÙNG

KHA TIỆM LY

Trong khí thế sục sôi của Nam Bộ kháng chiến, thì tại vàm Bảo Định ghe thuyền của dân thương hồ tứ xứ vẫn đổ về tấp nập. Trong số đó có một người tuổi khoảng sáu mươi, dáng roi roi, nhanh nhẹn, làn da rắn chắc gió sương. Người này để râu mép và râu cằm, dáng vẻ quắc thước. Lão vận áo bà ba, quần đáy nem nên không giấu được dáng quê mùa.

Không ai để ý đến lão, biết lão. Duy có mụ Tám, chủ quán rượu xập xệ bên kia Cầu Quây thoạt gặp lão đã nhận ra ngay. Mụ mừng rỡ, vừa thân tình, vừa tôn kính:

- Trần sư phụ! Lâu rồi không gặp! May mắn quá!

Mụ nhìn quanh rồi nói vừa đủ nghe:

- Hôm nay mời sư phụ đến tệ quán dùng chén rượu, chẳng hay ý sư phụ thế nào?

Là người tinh ý, Trần sư phụ đoán biết mụ Tám có gì đó muốn nói với mình. Ông đáp nhỏ:

- Tôi cũng định đến thăm bà đây!

Trần sư phụ trầm tư hớp ngụm rượu suông trong lúc mụ Tám oang oang phía sau nhà:

- Trần sư phụ đợi chút nhé. Món cánh gà chiên này là món hợp khẩu vị của Trần sư phụ đây. Trông Trần sư phụ có vẻ gầy gò hơn trước, cần phải tẩm bổ thêm mới được!

Trần sư phụ lặng lẽ nhếch môi cười, vừa cảm thương vừa cảm thông cho người đàn bà tốt bụng mà có tật nói nhiều. Lát sau mụ Tám bưng một mâm ăm ắp vài món, nghi ngút khói. Trần sư phụ ái ngại:

- Bà làm chi hao tốn vậy. Tôi có xứng đáng cho bà tiếp đãi nồng hậu như thế này không?

Mụ Tám liếc mắt, hờn dỗi:

- Sao lại không xứng đáng! Hơn nữa, hôm nay tôi sẽ đối ẩm cùng sư phụ để bù lại những ngày xa cách nhớ thương…

Gò má bà Tám ửng hồng vì lỡ lời, bèn chữa thẹn:

- À, à… Ý tôi muốn nói… một Trần sư phụ khí phách, vũ dũng như vầy mà vắng lâu ngày thì ai lại không nhớ chớ?

Trần sư phụ nhếch môi:

- Nếu bà nói "hữu dõng vô mưu, vô trí" thì tôi đỡ thẹn hơn.

- Sư phụ đừng nói vậy mà! Người ta nói: "Họa hổ họa bì nan họa cốt", ai mà đo được lòng người!

Mụ Tám nhỏ giọng:

- Võ công sư phụ siêu phàm, nên có một đồ đệ thiên hạ vô địch. Cũng nhờ võ công sư phụ truyền cho mà từ một tên đội quèn, một bước đã được thăng lên Cai Tổng và được sự tin cậy tuyệt đối của nhà nước Phú Lang Sa.

Trần sư phụ buồn rầu:

- Tôi biết hết rồi bà à. Tôi thật đau xót!…

Hai người im lặng. Mụ Tám có vẻ như ân hận vì trót lỡ lời, còn Trần sư phụ thì miên man nghĩ về đứa học trò thương yêu mà mình đã tận tâm tận lực đào luyện. Ông cứ ngỡ nó sẽ đem sở học của mình mà cứu khổn phò nguy, giúp ích cho làng cho nước như lời thề trước linh vị của đấng tổ sư; nào ngờ nó lại đem sở học ấy mà làm tay sai cho quân cướp nước, đàn áp, bắt bớ những người đã xả thân cho dân tộc, quê hương.

Mụ Tám châm rượu cho Trần sư phụ, rồi tự mình cạn một chén, giọng cứng cỏi, dứt khoát:

- Hay là sư phụ trừng trị đứa phản đồ ấy là xong chuyện!

Trần sư phụ trân trân nhìn mụ Tám. Trước mặt ông giờ không phải là mụ hàng quán đa sự, mà là một người kiên quyết khác thường. Mụ bặm môi:

- Tôi sẽ dụ hắn đến đây uống rượu, rồi Trần sư phụ cho hắn một chiêu là xong.

Trần sư phụ cười buồn:

- Bao nhiêu sở học trong người tôi đã truyền hết cho nó. Trước kia tôi còn linh lợi, song đấu với nó chưa chắc chiếm phần thắng, huống chi nay gân cốt không còn nữa.

Mụ Tám lắc đầu thất vọng trách:

- Mèo dạy cọp còn chừa thế leo cây, sao sư phụ lại khù khờ đến thế!

- Nếu mọi người đều dạy học trò mình mà chừa lại một ngón nghề thì chỉ vài thế hệ sau, môn phái ấy chỉ còn là hư danh mà thôi.

Mụ Tám nhìn quanh rồi thì thào bên tai Trần sư phụ:

- Hay là… tôi cho thuốc độc vào rượu của hắn.

- Bà không sợ quán bà tan nát và bản thân bà cũng khó thoát tội chết hay sao?

Mụ Tám cười mũi:

- Hứ! Thoát cái thân nô lệ nhục nhằn này mới là đáng kể, chứ có sá gì cái mái lá xiêu vẹo này.

Trần sư phụ vụt cười lớn:

- Hay cho lời nói của nữ lưu hào kiệt! Trần mỗ nghe như cởi mở tấm lòng. Trong đời ta có một hồng nhan tri kỷ như em thì cuộc sống này không vô nghĩa nữa rồi!

Bèn rót tràn rượu:

- Kính em một chén!

Nói xong uống cạn. Mụ Tám chúm chím cười. Hai má người đàn bà luống tuổi ửng hồng lên. Rượu luôn tràn chén như nụ cười không tắt trên đôi môi đẹp như hoa nở trọn về chiều:

- Uống đi Trần sư phụ! Không, Trần huynh! Mọi việc sẽ liệu sau.

Ngoài trời mưa chưa dứt hột. Trong quán, rượu cạn lại châm đầy. Hai khách giang hồ chén thù chén tạc rôm rả tiếng lại lời qua. Đến xế chiều, Trần sư phụ cáo biệt:

- Ta có hẹn rồi. Cám ơn hiền muội buổi tiệc hôm nay!

Mụ Tám có vẻ không hài lòng:

- Trần huynh lại khách khí nữa rồi. Từ đây muội không muốn nghe tiếng "cám ơn" xa lạ đó nữa!

Rồi nhìn ra ngoài, đoạn rời ghế, ái ngại tiếp:

- Muội không dám làm lỡ công việc của huynh, nhưng trời chưa dứt hột, huynh lấy cây dù này che đỡ.

Ra khỏi quán không xa, Trần sư phụ bỗng khựng lại vì tiếng nói chói vào tai:

- Sư phụ. Đệ tử chờ thầy đã lâu!

Trần sư phụ quay lại. Trước mặt ông là một thanh niên vạm vỡ. Hắn ở trần, mặc quần đùi, khoe những bắp thịt cuồn cuộn từ ngực tới bắp chân. Trên vai hắn vác một thanh đao sáng loáng. Trần sư phụ cả giận, trợn mắt nhìn đứa phản đồ:

- Ai là sư phụ của ngươi?

Hắn cười to:

- Sư phụ không nhìn cũng chẳng sao! Vậy Hoàng Nhất Đao này cũng không dám làm mất thì giờ của sư phụ nữa: Rằng, từ xưa đến nay các vị võ sư khi truyền nghề cho đồ đệ, họ luôn chừa trong người một chiêu bí hiểm để phòng thân. Mà Hoàng Nhất Đao này lại không muốn có kẻ hơn mình. Bởi vậy nay nó muốn sư phụ truyền lại cho nó chiêu cuối cùng để nó nở mặt nở mày với thiên hạ và Trần môn phái cũng có chút thơm lây!

- Hừ! Rõ là giọng điệu của phường vô lại. Nếu ta không theo ý ngươi thì sao?

Hoàng Nhất Đao hạ thanh đao trước mặt mình, thổi phù phù từ lưỡi đến chuôi:

- Đồ đệ ngu dốt nên đành phải hỏi ý kiến của bảo đao này!

Trần sư phụ thừa biết, nếu theo hay không theo lời yêu cầu của tên phản đồ thì sinh mạng ông hôm nay cũng phải kết liễu dưới tay hắn tại đây. Nhưng khổ nỗi, vì kỳ vọng vào hắn mà bao tinh hoa võ học của môn phái ông đã truyền sạch cho hắn. Giờ này, trước hắn, ông chưa phải là đối thủ nữa là. Nhớ lời mụ Tám: "Mèo dạy hổ còn chừa thế leo cây" mà ông tự giận cho mình. Trong lúc tấn thối lưỡng nan, chợt ông nghiêm nghị bảo:

- Mi quả là đứa thông minh. Nhưng nếu ta truyền cho ngươi thì ngươi phải hứa từ nay ngươi phải để cho ta yên.

Hoàng Nhất Đao cười lớn:

- Ta hứa. Ta hứa sẽ không bao giờ cho ông còn dịp bận tâm nữa. Ha ha...

Trần sư phụ nén giận vì câu "không bao giờ còn dịp bận tâm" đầy ác ý. Ông cười gằn:

- Mi là kẻ tráo mồm tráo miệng. Mi không thề, ta không tin.

- Lắm chuyện!Thề bằng cách nào?

Trần sư phụ thư thả xếp dù lại:

- Ngươi chặt cây dù mà thề rằng, nếu ngươi nuốt lời, ngươi sẽ như cây dù này. Và sau đó ta và ngươi không ai nợ ai.

Tên phản đồ hơi bất bình, lớn tiếng:

- Trẻ con! Đặt dù xuống mau.

Dù vừa đặt xuống, bảo đao vung lên. "Phập!". Dù đứt ngọt. Liền sau đó tên phản đồ "Á" một tiếng đau đớn. Bảo đao rớt "choảng". Hai tay hắn ôm bụng, máu từ đấy phụt ra có vòi, bắn ướt cả áo Trần sư phụ. Thì ra, lúc lưỡi đao vừa "phập" xuống, thì nhanh như chớp Trần sư phụ đã thuận tay cầm cán dù đâm vào bụng hắn. Hàng chục "kèo dù” bị tiện đứt ngọt, nhọn như những mũi tên xuyên suốt thấu qua lưng hắn. Hắn nhăn nhó chỉ vào Trần sư phụ:

- Ngươi… ngươi… sử dụng chiêu gì thế?

Trần sư phụ chưa kịp trả lời, thì tiếng mụ Tám đay nghiến bên sau:

- Là chiêu “ĐỒ ĐỆ PHẢN SƯ” (trò phản thầy) đó!

Hoàng Nhất Đao căm hận nhìn hai người. Máu từ họng hắn trào ra, ngã phịch xuống.

Trần sư phụ nhìn mụ Tám với tay nải trên lưng hỏi:

- Sao hiền muội lại đến đây?

- Giờ mà còn hỏi câu ấy để chờ bọn mã tà tới hay sao. Hãy theo em, rồi vội kéo tay Trần sư phụ, hai người cùng chạy về hướng Cầu Vĩ – căn cứ địa của nghĩa quân – và mất hút sau mấy lùm cây.

Kha Tiệm Ly

Liên lạc mua sách: Lê Hân
han.le3359@gmail.com

SAN HÔ BÉ BỎNG

ĐINH LAN

1.

Khi không ưa nhau thì người ta có quyền nghĩ ra nhiều cái tên xấu xí, thậm chí kêu cho chết danh luôn chứ không thèm xầm xì nói to nói nhỏ hay nói lén sau lưng chi cho mất công, bởi vậy nếu bất ngờ hỏi chị tên gì ai cũng giật mình ngẩn ngơ vì thiệt tình từ lâu gần như ai cũng đã quên mất tiêu.

Tỉ như người tử tế thì gọi chị là Sếp Phó.

Đứa không dây dưa, không ghét ưa thì kêu "Cô Tóc Tém".

Còn lại một lô một lốc những danh từ khó nghe khác, được đám rảnh rang tha hồ nghĩ ra rồi kêu lên đầy thích thú đại loại như: Khủng long, Mắt hí, Khoai sùng, Đá cục, Cao kều, Siêu đoảng, Hai Phai... vv và ...vv.

Tại ghét nên đặt biệt danh nghe muốn nổi da gà chứ thiệt ra chị rất đẹp, đẹp sắc sảo, đẹp mạnh mẽ, đẹp đến xao lòng người có cơ hội ngắm nhìn.

Ông trời chẳng biết có bất công không khi ở chỗ làm chị rất hoàn hảo, một tiếng nói ra là đầy sức mạnh ai cũng phải răm rắp tuân theo.

Không tuân thì ngồi đó ngó và đồng nghĩa cuối tháng khỏi lãnh được đồng bạc nào.

Vậy mà về đến nhà chị lại hậu đậu chưa từng thấy.

Mó vô ly tách mẻ ly, nấu canh canh mặn, nấu cơm quên nhấn nút thậm chí bắc ấm nước sôi châm trà cho bố thì bố chờ đến chết khát còn cái ấm mém nổ tung mấy lần.

Có lẽ cái sự hậu đậu ấy là do bố mẹ quá cưng chiều cũng nên.

Ba mươi tuổi hơn chị vẫn một bóng đi về.

Mẹ chị tỉ tê chỉ vẽ rồi cuối cùng lắc đầu ngao ngán:

- Kiểu này sao giữ được chồng hả con?

Chị phá lên cười:

- Mẹ lo xa quá rồi mẹ ơi, việc gì tới là phải tới thôi.

Người già lo xoắn cả ruột còn chị thì phơi phới phóng hết từ chỗ làm ra siêu thị, từ chợ qua công viên, rảnh rang chút nữa là rong xe xuống biển hay lên rừng, chỗ nào chưa khám phá được là nhất định phải dành thời gian chinh phục.

Nói cho đúng từ thẳm sâu tâm hồn chị cũng mong có một bờ vai vững chãi để đôi khi mỏi mệt được thoải mái tựa vào.

Chị mơ có một vòng tay đêm đêm rộng mở, mơ bóng dáng một người đàn ông chính trực lịch lãm, mơ một ngôi nhà đầy ắp tiếng cười trẻ con.

Ôi... những giấc mơ đầy xa xỉ.

Thực tế chỉ là những đợi chờ mang gam màu xám xịt chứ không phải lấp la lấp lánh rực ánh cầu vồng.

Hình như cũng có đôi ba lần chị được bạn trai rủ rê về nhà giới thiệu với người lớn.

Chị rất tự nhiên chuyện trò, thậm chí là tâm điểm thu hút mọi tình cảm từng thành viên trong gia đình nhưng khi câu chuyện chuyển sang bếp núc chợ búa thì ai nấy trố mắt hoảng kinh.

- Cá rô phi, cá điêu hồng, cá hường, cá chép thì không khác gì nhau cứ cho vô chảo chiên là xong ngay.

- Cá tra, cá hú, cá bông lau, cá lăng, cá dứa gì cũng ở dưới sông mua về nấu canh chua là ổn hết.

Ai đó hỏi vui... vậy nấu canh chua với gì là ngon nhất?

- Rau lang, rau ngót gì cũng ngon miễn sao nêm nếm vừa ăn thời thôi.

Cuối cùng không ai để chị có cơ hội mà vô bếp nêm nếm như kiểu chị vừa nói, họ lặng lẽ rời chị vì "Anh rất yêu em nhưng anh không thể cưới một người vợ như em".

Chị đủ trình độ để nhận ra khiếm khuyết của mình và đủ mạnh mẽ để chôn vùi nỗi buồn.

Sao không buồn?

Rõ ràng tình yêu của mấy tên đàn ông ấy cạn xợt thua cái hộc nước nhỏ chị tự tay xây phía trước nhà để thỉnh thoảng múc nước rửa chân những hôm mưa gió sình lầy.

Nếu tình yêu đủ lớn ắt họ sẽ dễ dàng bỏ qua nhược điểm nhỏ xíu ấy và yêu những phần mạnh mẽ vượt trội nơi chị.

Đàn ông nói chung ai cũng dềnh dàng mà sao tấm lòng teo tóp không tỉ lệ thuận chút nào với tướng tá ông trời đã phóng tay ban phát.

Chị buồn nhưng cũng chỉ một chút thôi.

Ngày tiếp ngày, tháng tiếp tháng, năm tiếp năm chị bị cuốn vô công việc, cuốn vô nhịp sống năng động ồn ào.

2.

Chú bảo vệ già được thay bằng anh bảo vệ khác ít già hơn một chút nhưng cũng gầy nhom và hom hem như cái công việc đứng gác theo ca buồn tẻ suốt hơn chục tiếng đồng hồ trong ngày.

Công ty tư nhân nên bảo vệ ngoài lúc công nhân vô ca hay tan ca thì hơi bận rộn, còn lại lúc rảnh rang hơn phải kiêm thêm nhiều việc không tên và không theo một quy định nào hết.

Có khi hàng chưa gấp giao không cần phải hối tụi nhỏ may ngày may đêm, chị ngồi ngó mông lung ra hiên thì bắt gặp lưng áo anh ướt đẫm mồ hôi vì phải lom khom bê vác mấy chậu kiểng kê cao rồi sau đó quét dọn chỗ đất trồng vương vãi.

Có hôm anh lóng ngóng xin phép chị cho chạy ra khỏi chỗ trực chừng hai mươi phút thôi vì có việc gì đó rất ư cần kíp.

Có hôm thấy anh hì hụi đạp dùm chiếc xe cup giờ chứng của nhỏ Ngọc, nói thiệt không riêng gì chị ai trong công ty thấy anh bặm môi đạp miết, đạp miết cũng ứa gan theo.

- Đạp gì nổi mà đạp chú Hoạt ơi, xe nó cổ lỗ sĩ quá rồi, chú kêu nó quăng ra tiệm cho thợ sửa là chắc ăn thôi hà.

- Chú đụng vô nó ăn vạ là chú "xăng toi", kêu nhỏ Ngọc dẹp xe này đi thay xe mới chạy phải ác liệt hơn hôn?

- Mày cho tao mượn tiền hả? Nói dễ nghe quá ha... tao đang rầu gần chết còn ở đó giỡn.

- Thiệt chứ giỡn làm khỉ gì, xe trả góp bán đầy kìa mày.

- Thằng chồng tao dễ mà cho mua à? Hai đứa cày mắc chết tháng nào không nợ tiền nhà là mừng húm rồi.

- Mệt mày ghê, nói không nghe: Hôm nào làm đêm nằm đường rồi mới thấy cái cảnh dắt xe vừa đi vừa khóc. Lúc đó ông Nô kiếm mầy suốt đêm coi ổng tởn không cho biết.

Vậy rồi chiếc xe không biết vì cám cảnh nhỏ Ngọc hay thấy anh tội nghiệp quá mà tự động nổ giòn, trong khi nhỏ Ngọc cám ơn rối rít thì anh chỉ nhỏ nhẹ xua tay ý như "có gì đâu, lo mà chạy riết về nhà đi không thì chồng con nó đợi nó la".

Rồi cũng chính là anh nhỏ to dạy chị kho cá sao cho ngon, nấu chè sao cho ngọt.

Thi thoảng anh tâm sự dù rất ít chị cũng mơ hồ nhận ra vì sao anh khéo tay tháo vát đảm đang.

Ngôi nhà của anh giờ không có bóng dáng người phụ nữ nhưng thằng nhóc mười hai tuổi con anh tự biết đi xe đạp đến trường và biết ngoan ngoãn đêm đêm chờ anh trở về.

Mẹ nó là mẫu người không phải chịu thương chịu khó đã dứt áo ra đi khi không chịu nổi cảnh thiếu trước hụt sau.

Anh dồn hết tình thương cho con và cày cục cho cửa nhà ngày một khấm khá hơn.

Vì con anh không từ nan bất kỳ một công việc gì.

Trong xưởng may người ta bắt đầu ầm ĩ lên vì bà Khủng long, bà La sát nay bỗng dịu dàng chứ không còn mỗi câu hét ra khỏi cửa miệng chỉ rặc là mệnh lệnh.

Gia đình không cấm đoán nhưng không mấy vui khi con mình giỏi giang mà nghe đâu thương anh chàng bảo vệ đã ly hôn.

Chỉ có chị mới biết vì sao chị lại mở lòng ra với anh chàng gầy nhom mà trong xưởng may chỉ là lính lác, chỉ là thằng đàn ông ai sai gì cũng dạ, ai nhờ gì cũng chạy lăng xăng lít xít.

Tình yêu thương lòng nhân hậu của anh không giống như những người đàn ông từng mồm mép "anh yêu em như gió yêu mây, như cây yêu núi, như lúa yêu phân, như lân yêu pháo..."

Chị chán ngấy những điều sáo rỗng ấy.

Và chắc chắc chị đủ trình độ, đủ mạnh mẽ để chịu trách nhiệm cho những quyết định của riêng mình.

Trời se lạnh.

Gần bốn mươi chị mới chợt nhớ ra tiết trời này là khởi đầu mùa rộn rịp trong năm, người quê gọi đó là mùa cưới.

Ôi... đúng là mùa yêu thương, mùa hạnh phúc.

Ai đó xầm xì "Cô Tóc Tém" sắp lên xe hoa.

Thằng cu con hồn nhiên khoe với tụi bạn "Noel nhà tao có đám cưới to".

Riêng anh chỉ thì thầm hỏi chị:

- Em yêu, anh vẫn chưa biết tên em?

Mắt long lanh, nụ cười tỏa nắng, chị dịu dàng nép sát bên anh nói đùa như thật:

- Lâu lắm rồi không ai gọi tên em, em làm sao nhớ em tên gì...

- Đúng là Siêu Đoảng không sai, nhưng từ nay và mãi mãi em là mặt trời trong anh, là cầu vồng lấp lánh, là san hô diệu kỳ, là...

- Trời đất ơi, em đâu còn ngây thơ mà anh "ca cải lương" kiểu mùi mẫn vậy? Anh mắc cười ghê.

Và mặc cho chị nói anh vô lý, chị cười anh “cải lương”, anh luôn âu yếm gọi chị là San Hô Bé Bỏng.

Khi yêu mọi điều tưởng như vô lý nhất đều trở nên hợp lý.

Mặc kệ tất cả, cô gái sắp hết xuân thì biết được thế nào là chạm tay hạnh phúc chạm tay mùa xuân.

Trong danh sách dài ngoằng những biệt danh do người ta gán ghép trêu chọc nay có thêm tên mới:

San Hô Bé Bỏng.

Vô lý hết sức và cũng đáng yêu hết sức vì chị là chị, là riêng biệt, là người cần chi phải giống mọi người.

San hô nó cứng hay mềm chỉ có anh là cảm biết chính xác mà thôi.

Cảm ơn cuộc đời.

Đinh Lan

ĐÀN BÀ DỄ GÌ BỊ BẮT NẠT NƠI TRỜI LẠ

TRẦN THỊ HỒNG CHÂU

(Cảm nghĩ khi đọc truyện NGƯỜI VỢ GỐC MIÊN của nhà văn Lê Nguyệt)

Đọc xong NGƯỜI VỢ GỐC MIÊN của nhà văn Lê Nguyệt tôi thực sự thấy hả hê và sướng rơn cái bụng ghê luôn.

Sự hả hê sau mỗi kết cuộc có hậu trong truyện của nhà văn Lê Nguyệt là điều hiển nhiên luôn có. Nhưng truyện NGƯỜI VỢ GỐC MIÊN không những đã đem lại cho tôi sự hả hê, mà còn có cả sự tự hào nữa. Tự hào như thấy bóng hình mình có một chút trong đó. Điều này không phải truyện nào cũng có.

Phải chăng trước một tác phẩm văn học nghệ thuật ngoại trừ những kiến thức học trên ghế nhà trường ra, sự trải nghiệm cuộc sống của mỗi người lại là vốn kiến thức vô cùng quý báu để thẩm thấu và cho ra những cung bậc cảm xúc khác nhau?

Tôi người da vàng, mắt hí, bé tẻo tèo teo… Trôi dạt đến một phương trời lạ, đất lạ, người lạ, ngôn ngữ lạ… đã gặp không ít những kỳ thị, những khó khăn… bao lần rơi nước mắt tủi thân, bao lần thấy cô đơn cùng cực… Để rồi như con sâu đất cố ngóc lên nhìn ánh Mặt Trời, để tự tìm ra hạnh phúc…

Và Mằn là người gốc Miên (người Campuchia ở Việt Nam) theo tiếng gọi tình yêu về quê chồng. Dù cô không bị vấp phải ngôn ngữ lạ, không như một cái cây bị bứng gốc hoàn toàn… vì nơi cô đến cũng cùng một bầu trời, cùng chung một dải đất… nhưng chính điều đó lại làm cô đau hơn tôi, vì nhiều thứ khác.

Mằn đau bởi thất vọng, bởi mất niềm tin… vào người chồng, vào gia đình chồng. Nơi cô tưởng sẽ đem lại mái ấm tình yêu cho mình, lại chỉ là một cái hố đầy rắn rết… Họ kỳ thị cô, phản bội, chê bai cô, cắn cô đau. Nhưng cô đã ngoi lên, vươn ra, tỏa sáng…

Với truyện NGƯỜI VỢ GỐC MIÊN ngòi bút nhân hậu Lê Nguyệt đã dựng lên một nhân vật đem lại sự tuyệt vời, sự hả hê trong tôi là Mằn. Người phụ nữ thuộc về nhóm người nước ngoài ít ỏi di dân vào nước ta và đã trở thành một dân tộc Việt. Mằn đã lấy tình yêu thương và trí thông minh để chiếm được những cảm tình, sự tôn trọng của những người xung quanh ngay trên mảnh đất đã làm cô buồn, cô đau, làm cho những kẻ đã khinh rẻ, dè bỉu, chỉ biết lợi dụng cô phải nuối tiếc.

Truyện NGƯỜI VỢ GỐC MIÊN là bức tranh sống động về cuộc sống của những người dân miền Tây Nam Bộ trong thời kỳ chập chững làm quen với nền kinh tế thị trường. Sự cám dỗ của vật chất, sự ham muốn kiếm tiền đã đẩy mỗi con người nơi đây vào cuộc chiến với chính bản thân mình. Những con người tốt, xấu đã được sàng lọc mà lộ diện.

Mằn rất thông minh đã biết xử dụng đồng tiền, những kinh nghiệm sẵn có để thích nghi với cuộc sống nơi miền đất lạ. Cô dùng đồng tiền để thử lòng người, để kết giao bạn bè và dùng đồng tiền cùng với cả những hiểu biết về cung cách làm ăn mới đem ra giúp đỡ cuộc sống cho những người nghèo khổ… Mằn đã đứng vững, đã tìm được tình bạn, tình yêu thương và hạnh phúc… nơi xứ lạ.

Qua cách kể chuyện chân quê, diễn tả tâm lý nhân vật và sắp xếp, xử lý diễn biến từng sự việc sâu sắc của nhà văn Lê Nguyệt truyện NGƯỜI VỢ GỐC MIÊN đã cuốn hút người đọc từ đầu đến cuối một cách say sưa, thích thú.

Các nhân vật trong NGƯỜI VỢ GỐC MIÊN ta như có cảm tưởng đã gặp họ ở đâu đó rất gần. Họ có những tính cách thiển cận, hẹp hòi, vô tình, vô nghĩa như Dật, Tâm, bà Tú… chuyên suy tính làm việc xấu hại người. Hay những người hiếu thuận, có tình, có nghĩa can đảm, chính trực như Hạn, Thản và một số bà con lối xóm. Họ luôn yêu thương giúp đỡ nhau, bảo vệ lẽ phải… Họ là điển hình cho những cái thiện cái ác của con người trong thời đại chúng ta đang sống.

NGƯỜI VỢ GỐC MIÊN là một truyện rất hay và ý nghĩa, là bài học về cách sống cho mỗi con người chúng ta trước những nghịch cảnh gặp phải trên đoạn đường đời.

Rất cảm ơn nhà văn Lê Nguyệt! Và tôi xin được hân hạnh giới thiệu đến các bạn truyện hay này!

11/09/2019

Trần Thị Hồng Châu

Liên lạc mua sách ở Việt Nam: Nguyễn Thành
vanhocunescom@gmail.com

truyện ngắn

CÓ NHỮNG MẢNH ĐỜI

THÁI QUỐC MƯU

1. CHUYỆN CÔ GIÁO LÀNG.

Có lần về thăm quê cũ, một xã gần với biển Đông, sông rạch bốn mùa nước lợ…

Sau thời gian thăm viếng bà con hai bên nội ngoại. Tuấn tìm thăm những thằng bạn thời còn lưng trần, quần đùi tắm mưa, bắn bi, chọi đáo,… trước sân nhà!

Một hôm đang lang thang trên con đường làng nắng bụi, mưa sình… Tình cờ gặp lại Uyên, nhỏ nữ sinh "sắc nước hương trời" thời trung học ở quận lỵ quê nghèo.

Thấy Uyên gầy gò xanh xao, Tuấn chạnh lòng, hỏi:

- Uyên! Tao nghe tụi nó nói mày giờ làm cô giáo. Sao lại đến nỗi này?

Uyên cười như mếu:

- Tao bị bệnh tiểu đường nặng lắm! Ăn kiêng đủ thứ, mà không kiêng cũng chẳng có gì để ăn với tiền lương ba cọc ba đồng này! Hôm qua! Gia đình một phụ huynh có đám cưới mời tao. Lâu có món ăn ngon, tao bất kể trời đất, làm đầy bụng. Khi về, nó hành tao suốt đêm, tưởng chết rồi…!

- !!!

2. THẰNG CHÓT

Cha nó đặt nó tên Chót, vì ông nghĩ, má nó đã sanh chín lần rồi nó mới ra đời. Bây giờ thêm nó nữa cho đúng "một chục trơn". Hy vọng: "Hết rồi!". Ai dè, năm sau má nó xoạc ra một lúc hai con em nó nữa cho đủ "chục có đầu". Thế là nó mang tên Chót một cách miễn cưỡng.

Quê nó thuộc vùng xôi đậu, pháo ta, pháo địch lúc nào cũng thi nhau dồn dập nổ vang trời dậy đất. Người cùng thú vật chết nằm la liệt như rạ sau mùa… Một lần, mấy trái pháo, chẳng biết của phe mầy, phe tao rơi trúng hầm nhà nó. Khiến cha má cùng mười một anh chị em nó tan xương nát thịt. May, hôm đó bà nội thằng Chót dẫn nó đi thăm bà con ở xã kế bên, ngủ lại không về…

Khi Chót lên mười tuổi, bà nội nó sinh bệnh tật, đau yếu triền miên, buộc lòng bà phải cho nó đi ở đợ chăn trâu, hầu có cơm gạo hằng ngày.

Chiều hôm nọ, đàn trẻ trên đường lùa trâu về, xóm làng yên ổn bỗng nổi cơn khói lửa. Phe ta, phe địch tha hồ bắn giết nhau. Thằng Chót bị đạn lạc trúng ngay ngực. Đàn trẻ chăn trâu hốt hoảng, chạy tán loạn, đứa la khóc, đứa vừa chạy về làng vừa la cầu cứu vang cả góc trời.

Bà nội thằng Chót, hớt hơ hớt hải chạy vội chạy đồng. Thấy thằng cháu nội đang ngoi ngóp. Bà quỵ xuống. Thằng Chót cố ngóc đầu lên, thều thào:

- Nội ơi! Con chết rồi còn ai nuôi nội? Nội ơi!

Giọng thều thào của Chót, bà nội nó không nghe. Vĩnh viễn không nghe!

Chiều hôm ấy, nơi xóm thôn nghèo trong căn chòi nắng soi, mưa tạt có hai chiếc quan tài lớn, nhỏ bên nhau!

3. LÒNG MẸ

Trong căn nhà nhỏ ở ven làng, một góa phụ nuôi bốn con trong khó nghèo. Bà chỉ ăn khoai sắn, nhường cơm cho bốn đứa con no lòng. Một buổi trưa, bà thấy thằng con lớn bỗng nhiên đem về khoảng chừng mươi ký gạo. Bà hỏi: “Gạo ở đâu con đem về vậy?”.“Dạ, bác Chín thầy hù (thợ cắt tóc) cho, bảo con đem về cho mẹ, còn dặn con đừng nói với Mẹ ổng cho!”.

Người góa phụ, chợt thấy lòng buồn buồn, nhưng lại bảo thằng con:

- Con đem gạo trả lại ông Chín. Nhớ nói mẹ cám ơn ông Chín. Nhưng mẹ không thể nhận gạo của ông ấy nha con!

Thằng con đáp:

- Ông Chín nói, khi hớt tóc cho tụi con, ông thấy mẹ chỉ ăn khoai sắn mà nhường cơm lại cho anh em con, nên muốn giúp đỡ cho mẹ thôi.

Bà mẹ nói:

- Gạo này là gạo ơn gạo nghĩa, mình nhận rồi thì biết lấy gì mà trả ơn cho người ta con?

Bà yên lặng giây lâu rồi tiếp:

- Mẹ thà ăn khoai sắn để tạm no lòng còn hơn ăn cơm cho chặt bụng mà không trọn vẹn tình yêu với các con.

Thái Quốc Mưu

cầm tinh cho mỗi tuổi người
12 con giáp, chuột tôi đứng đầu
mỏm nhọn miệng tua tủa râu
(thứ nhì trong bốn món hầu hạ em)
bản tính tôi luôn khát thèm
đột kích ăn vụng trong đêm tối mò
ngày tết thịt hon cá kho | thơm lừng hương vị phải dò la thăm

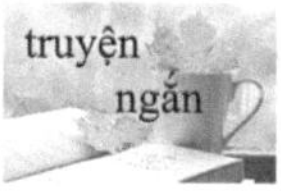

GIÓ BẤC

NGUYỄN LAN

Nó rùng mình kéo cao cái cổ áo cho đỡ lạnh, sáng nay sương mù thật dầy, gần sáu giờ sáng mà trời cứ mờ mờ chưa có một giọt nắng nào, mặt trời như còn ngáy ngủ chưa muốn vén màn mây để thức dậy, mà cũng phải, cuối tháng mười rồi còn gì, những đám mưa heo gió mèo cuối thu cũng từ từ biến mất thay vào đó là những ngày mây mù xám xịt, từng cụm mây bay là đà nặng nề, mưa nhỏ hạt, li ti bay lất phất nhưng đi kèm theo nó là những cơn gió, giông buốt lạnh. Gió bấc, lập đông, cũng có nghĩa là sắp Tết.

- Năm nay về quê không mậy?

Nó giật mình quay lại nhìn, là hai chị công nhân nói chuyện với nhau. Mỗi khi nghe ai đó nhắc đến hai chữ về quê, nó lại nghe lòng dậy lên nỗi nôn nao kỳ lạ.

Ngày còn nhỏ, những khi nghe má nói gió bấc về rồi đó là nó biết má nó sẽ may cho chị em nó, mỗi đứa hai bộ đồ mới, và nếu việc làm ăn, mua bán thuận lợi thì ba má nó sẽ cho chị em nó về quê ngoại ăn Tết.

Nó nhớ như in dù thời gian đã trôi qua lâu lắm. Các anh thì chẻ củi, chùi lư, quét vôi tường nhà, các chị thì chuẩn bị chẻ lạt, lau lá, đãi đậu, gút nếp để gói bánh, và rồi một nồi bánh thiệt lớn được nấu ở giữa sân sẽ chín vào đúng lúc giao thừa, tiếng nước sôi bùm bụp trong nồi, tiếng củi nổ tí tách, mùi nếp xào nước cốt dừa quyện với mùi đậu xanh, mỡ heo thơm nức mũi mà cho tới bây giờ nó không thể nào quên được.

Ba mươi năm theo chồng là bốn mươi năm nó không về quê ngoại, cơm áo, gạo tiền, vòng quay tất bật của cuộc sống như chiếc lồng đèn kéo quân xoay tròn, xoay tròn, xoay mãi không thể dừng lại, không thể thoát ra.

- Chắc là không về đâu, vé xe Tết mắc lắm, về thì phải quà cáp đủ thứ, gửi tiền về thôi cho đở tốn.

- Tội nghiệp mấy đứa nhỏ, chắc tụi nó trông lung lắm, nhớ mẹ mà!

- Đành thôi, ai biểu mình nghèo!

Nó nghe sóng mũi cay xè, ừ đâu ai biểu, chỉ tại mình nghèo, nên muốn có hơn một chút thì phải cố gắng một chút, muốn đủ đầy hơn một chút thì phải chấp nhận buồn hơn một chút.

Nó xuống xe đi vào chợ, đã có hơi hướm của Tết, hàng hóa tấp nập ai cũng hối hả vì chỉ còn hơn sáu mươi ngày nữa là hết năm rồi. Cơn gió thoảng qua, nó vẫn còn thấy lạnh dù bây giờ mặt trời đã lên cao.

Sài Gòn không có mùa đông, có chăng là chút se se của buổi sớm để các cô, các chị diện những chiếc áo len thời trang điệu đà khi ra phố. Sao hôm nay nó lại thấy lạnh buốt đến tê lòng, tại tuổi già hay tại trống vắng? Tại những hoài niệm hay tại cảm thương cái số phần tha phương cầu thực.

Cũng là một ngọn gió nhưng khi hạnh phúc ta chờ đón nó với những nôn nao khấp khởi, khi tất cả mọi yêu thương đã trở thành hoài niệm thì thời khắc nó đến lại là những tê tái xót xa. Ôi ngọn đông phong lạnh lùng.

Gió bấc ơi...!

Nguyễn Lan

TRANG TƯỞNG NIỆM
Nhà thơ DU TỬ LÊ

(Nhà thơ Du Tử Lê - Ảnh: TRIẾT TRẦN - Ảnh nguồn báo Tuổi Trẻ Online))

VĨNH BIỆT THI SĨ DU TỬ LÊ

XUYÊN TRÀ

Chúng ta biết thịt, xương này hữu hạn
(Và,) nhân gian nào phải chốn đi về (Du Tử Lê)

Viết về một người " bạn, thân" đã vĩnh viễn ra đi, ngoài những lời chia sẻ, ai điếu, thương tiếc... Những điều khác, đối với tôi thật vô cùng khó khăn, tế nhị và nhạy cảm. Nhất là người ấy đã thành danh từ những năm trước 1975.

Tôi muốn nói đến thi sĩ Du Tử Lê. Tôi cũng đã cố tình mở, đóng hai dấu ngoặc trong chữ "bạn, thân", vì chúng tôi đã giao tiếp, tâm tình chỉ mới trên hai mươi năm, mặc dù tôi đã biết ông, đọc thơ ông đã lâu.

Thời gian không đủ dài, nhưng hàng tháng, hàng tuần chúng tôi vẫn thường xuyên liên lạc, trò chuyện nhau trên điện thoại.

Đối với cá nhân tôi, nói riêng và gia đình, nói chung vẫn xem ông là người bạn thân thiết, thâm tình từ bấy lâu nay.

Tôi nhớ không lầm, qua sự trung gian của nhà thơ Thành Tôn, sau đó được gặp Du Tử Lê và hình như chúng tôi đã có cái duyên văn nghệ, nên khi tôi gởi tặng ông tập thơ " Ngọt, Đau, Nỗi Nhớ" ông đã không ngần ngại giới thiệu trên đài VOA vào cuối năm 1999. Với giọng nói trầm ấm, súc tích, đầy chữ nghĩa cùng với phần trình bày bài thơ "Mơ Hồ" của tôi do chị Hạnh Tuyền diễn ngâm. Cho tới giờ này tôi vẫn còn giữ lại phần thu âm mà ông đã gởi tặng tôi như là một kỷ niệm khó quên… Ngoài ra, hầu hết các tác phẩm mà ông đã xuất bản từ trước tới nay, lần nào cũng với những lời đề tặng thân thương, đầy ắp tình nghĩa…

Ông đã đến Atlanta nhiều lần, hầu như mỗi khi tôi ra mắt sách đều có sự xuất hiện của ông trên diễn đàn với những lời phát biểu đầy trí tuệ, hóm hỉnh cùng với nụ cười đôn hậu…

Tập thơ "Thêm, Một Đóa Hồ Nghi" ra mắt năm 2004 và "Biển Đã Xanh Dâu" vào năm 2009 ông đều có mặt, và cùng đi với ông lần này có cả chị Hạnh Tuyền.

Hôm ở lại nhà tôi, biết ông thường thức khuya và hay uống cà phê, nên trước khi đi ngủ tôi cẩn thận chỉ cho ông nơi để đường, sửa, cà phê, cả chỗ có ấm nước sôi khi ông cần dùng cũng như không quên đặt cái gạt tàn thuốc trên bàn.

Ông cười và khen tôi thật chu đáo. Tôi chỉ muốn ông tự nhiên và xem đây như là nhà của ông.

Đáng nhớ nhất là vào hạ tuần tháng 6 năm 2014, chúng tôi tổ chức "Chiều Thơ, Nhạc và Triển Lãm Tranh Du Tử Lê" trong khu nhà hàng Viễn Hương cũng đã thu hút được nhiều quan khách đến tham dự và số tranh mà ông mang theo cũng đã bán hết.

Thời gian này sức khỏe của ông không được tốt lắm, sau chuyến bay hơn năm tiếng đồng hồ, bận rộn, lo lắng với mấy chục bức tranh mang theo, ông đến nhà tôi với tâm trạng rã rời, mệt nhọc. Ngay buổi chiều hôm đó, nhà văn Hồ Minh Dũng, nhà thơ Lê Văn Dương và một số bằng hữu quen biết có đến thăm ông, trò chuyện cho đến chiều tối mới về.

Không biết nguồn năng lực nào giúp ông hồi phục và cũng trong đêm ấy ông rất tỉnh táo ngồi uống cà phê, có cả rượu trên chiếc bàn tròn phía sau nhà tôi để nghe nhà văn Đỗ Vẫn Trọn đến từ Bắc Cali kể chuyện và chị Bạch Hạc từ Houston TX, ngâm thơ cho tới khuya… và sáng hôm sau còn vui vẻ nói chuyện với Họa sĩ Đinh Cường ở Virginia.

Riêng tôi, bất cứ lúc nào có dịp về California là phải ghé thăm ông, chạy xe lòng vòng trên phố Bolsa hay la cà trong những quán cà phê mà ông thường xuyên đến gặp bạn bè trong giới văn nghệ như Thành Tôn, Lữ Quỳnh, Họa sĩ Nguyễn Đình Thuần, Lê Giang Trần…

Kể từ sau năm 2017, vì lý do sức khỏe, mỗi tháng chỉ một vài lần chúng tôi gọi thăm nhau, và câu sau cùng trước khi chấm dứt vẫn là câu nói rất tình cảm của ông: "Xin cho gởi lời thăm chị (nhà tôi) và gia đình cháu Trà My."

Hôm nay ông vĩnh viễn ra đi. Ngồi viết những dòng này cho ông lúc nửa khuya với ly cà phê như mời ông khi tiễn biệt… cùng (Giỏ Hoa Thời Mới Lớn) để hồn nhiên mỉm cười, quên đi những hệ lụy, phiền não, bất hạnh trong kiếp nhân sinh bởi ông đã từng viết (Ở chỗ nhân gian không thể hiểu) thì bận lòng chi khi nhắm mắt xuôi tay… Trước sau gì (Chúng Ta Cùng Một Thuyền/ Trôi Lần Vào Bóng Tối) như ông đã viết tặng tôi trong tác phẩm thứ 52 (Giữ Đời Cho Nhau) do HT Productions xuất bản năm 2010.

Tôi không biết, sau khi ông giã biệt cõi đời này, gia đình sẽ thực hiện nguyện vọng của ông là (Khi tôi chết hãy đem tôi ra biển) hay hỏa táng hoặc để ông nằm yên nghỉ dưới lòng đất lạnh.

Nhưng tôi tin rằng, dủ ở bất cứ nơi đâu, hồn ông vẫn thênh thang trong cõi vĩnh hằng với nụ cười an nhiên, hiền hòa như lần gặp ông qua điện thoại lần cuối, chỉ vỏn vẹn có năm ngày trước khi ông mất.

Theo lời ái nữ của ông, cô Lâm Quỳnh cho biết, ông ra đi rất thanh thản, nhẹ nhàng như một giấc ngủ an bình… Tôi cho đó là một diễm phúc, một ân huệ, một phước đức lớn lao của cuộc đời mà bao nhiêu người đều mơ ước…

Xin chân thành chia buồn cùng tang quyến và vĩnh biệt Thi Sĩ Du Tử Lê…

Atlanta, khuya 10/10/2019

Xuyên Trà

(Những chữ trong ngoặc là của Du Tử Lê)

TẢN MẠN VỀ NHÀ THƠ DU TỬ LÊ

PHAN TRANG HY

Với tôi, tuy chưa một lần gặp nhà thơ Du Tử Lê, dù trước đây, ông có viết giới thiệu tiểu thuyết "Người Hay Là Những Cơn Mơ Mạo Danh" (NXB Hội Nhà Văn, 2015) của tôi trên trang dutule.com và được in trong tạp chí Quán Văn số 35 (Tháng 01/2016), cũng như có lần ông về nước, ghé thăm Đà Nẵng. Trong thâm tâm, tôi nghĩ thôi thì, nếu có duyên rồi cũng gặp nhau theo lẽ thường tình. Thế nhưng, quả là tiếc cho tôi khi nghe tin nhà thơ từ giã chốn nhân gian vào ngày 07/ 10/2019 tại nhà riêng ở Garden Grove, Hoa Kỳ, thọ 77 tuổi.

Tuy chưa được tâm tình cùng ông, thế nhưng, tôi biết ông vẫn cứ đam mê sáng tạo. Ông vẽ hàng chục bức tranh. Xin được nêu tên một số: "Cảm Ơn Sách Vở Nuôi Em Lớn", "Chẳng Gió Nào Thổi Nữa", "Thế Sự Như Gai Đâm Đầy Mắt Bạn", "Như Gió Nuôi Trời Lúc Bão Lên", "Chúng Ta Càng Lớn, Khôn Càng Chia Xa", "Em Nồng Nàn Như Biển", "Hoa Cỏ Cũng Lên Trời", "Sương Với Lá Trong Lòng Nhau Quấn Quít", "Ngọn Nến/ Tôi/ Cháy Hết Vẫn Ngậm Ngùi", " Vô Chấp Em Ngồi Như Quán Âm", "Vai Chưa Hiểu Gánh Đời Sao Quá Nặng", "Tươi Tốt Nào Hơn Em Khỏa Thân"... Đọc tên tranh, sao mà đầy chất thơ quá! Theo tôi, chất thơ là máu thịt, là hơi thở của ông nên ông đặt tên như vậy. Và tôi tin chắc một điều là chỉ có Du Tử Lê mới đặt tên tranh chính mình vẽ như là câu thơ. Ngoài ra, ông còn phê bình, biên khảo. Nhiều tác giả trong nước ngoài nước đều được ông giới thiệu trong mục "Giới thiệu một Chân Dung" trên trang dutule.

com. Bên cạnh đó, công trình biên khảo "Phác Họa Toàn Cảnh Sinh Hoạt 20 Năm Văn Học Nghệ Thuật Miền Nam (1954 – 1975) - quyển 1 & quyển 2, góp phần giúp người đọc, nghiên cứu các lĩnh vực Âm nhạc, Báo chí, truyền thanh, xuất bản, Điện ảnh, sân khấu, Hội họa, Thi ca, Văn xuôi của nền Văn học Nghệ thuật miền Nam, Việt Nam.

Và nổi trội nhất, có thể nói, ông được nhiều người nhắc nhớ là nhà thơ tình. Ngay nhan đề bài thơ, chất tình lộ rõ tạo phong cách riêng Du Tử Lê. Thơ ca dân gian, thường người ta đặt nhan đề lấy câu đầu tiên của bài như "Cày Đồng Đang Buổi Ban Trưa", "Trong Đầm Gì Đẹp Bằng Sen", "Đêm Qua Ra Đứng Bờ Ao" … Còn Du Tử Lê lại lấy câu thơ trong bài thơ đặt thành nhan đề như: "Ai Nhớ Ngàn Năm Một Ngón Tay", "Chữ Cũng Như Người Đau Biết Bao", "Nhìn Nhau Chợt Thấy Ra Sông Núi", "Ân Nghĩa Nghìn Sau Vẫn Chói Lòa", "Vì Em Tôi Đã Làm Sa-Di", "Thấy Trăm Năm Chỉ Tựa Một Đôi Giờ", "Những Năm, Tháng Trải Rơm Cho Kiếp Khác", "Mất Hay Còn Chưa Hẳn Khác Nhau Đâu", "Em Về Thăm Thẳm Núi, Non", "Ta Tiếc Thiên Đàng Sớm Lập Xong", "Điều Duy Nhất Cuối Đời Em Nên Biết", "Em Dạy Tôi: - Gìn Giữ Trái Tim Mình", "Tôi Có Người Để Nhớ Đến Tương Tư", "Lại Thấy Bàn Tay Tìm Chỗ Lau", "Khi Tôi Chết Hãy Đem Tôi Ra Biển", "Nên Môi Cười Đã Tựa Máu Xương Riêng"… Mỗi một nhan đề là câu thơ chắt lọc, cô đọng làm nổi bật ý của bài thơ. Có thể, nhà thơ hy vọng người đọc nhớ cái nhan đề ấy cũng đủ là niềm hạnh phúc cho mình. Chỉ cần nhớ nhan đề là nhớ bài thơ và cũng là nhớ đến Du Tử Lê. Cách đặt nhan đề như thế tạo nên một Du Tử Lê có những đề bài rất mượt mà, có nét đẹp riêng không lẫn với các nhà thơ khác.

Thơ ông được nhiều người biết, nhất là những bài được phổ nhạc như "Khúc Thụy Du" (nhạc Anh Bằng), "Như Bài Hát Cũ" (nhạc Đình Nguyên), "Như Xa Miền Yên Vui" (nhạc Phạm Duy), "Khi Cuộc Tình Đã Chết" (nhạc Phạm Đình Chương) v.v… Theo tôi, chắc ai đó cũng một lần nhẩm hát theo những ca từ trong các bài hát được các nhạc sĩ phổ nhạc ở trên. Và hơn hết, riêng tôi, muốn bày tỏ chút tình của mình đối với nhà thơ Du Tử Lê qua bài thơ "Chẳng Chiến Chinh Mà Cũng Lẻ Đôi" được nhạc sĩ Trần Duy Đức phổ thành ca khúc "Chỉ Nhớ Người Thôi Đủ Hết Đời".

Bài thơ có nhan đề "Chẳng Chiến Chinh Mà Cũng Lẻ Đôi". Nhan đề bài thơ cho người đọc cảm nhận rằng chuyện lẻ đôi trong duyên tình thường là do chiến chinh. Từng có cảnh lẻ bóng đơn chiếc của người chinh phụ trong "Chinh phụ ngâm" của Đặng Trần Côn. Và trong mỗi chúng ta, ai cũng từng đọc, từng nghe những bài thơ bài nhạc viết về chuyện tình trong chiến tranh. Chiến tranh không những đe dọa sự sống của bao người trong đó có biết bao người con gái hậu phương. Trong bài thơ "Núi Đôi", nhà thơ Vũ Cao đã đau nỗi mất người yêu: *"Núi vẫn đôi, mà anh mất em!"*. Cũng thế, trong "Màu Tím Hoa Sim", Hữu Loan đã khóc người vợ Lê Đỗ Thị Ninh bé bỏng của mình, cũng là khóc duyên tình của mình, khóc cho mình lẻ bạn. Nội dung bài thơ "Màu Tím Hoa Sim" được nhạc sĩ Phạm Duy phổ thành ca khúc cùng tên. Và có cả nhạc sĩ Dzũng Chinh với "Những Đồi Hoa Sim", Anh Bằng với "Chuyện Hoa Sim"... Rõ là đối với nhà thơ, chỉ có chiến chinh mới làm đôi lứa yêu nhau lẻ đôi. Thế mà, giờ chẳng có chiến chinh mà lại lẻ đôi. Đó là nỗi đau buồn cho duyên kiếp. Nhà thơ không giải thích cớ sao lại lẻ đôi. Lẻ đôi ở đây nào ai biết duyên cớ vì đâu? Chính vì không giải thích, nên nhan đề bài thơ như là lời tự trách mình, thì thôi chịu vậy. Phải chấp nhận lẻ đôi, chớ làm sao khác được.

Cả bài thơ gồm 6 khổ bày tỏ tâm trạng lẻ đôi. Trong 5 khổ đầu, câu thơ "Chỉ nhớ người thôi đủ hết đời", mở đầu trong từng khổ và được lặp đi lặp lại. Rõ là nỗi nhớ cứ chồng chất, chất chồng khi lẻ đôi. Ai đã từng yêu, từng hạnh phúc bên nhau mới thấm thía nỗi đau khi cuộc tình dang dở, chia lìa. Cũng vậy, nhà thơ Du Tử Lê với lòng yêu vô hạn, đã buồn đau khi tình yêu của mình vở tan. Đọc nhiều thông tin, tôi biết ông là người đa tình. Mà đã là đàn ông, kể cả con trai, không đa tình mới là lạ. Và khi tình duyên tan vở, nhớ lại cố nhân đâu chỉ ngày một ngày hai, mà là khi "hết đời" mới hết nhớ. Giờ em như bóng chim tăm cá, làm sao gặp lại được em, làm sao thấy hình bóng em? Không thể không nhớ về em:

"Chỉ nhớ người thôi đủ hết đời
Chim về góc biển. Bóng ra khơi
Lòng tôi lũng thấp. Tâm hiu quạnh
Chẳng chiến chinh mà cũng lẻ đôi"

Khi lẻ đôi, buồn ơi là buồn. Khi lẻ đôi, tới chăn gối cũng buồn khi thiếu hơi ai. Thiếu hơi ai đó, chỉ còn hồn thơ dại của thi nhân buồn như vó câu ly biệt:

"Chỉ nhớ người thôi đủ hết đời
Buổi chiều chăn gối thiếu hơi ai
Em đi để lại hồn thơ dại
Tôi vó câu buồn sâu sớm mai"

Nỗi nhớ trong cảnh lẻ đôi càng thấm thía. Thi nhân như thấy hình ảnh em với gương lược, tóc thơm. Hình ảnh ấy ám ảnh thi nhân cả trong giấc mơ như chiếm cả khoảng trời xanh rợn người mộng mị:

"Chỉ nhớ người thôi đủ hết đời
Em còn gương lược dấu đường ngôi
Nằm mơ thấy tóc thơm vai hẹn
Và khoảng trời xanh đến rợn người"

Lẻ đôi để đến độ thấy bàn tay vô vị. Bàn tay ấy, khi còn yêu nhau, nào là âu yếm, ve vuốt, ôm ấp, nâng đỡ, dìu dắt nhau lúc cần, lúc yêu thương. Còn khi lẻ đôi, không những vô vị, mà bàn tay như dư "mấy ngón chia phôi". Cả ngón tay đeo nhẫn cũng đâu còn ràng buộc, kết duyên cả đời, chỉ còn những tàn phai chất chồng theo ngày tháng:

"Chỉ nhớ người thôi đủ hết đời
Bàn tay dư mấy ngón chia phôi
(Tặng nhau chín ngón không đeo nhẫn)
Và những tàn phai đầy tuổi tôi"

Lẻ đôi đến độ tưởng đất trời cũng như người. Trời đất nhớ nhau, nắng mưa nhớ cả hàng hiên đợi. Nhớ đến độ như "Thư nhớ hồi âm - Lệ nhớ môi":

"Chỉ nhớ người thôi đủ hết đời
Như trời nhớ đất (rất xa xôi)
Nắng mưa nhớ mãi hàng hiên đợi
Thư nhớ hồi âm - Lệ nhớ môi"

Riêng khổ cuối, trong trang dutule.com ghi là bis và được mở đầu là "Chỉ nhớ người thôi sông đủ cạn" càng làm cho nỗi nhớ người đớn đau vô hạn. Nhưng chuyện tình đã rồi, không trách nhau, không làm tình làm tội nhau, chỉ là sự chấp nhận, chứ biết nói gì cho duyên kiếp. Chỉ còn tự mình an ủi với chính mình trong tình cảnh lẻ đôi:

"Chỉ nhớ người thôi sông đủ cạn
Nói gì kiếp khác với đời sau
Đôi khi nghe ấm trên da thịt
Như thể ai đi mới trở về"

Viết tản mạn như trên, với tôi, coi như đó là chút tình với nhà thơ, coi như một phần nào biết được sự đóng góp của ông cho văn học nghệ thuật Việt Nam. Và tôi tin chắc một điều, những gì ông cống hiến cho đời mãi còn trong cõi nhân gian.

Tháng 10/2019
Phan Trang Hy

Liên lạc mua sách ở Việt Nam: Nguyễn Thành
vanhocunescom@gmail.com

thơ

VĨNH BIỆT DU TỬ LÊ

TRẦN VẤN LỆ

Con ngựa tự dưng mà mọc cánh
bay qua biển lớn về quê nhà
ta rơi nước mắt, thôi chào biệt
cũng kịp gửi chàng một đóa hoa!

Du Tử Lê là con ngựa tía
trời sinh ra để chở thơ thôi
thơ tình... rồi những bài thơ tận
lòng tận tình rồi mây trắng trôi!

Ta gửi cho chàng hoa tương tư
nửa cho Thánh Nữ ở trong thơ
nửa cho Chinh Chiến ngoài biên ải
nguyện vẹn nha chàng - Một Giấc Mơ!

Ta nhớ chàng sao! Nhớ nụ cười
hình như chưa thấy tắt trên môi?
hình như bia mộ không hề có
và chẳng bao giờ ngựa có đôi!

CHÂN DUNG NHÀ THƠ

VN. PHAN VĂN HI

NGƯỜI ĐEM CHÂN, THIỆN, MỸ VÀO THƠ

NGUYỄN THÀNH

Anh góp mặt với trang thơ mạng Facebook cũng đã khá lâu, cũng gần mười năm thì phải! Hầu như những bạn thơ lớn nhỏ quen biết đều rất quý mến anh bởi cái tính dung dị, hòa đồng, không kẻ cả cho dù tới nay anh đã vượt qua cái mốc thời gian "thất thập cổ lai hy"…

Anh tham gia khá nhiều các trang thơ tự phát trên mạng Facebook và đăng bài đều đặn cũng như tham gia rất nhiều tuyển tập thơ in chung khắp ba miền Nam, Trung, Bắc.

Anh đến với trang Văn học Unescom ngay từ những ngày đầu thành lập với tình cảm đặc biệt cùng nhiều đóng góp tích cực góp phần xây dựng cho phong trào văn chương phát triển. Anh theo sát các hoạt động của trang Văn học Unescom, thỉnh thoảng anh lại a lô cho tôi nhắc nhở chuyện này, chuyện kia chân tình như một người anh lớn khiến tôi rất xúc động.

Trong phong trào thơ văn mạng có khá nhiều tay viết nổi bật (Không kể đến những anh chị đã thành danh), thì anh là một trong những người tôi rất quan tâm với dòng thơ có chất riêng mang tính giáo dục cao nhưng không giáo điều khô khan khiến độc giả dễ cảm thụ. Anh đề cao lòng yêu tổ quốc, gia đình, lòng yêu thương giữa người với người, tình yêu thiên nhiên cùng vạn vật đang hiện hữu quanh ta mỗi ngày và trách nhiệm, cả trách nhiệm của mỗi người hiện hữu trong xã hội đang tham gia đóng góp cho sự phát triển chung của đất nước, nhất là giới trẻ. Đất nước đang thay đổi từng ngày mà nòng cốt tuổi trẻ là lực lượng then chốt góp phần xây dựng để đất nước vượt qua những khó khăn và tiến lên. Giới trẻ ngày nay có điều kiện học hành ngày càng tốt hơn, có những đóng góp thiết thực nhiều mặt giúp bộ mặt xã hội thay đổi nâng cao và tài năng vươn ra cả nước ngoài.

Tuy nhiên, trong sự phát triển quá nhanh cũng có nhiều hệ lụy, sự hiểu biết cách biệt ngày càng lớn, khiến một số bộ phận không nhỏ thanh thiếu niên lệch lạc tư duy và cách suy nghĩ không tới, đua đòi chạy theo những ảo ảnh, ngày càng sa đọa vào cuộc ăn chơi phù phiếm đánh mất linh hồn.

Ông bà xưa đã đúc kết "Mười người làm không bằng một người phá", những người lạc lối không thể phá được những thành quả của cộng đồng nhưng tạo ra một gánh nặng cho xã hội, ảnh hưởng đến sự phát triển toàn diện, và anh Phan Văn Hi nhìn thấy điều đó nên anh nặng lòng cùng nỗi trăn trở. Ở tuổi anh không thể làm gì nhiều được nữa, anh dùng tri thức, sự hiểu biết, kinh nghiệm từng trải qua cuộc đăng trình cả đời người và đúc kết thành những vần thơ cảm xúc tận đáy lòng với mục đích gởi gắm để giới trẻ nhận thức được mình phải suy nghĩ sao cho đúng, phải làm gì có ích. Chẳng cần lớn lao gì lắm, trước mắt cứ là người tốt và sống có trách nhiệm với gia đình cha mẹ, anh em và những người chung quanh mình là đã góp phần đóng góp cho nước nhà rồi.

Trong tập thơ riêng có tên *CHO NHAU CHO NGƯỜI*, anh vừa xuất bản trong năm 2019, trong nước được ấn hành bởi Nhà xuất bản Văn hóa – Văn nghệ, ở hải ngoại được tái bản bởi Nhà xuất bản Nhân Ảnh (Cali, USA) và phát hành toàn cầu trên hệ thống Amazon, tôi cũng có viết cảm nhận:

"*CHO NHAU CHO NGƯỜI* là tâm huyết cả một đời người, được chọn lọc qua cuộc đăng trình của đời cùng với sự khám phá và trả giá để tích lũy những kinh nghiệm quý báu, những bài học thực tế… như kim chỉ nam cho thế hệ trẻ đang chuẩn bị dấn thân vào sóng gió cuộc đời bể dâu. Giới trẻ ngày nay cũng nên nằm lòng những lời gởi gắm của tác giả:

Ta đứng lên như chưa hề ngã xuống
chân cứng hơn và đầu ngẩng cao hơn.
Cho đến khi hết kiếp làm người
ta vẫn muốn như mấy mươi năm rồi ta vẫn muốn."

Và đấy cũng là tâm nguyện của anh Phan Văn Hi. Bài viết này cũng là sự tri ân của tôi đối với anh và cũng để giới thiệu với các văn thi hữu một nhân cách lớn đã đem được Chân, Thiện, Mỹ vào thơ, một nét đẹp nhân sinh.

Để hiểu rõ hơn về tác giả VN. Phan Văn Hi, Ban chủ trương xin đăng lại bài phỏng vấn nhà thơ VN. Phan Văn Hi qua phỏng vấn của nhà thơ, nhà văn Sỹ Liêm.

Nguyễn Thành

CHÂN DUNG TÁC GIẢ VN PHAN VĂN HI QUA PHỎNG VẤN CỦA NHÀ THƠ SỸ LIÊM

1/. Chào anh, xin anh chia sẻ một chút về tiểu sử của mình.

Chào nhà thơ Sỹ Liêm!

Tôi rất vui và cảm ơn Nhà thơ về cuộc trò chuyện này.

Tôi tên là Phan Văn Hi

* Nick Facebook: Phan Văn Hi

* Bút danh: VN Phan Văn Hi

* Hiện đang sinh sống tại Hóc Môn, TP. Hồ Chí Minh

Gần cả đời tôi trượt dài trên chuỗi long đong chìm nổi, bại nhiều thành ít, nhiều dữ ít lành. Trong hoàn cảnh nào, lúc nào, ở đâu tôi cũng luôn mang theo trái tim NGƯỜI chất chở đầy ắp khát vọng thiện lành.

2/. Anh chính thức sáng tác vào khoảng thời gian nào? Ai là người ảnh hưởng đến phong cách sáng tác của anh?

Tôi thích viết từ thuở học trò. Bài viết đầu tiên của tôi là một bài tự sự, mở đầu bằng bài thơ không luật. Tựa bài viết là KẺ KHỐN CÙNG, được chọn đăng trên Giai phẩm xuân 1965 của trường Trung học công lập Sa Đéc (Hoàng Diệu). Bài viết này cũng được Ban tổ chức cuộc thi thơ văn của trường trao giải Nhì (không có giải nhất).

Nếu nói một cách ngắn gọn ai là người ảnh hưởng đến phong cách sáng tác của tôi thì hơi khó. Bởi "ai đó" nhiều lắm!

Từ năm học lớp nhì (nay gọi là lớp 4) tôi thường đọc thi văn giáo lý Phật Giáo Hòa Hảo cho bà tôi nghe. Ở đây tôi không chủ ý nói về tôn giáo.

Nội dung sách có lời thơ bình dị, dễ đọc, dễ hiểu, dễ gần... Từ đó, tôi từng bước làm quen và trên từng bước lớn khôn tôi đã nhận diện được chân, thiện, mỹ, nhân, nghĩa, lễ, trí, tín, vị tha, bác ái, đùm bọc, sẻ chia, đỡ nâng, quý trọng đồng loại, vì cái chung mà sẵn lòng hy sinh cái riêng nếu cái riêng đó tổn hại cái chung, sẵn lòng cống hiến những gì có thể cho một xã hội bớt khổ đau thêm hạnh phúc. Ở đó mê tín bị kiên quyết bài trừ. Ở đó ơn cha mẹ, ơn tổ tiên, ơn tổ quốc, ơn đồng bào và nhân loại luôn được đặt lên hàng đầu.

Năm học lớp nhứt (nay gọi là lớp 5) tôi có duyên đọc được quyển sách có tên là TÂM HỒN CAO THƯỢNG của Edmondo de Amicis, bản dịch Hà Mai Anh. Ở quyển sách này, tôi đọc thấy những tâm hồn trong lành của tuổi thơ luôn bị tác động bởi sự va đập không ngừng của xã hội. Trong sách, tôi cũng tìm thấy sự trải nghiệm bền bỉ sâu sắc trong suốt quá trình chịu đựng những va đập của xã hội đã hình thành một tác động khác, mãnh liệt hơn, đó là sự cảm thông, lòng chân thành, việc tử tế và lòng yêu nước lóng lánh trong con người.

Càng lớn tôi càng đọc được nhiều sách với nhiều thể loại của nhiều tác giả. Tác giả, tác phẩm nào đọc được tôi đều tìm thấy điều hay để học. Một số trong nhiều tác phẩm tác giả mà tôi đặc biệt yêu thích như:

- LỤC VÂN TIÊN và hai bài văn tế của nhà thơ yêu nước NGUYỄN ĐÌNH CHIỂU.

- Truyện Kiều dưới cái nhìn thiền quán THẢ BÈ LAU của thiền sư NHẤT HẠNH.

- Ý THỨC MỚI TRONG VĂN NGHỆ và TRIẾT HỌC của triết gia, giáo sư PHẠM CÔNG THIỆN.

- TƯƠNG LAI VĂN HÓA VIỆT NAM của học giả HỒ HỮU TƯỜNG.

- LỜI MẸ DẶN của nhà thơ PHÙNG QUÁN.

- NHỮNG NGƯỜI KHỐN KHỔ của văn hào Pháp VICTOR HUGO (bản dịch Nguyễn Văn Vĩnh).

- ÔNG GIÀ và BIỂN CẢ của văn hào Mỹ ERNEST HEMINGWAY (bản dịch).

- CHIẾN TRANH và HÒA BÌNH của văn hào Nga LEV TOLSTOY (bản dịch).

- TỰ DO ĐẦU TIÊN và CUỐI CÙNG của nhà triết học Ấn Độ KRISHNAMURTI (bản dịch Phạm Công Thiện).

- … … …

Vâng! Những điều tâm đắc trong các sách tôi đọc đã thật sự ảnh hưởng sâu sắc đến cảm xúc và thôi thúc tôi tha thiết viết những điều cần viết.

3/. Nguyên nhân dẫn dắt anh vào con đường nghệ thuật? Có được khuyến khích, hay gặp trở ngại gì lúc ban đầu không?

Từ bài viết đạt giải nhì (không có giải nhứt) thời học trò tôi cảm thấy được khích lệ và thích viết.

Năm 1969 tôi chủ trương tập san "CHẤP NHẬN?" ở Sa Đéc được đông đảo bạn yêu thơ văn ủng hộ và tham gia. Phần nhiều lưu hành trong anh chị em bè bạn khắp nơi, một số bán, trong đó có bán cho học sinh trường Trung học Lấp Vò (thời điểm thầy Võ Tiến Bộ làm hiệu trưởng).

Tôi viết nhiều bài trong tập san này, trong đó có hai bài thơ được anh em đặc biệt yêu thích:

- NHỮNG NGƯỜI VIỆT CÔ ĐƠN.
- TÔI MUỐN LÀM THƯỢNG ĐẾ.

Ngay sau đó nhiều bạn bè thích đùa, gọi tôi là Thiên nhị huynh. Tới bây giờ vẫn còn có bạn đùa dai, thích gọi tôi như thế.

"CHẤP NHẬN?" đã nêu vấn đề: sao có thể chấp nhận cái cảnh chiến tranh từng ngày sát hại đồng bào và tàn phá đất nước.

"CHẤP NHẬN?" là nơi chúng tôi nói cho nhau nghe lời của trái tim, của tâm hồn thuần lương, của khát vọng cống hiến, vận động hòa hợp, tương sinh, tương tồn.

"CHẤP NHẬN?" đã chết ngay sau tập 1.

Năm 1973-1974 tôi viết cho ĐẤT MỚI của Nguyễn Cong Hoe. Đây là nguyệt san tỉnh lẻ (An Giang), nhưng vì nhiều lý do, nguyệt san này ít khi ra được đúng kỳ. Tuy là ấn phẩm tỉnh lẻ, ĐẤT MỚI cũng thỉnh thoảng có bài của Giáo sư Huỳnh Minh Đức, học giả Hồ Hữu Tường.

4/. Nguồn cảm hứng của anh thường đến từ đâu? Trong các tác phẩm của anh, có bao nhiêu phần trăm là sự thật?

Tôi không làm thơ chuyên nghiệp nên không có thói quen đi tìm cảm hứng.

Tôi chỉ có thể viết được khi nghe hồn mình rung động trước một sự việc, một sự kiện mà từ đó tôi cảm thấy có thể rút ra một ý sống.

Có khi cả tháng hoặc vài tháng tôi không viết nổi một bài thơ. Có khi tôi viết được liên tục nhiều ngày. Có khi tôi đang nằm bật dậy viết một lèo xong một bài thơ (hẳn nhiên là chưa hoàn hảo).

Thơ của tôi lời lẽ mộc mạc, bình dị, chủ ý viết cách nào để ai cũng có thể đọc và cảm được dễ dàng nên câu chữ ít trau chuốt, thường thì không có cánh, ít mượt mà, nhưng khi viết thể thơ nào có luật thì tôi luôn nghiêm túc giữ đúng luật.

Tôi không chỉ viết cho mình, THƯỜNG TÔI VIẾT VÌ NHỮNG CÁI LỚN HƠN TÔI, vì những trăn trở nhân sinh mà hầu như gần cả đời tôi đều cảm thấy bức thiết.

Vì thế các tác phẩm của tôi đều xuất phát từ trải nghiệm thật, cảm xúc thật, sự việc thật, sự kiện thật. Có điều không phải sự thật nào cũng có thể viết tất tần tật cùng một lúc một nơi, bởi còn phải xem lại tác dụng của nó tích cực hay tiêu cực.

5/. Anh có đề ra một khuynh hướng, tôn chỉ hoặc một nguyên tắc nào trong sáng tác không? Châm ngôn cuộc sống của anh là gì?

CHO NHAU CHO NGƯỜI là tiêu chí, là hoài bão, là tâm huyết, là khát vọng cống hiến, là hướng viết không mỏi trong hành trình thơ văn của tôi.

Châm ngôn cuộc sống của tôi là học, học cả đời:

- Học ăn học nói
- Học gói học mở
- Học thẳng học dùn
- Học dưới học trên
- Học khôn học dại
- Học bại học thành

để

NẾU KHÔNG LÀ ÉN THỀ KHÔNG LÀ QUẠ.

NẾU KHÔNG LÀ BỒ CÂU THỀ KHÔNG LÀ DIỀU HÂU, BỒ CẮT.

6/ Quan niệm mà anh đã đề ra, anh theo đuổi nó như thế nào; đến nay những điều ấy có mang lại cho anh kết quả nào không?

Quan niệm là một chuyện. Theo đuổi lại là một chuyện. Làm được tới đâu còn là một thực tế đầy thách thức. Vấn đề là quan niệm đó có chuyển hóa thành hoài bão và kiên trì thực hiện hoài bão trong mọi hoàn cảnh hay không. Với tôi, dẫu sức cùn lực cạn mà đích đến hãy còn quá xa, tôi vẫn một lòng hướng tới mà đi.

Quả tình, đến nay tôi vẫn chưa đạt được một kết quả nào có thể sờ nắm được để tự hào.

Tuy nhiên, với tập thơ đầu tay CHO NHAU CHO NGƯỜI mà tôi sẽ rất vui được ra mắt trong thời gian tới là một cố gắng thể hiện tuy nhỏ nhưng cần thiết trong quá trình thực hiện hoài bão.

7/. Đề tài nào anh thích viết và khai thác nhiều nhất?

Tôi thích viết về con người và những vấn đề của con người, không phải phán xét mà là quan sát, phân tích hiện thực với MƯU CẦU TỰ NGUYỆN BẮC CẦU CHO NGƯỜI VỚI NGƯỜI XÍCH LẠI GẦN NHAU, THẬT SỰ XÍCH LẠI GẦN NHAU, THẤY NHAU TRONG Ý SỐNG, CÙNG CHIA SỚT NỖI ĐAU VÀ CHIA NHAU HẠNH PHÚC.

Tôi cũng thường viết về trời, trăng, mây, nước, đất, gió, lửa, hoa, lá, cỏ, cây, cá, tôm, cầm thú... khi mà tôi cảm nhận được ở đó có những vấn đề của con người và có thể tìm kiếm được ý sống cho người cho tôi.

8/. Số lượng tác phẩm của anh đến tay độc giả hiện thời là bao nhiêu? Lời khen ngợi, động viên anh muốn nhận được từ ai?

Không kể những bài đã đăng trước năm 1975, trên dòng thời gian của tôi và trên các trang thơ của hàng chục văn thi đàn hiện nay, trong khoảng thời gian hai năm nay tôi có 122 bài thơ, hai tản văn, hai bài cảm nhận in chung trong 24 ấn phẩm của 10 văn thi đàn:

I- VĂN HỌC UNESCOM (TP. Hồ Chí Minh): 3 ấn phẩm, 16 bài thơ:

1- Muôn Dặm Đường Tình: 5 bài thơ.

2- Tự Tình 1: 5 bài thơ.

3- Tự Tình 2: 6 bài thơ

II - TỦ SÁCH THI VĂN VIỆT (TP. Hồ Chí Minh): 3 ấn phẩm, 11 bài thơ, 2 bài cảm nhận.

1.- Hành Trình 2 Năm Thi Văn Việt: 3 bài thơ, 1 bài cảm nhận.
2.- Gửi Lại Mùa Xanh: 5 bài thơ.
3.- Hành Trình 3 Năm Thi Văn Việt: 3 bài thơ, 1 bài cảm nhận.

III - THI NHÂN TRẺ (TP. Hồ Chí Minh): 1 ấn phẩm, 5 bài thơ

1.- Mùa Về Trong Tôi: 5 bài thơ.

IV - CLB THƠ CA SEN HỒNG THỦ ĐỨC: 3 ấn phẩm, 14 bài thơ

1.- Tập 59: 6 bài thơ.
2.- Tập 60: 4 bài thơ.
3.- Tập 61: 4 bài thơ.

V - DỌC MIỀN ĐẤT NƯỚC (Hà Nội): 8 ấn phẩm, 51 bài thơ, 2 tản văn:

1.- Tuyển thơ tập 3: 16 bài thơ.
2.- Tuyển thơ tập 5: 11 bài thơ.
3.- Tuyển thơ CÔNG CHA NGHĨA MẸ: 2 bài thơ.
4.- Tập san số 1: 4 bài thơ.
5.- Tập san số 2: 2 bài thơ, 1 tản văn.
6.- Tập san số 3: 3 bài thơ, 1 tản văn.
7.- Tập san số 4: 5 bài thơ.
8.- Tuyển tập THƠ TÌNH: 8 bài thơ.

VI - TÁC PHẨM MỚI - chuyên đề văn học - (Hà Nội): 2 ấn phẩm, 12 bài thơ.

1.- Tập 18: 7 bài thơ.
2.- Tập 19: 5 bài thơ.

VII - HỘI THƠ NHẠC VIỆT NAM - nay là CLB THƠ NHẠC VIỆT (Hà Nội): 1 ấn phẩm, 3 bài thơ.

1.- Đi Qua Quá Khứ: 3 bài thơ.

VIII - CLB THƠ VIỆT NAM TP. HÀ NỘI (Hà Nội): 1 ấn phẩm, 4 bài thơ.

1.- Thơ Xuân Hà Nội tập 13: 4 bài thơ.

IX- SUNFLOWER BOOKS (Hà Nội): 1 ấn phẩm, 3 bài thơ.

1- Bay Về Miền Nắng Hạ: 3 bài thơ.

X- CLB THƠ VIỆT NAM TRÊN FACEBOOK - đầu tháng 11/2018 vừa qua chính thức mang tên CLB THƠ FACEBOOK VIỆT NAM (Hà Nội): 1 ấn phẩm, 3 bài thơ.

1- Những Tháng Năm Rực Rỡ: 3 bài thơ.

Ngoài ra:

* Theo yêu cầu của Nhà thơ Nguyễn Thị Ngọc Mai, Trưởng ban biên soạn Tuyển tập thơ lần thứ 1 của TRUNG TÂM THƠ CA VIỆT NAM (Hà Nội), tôi đã gởi tham gia 5 bài thơ.

* Theo yêu cầu của ông Cao Tiến Thành, Giám Đốc- Chủ biên các dự án xuất bản DMĐN (Hà Nội), tôi đã gởi 11 bài thơ tham gia THƠ XUÂN HÀ NỘI và Giai phẩm xuân DỌC MIỀN ĐẤT NƯỚC.

Đối tượng viết của tôi là NGƯỜI, vì thế tôi rất mong nhận được sự đồng cảm và lời động viên từ càng nhiều người càng tốt. Viết cho đối tượng của mình, được đối tượng của mình đọc, thấu hiểu, đồng cảm và khích lệ thì còn gì hạnh phúc bằng.

Ngoài ra, được sự quan tâm của các Nhà phê bình văn học, Nhà thơ, Nhà văn đã thành danh từng nhiều lần khích lệ tôi, điển hình như:

- Nhà thơ Sỹ Liêm
- Nhà thơ Nguyễn Thành
- Nhà văn Mạc Dung
- Nhà văn Hồng Trần (Trần Thị Hồng Châu)
- ... ...
- ... ...

Niềm hạnh phúc của tôi được nhân lên thành động lực vô cùng lớn, giúp tôi tự tin hơn trong hành trình hướng đến chân, thiện, mỹ.

9/. Theo anh, một tác phẩm văn chương đúng nghĩa là như thế nào?

Tôi không phải là người viết văn làm thơ chuyên nghiệp, chưa thông văn học sử nên câu trả lời của tôi về vấn đề này chỉ là thiển ý còn nhiều giới hạn của bản thân, có gì không phải, xin mọi người thông cảm.

Nếu là một tác phẩm văn chương viết theo khuynh hướng vị nghệ thuật thì tác phẩm đúng nghĩa của nó phải đạt đỉnh cao kỹ thuật, mượt mà, lãng mạn, có cánh, không loại trừ hư cấu để tăng sức hấp dẫn, được giới yêu thơ ngả mình thán phục, được giới phê bình văn học công nhận giá trị nghệ thuật; nhưng thực chất nó chỉ phục vụ cho một thành phần xã hội, chưa phục vụ được sâu rộng trong tuyệt đại quần chúng.

Nếu là một tác phẩm văn chương viết theo khuynh hướng vị nhân sinh thì tác phẩm đó cần được viết từ những trải nghiệm thật, cảm xúc thật, sự việc thật, sự kiện thật bằng từ ngữ bình dị qua lối viết đơn giản để mọi thành phần xã hội có thể tiếp cận dễ dàng, dễ hiểu, dễ cảm đi đến sự đồng tình một cách rất thật.

10/. Anh có nhận xét gì về hoạt động thơ văn trên Facebook nói chung và mạng xã hội nói riêng?

Các trang thơ văn trên Facebook, trên mạng trong mấy năm gần đây như trăm hoa đua nở, khắp nơi, thật nhanh, thật nhiều, đủ sắc màu. Ở đó ngoài sự có mặt của nhiều cây đa cây đề trong làng thơ văn, tôi còn đọc thấy sự có mặt của hầu hết các thành phần xã hội: nhà giáo, nhà báo, nghệ sĩ, điêu khắc, hội họa, kỹ sư, bác sĩ, y sĩ, điều dưỡng, luật sư, quân nhân, công chức, doanh nhân, công nhân, nông dân, sinh viên, học sinh... già trẻ nam nữ bé lớn. Họ làm thơ, đọc thơ và tham gia bày tỏ cảm xúc nhiệt tình.

Tôi tin cái đích tối hậu mà thơ văn hướng đến và muốn mang đến là chân, thiện, mỹ. Thêm một người tham gia có cơ may thêm được một người tốt hay ít nhất một điều tốt. Tôi nói như vậy cũng có phần chủ quan, thực tế thơ văn trên Facebook khó tránh được sự va đập của nhiều tác động phức tạp.

Tuy nhiên đã có nhiều tín hiệu tích cực trong làng thơ Facebook từ gần một năm nay. Nhiều CLB THƠ FACEBOOK mọc lên và hoạt động khởi sắc ở nhiều tỉnh thành, thậm chí các CLB này còn mở rộng vòng tay kết nối với nhau chặt chẽ để ngày càng có tiếng nói chung. Trước mắt, CLB THƠ FACEBOOK VIỆT NAM đã cùng với 20 CLB THƠ FACEBOOK ở các tỉnh thành trong nước, CLB Thơ Facebook Việt Nam ở Ba Lan và rất nhiều trang thơ Facebook đã cùng kết nối thành công.

11/. Anh có thần tượng hay mến mộ tác giả nào không? Nếu có thể, xin anh chia sẻ đôi chút về họ?

Tôi rất mến mộ những tác giả đã thành danh, mới định danh, thậm chí còn vô danh mà tôi may mắn đọc được ở họ những dòng thơ chất chở tâm huyết muốn góp phần xây dựng và phục vụ cái thật, cái đẹp, cái thiện kiên trì không mỏi.

12/. Xin anh cho biết một số kỷ niệm buồn, vui trong quãng thời gian hoạt động của mình.

Đời người buồn vui ai cũng có. Người cầm viết cũng vậy. Kể lể về nó đôi khi không tránh được chủ quan, ngộ nhận. Tôi xin được bỏ qua câu hỏi này.

13/. Theo anh, hạnh phúc lớn nhất của một người cầm bút là gì?

Người cầm bút nói chung ai cũng muốn tác phẩm của mình được nhiều người đọc, đồng cảm, khen.

Đối với một tác phẩm được thai nghén nghiêm túc và hoàn thành bằng tâm huyết một cách có trách nhiệm với chính mình và người đọc thì:

- Nó thật sự không mong đợi chỉ được đọc chơi cho vui, không mong đợi những biểu thị đồng cảm chiếu lệ, càng không mong đợi những lời khen xã giao vô tôi vạ.

- Nó rất cần, rất khát khao được người đọc đọc thật, đồng cảm thật và chia sẻ cảm xúc thật. Nó rất cần được nghe lời góp ý chân thật để biết người đọc thật sự nghĩ gì, nhìn nhận như thế nào về tác phẩm; thậm chí mong được nghe lời phản biện xây dựng của người đọc đối với vấn đề mà tác giả đặt ra. Tôi nghĩ hạnh phúc lớn nhất của người cầm viết là nhận được những cái tối cần thiết như vậy.

14/. Điều gì làm anh thích thú và điều gì làm anh chán ghét?

Điều làm tôi thích thú là viết được những điều mình muốn viết.

Điều làm tôi chán ghét khi vì lý do gì không viết được điều mình muốn viết.

15/. Trong quá trình sáng tác, anh ước muốn điều gì và nuối tiếc điều gì?

Trong quá trình sáng tác, ước muốn của tôi là được viết thật, viết đủ những điều cần viết.

Khi viết xong, đọc lại tôi thấy chưa đủ nhưng vì nhiều lý do tôi đã không thể viết thêm cho đủ. Điều này làm tôi nuối tiếc, đôi khi sanh bệnh.

16/. Nếu cho anh được chọn lựa lần nữa, liệu văn chương có phải con đường anh sẽ theo đuổi?

Con đường văn chương mà tôi đang đi, tôi chưa hề cân đo đong đếm để chọn lựa. Tôi đến với nó một cách tự nhiên như ăn như ngủ như thở. Ở đó tôi gởi gắm tiếng lòng, bộc bạch, trăn trở, nghe được nhịp động của con tim, được cháy với khát vọng và được lắng nghe tiếng nói từ nhiều phương. Ở đó tôi tiếp cận và học hỏi được điều hay lẽ phải. Tôi cảm thấy mình lớn thêm từ đó.

Với tôi văn chương vừa là phương tiện vừa là cứu cánh để người và người cảm nhận được suy tưởng của nhau, chia sẻ tâm tình, ý sống, xích lại gần nhau và cùng nhau hướng đến một tương lai hòa hợp, cống hiến phần mình một cách tích cực cho một xã hội ngày càng tốt đẹp hơn.

Vì thế, bất kỳ ở đâu, lúc nào, hoàn cảnh ra sao tôi cũng vẫn tìm thấy hạnh phúc nếu vẫn được hòa mình vào dòng chảy văn chương.

17/. Cuối cùng, anh có điều gì muốn nói với gia đình, bạn bè và người đọc của mình?

Với gia đình thì tôi đã có cơ hội nói với nhau gần cả đời rồi. Sắp tới đây chúng tôi hãy còn nhiều cơ hội để nói với nhau nữa.

Với bạn hữu, với bạn đọc thân sơ tôi xin chân thành bày tỏ lòng biết ơn sâu sắc của tôi đối với các bạn về việc suốt thời gian qua các bạn đã không ngừng dành thời gian quý báu của các bạn để thường xuyên đọc, chia sẻ và bình luận các bài viết của tôi. Sự đồng hành này của các bạn đã là một khích lệ thật lớn, nó đã giúp tôi có thêm động lực, thêm tự tin hôm nay, những ngày tới và quãng đời còn lại. Tôi tự nhắc nhở mình phải không ngừng học hỏi, trau dồi để ngày càng xứng đáng hơn trước thịnh tình và sự ưu ái của các bạn. Chúc các bạn vui sống, khỏe mạnh, hạnh phúc, thành công.

Sau cùng, tôi xin chân thành cảm ơn nhà thơ Sỹ Liêm đã tạo điều kiện cho tôi được trò chuyện cởi mở với anh, người mà tôi đặc biệt mến mộ, người có quyền năng bắt con chữ nhảy múa theo cách riêng một cách thuần thục, đại tài, sâu sắc, hiệu quả, chắp cánh cho thi từ bay bổng đến tận đỉnh cao nghệ thuật, chuyển tải thành công chủ ý của anh trong mỗi bài thơ.

Chúc anh vui khỏe, hạnh phúc.

Trân trọng!

Cảm ơn anh về cuộc chuyện trò thân tình.

Thực hiện ngày 11-12-2018

MỘT CÁCH TẠ ƠN ĐỜI

TRẦN THỊ HỒNG CHÂU (HONG TRAN)

Cảm nhận khi đọc tập thơ CHO NHAU CHO NGƯỜI của nhà thơ Phan Văn Hi.

Ai đã từng đi qua giông bão cuộc đời giữa sự sống và sự chết, sau đó nhìn thấy lại được những khuôn mặt thân thương còn đầy đủ xung quanh mình. Họ sẽ khóc trong hạnh phúc biết ơn mà TẠ ƠN.

Ai đã từng nhớ lại cái thuở ngô nghê ngốc nghếch mà giật mình, mà thất kinh thấy sao mình cón nguyên, còn vẹn, họ sẽ biết ơn trong sám hối mà TẠ ƠN.

Và rồi đến một ngày cứ chiều chiều chỉ cần cả nhà ngồi bên mâm cơm bình bình an an là cũng đủ cho chúng ta trong thỏa mãn biết ơn mà TẠ ƠN.

Biết ơn rồi TẠ ƠN vì ta đã được ban ân phước, vì ta đã được che chắn, giúp sức trong những cơn hoạn nạn... là một Ý THỨC BIẾT ƠN rất cao đẹp trong mỗi con người với Trời, với Đất, với Cuộc Đời....

BIẾT ƠN và TẠ ƠN mỗi người đều khác nhau. Người thì đi làm từ thiện. Người thì đi chùa làm công quả... Ai cũng cố tìm cho mình một cách nào đó tùy theo khả năng sức lực mà đem ra để tỏ lòng BIẾT ƠN, TẠ ƠN.

Nhà thơ Phan Văn Hi dù anh không nói, (tôi chỉ tự đoán mò) đã thầm lặng tìm cho mình một cách TẠ ƠN rất đặc biệt. Anh cho in một tập thơ có cái tựa CHO NHAU CHO NGƯỜI. Tôi đọc một lèo 112 bài với sự thích thú vô cùng! Vì những bài thơ là những trải nghiệm trong đời sống, được anh cô đọng nâng lên tầm triết lý nhưng không khô khan như những bài dạy đạo đức trong nhà trường, mà là những câu chuyện ngụ ngôn khi đọc ta như nghe thấy: Nhiều cành một cây, Mây và gió, Gió lửa, Sáng và tối đang tranh đang cãi, đang ghen đang tức, đang giành đang giựt... để rồi dẫn đến một hậu quả tất yếu. Rồi những truyện cổ tích bằng thơ - Giếng nước trong làng của Nội... đã là một bài học để nhớ...

Mỗi bài thơ được anh viết bằng tình cảm chân tình, bình dị dễ hiểu. Ngôn từ anh viết nhẹ nhàng chỉ như người anh nói chuyện với các em, người cha khuyên răn con, người ông kể cho cháu nghe, người chồng tâm sự với vợ....

CHO NHAU CHO NGƯỜI là cách anh thấy TẠ ƠN tốt đẹp nhất! Vậy thì CHO NHAU CHO NGƯỜI có ý nghĩa như thế nào? Chúng ta hãy xem ý anh gởi gắm trong thơ:

Cảm ơn tất cả ân tình
Mùi đời nếm trải cho mình lập thân
Vì nhau bảo trọng lấy thân
Vì đời trải rộng lòng nhân với đời
....
Được mất nào bởi tại Trời
Được mất nào chỉ là lời lỗ đâu
Được đâu chỉ để tóm thâu
Riêng mất chung được cho giàu nghĩa nhân

Bại thành trong cõi hồng trần
Trắng đen đen trắng quỷ thần khó phân
Bại về rèn giũa lấy thân
Thành thì gieo khắp ân cần bá gia

....
Ta về gột rửa cái ta
Buông sân bỏ oán giao hòa thi ân
Chung thân kiên định gieo nhân
Nhân lành quả ngọt sơ thân chan hòa
....
Xuân về rạng rỡ trăm hoa
Hương xuân ngan ngát quyện hòa nhân văn
Sắc xuân thanh thoát như trăng
Hồn xuân đôn hậu vĩnh hằng bằng an

Trời xuân chan chứa địa đàng
Tình xuân chất ngất bạt ngàn nhân gian
Cởi lòng mở mắt tâm an
Giúp người người giúp sẻ san không chùn

Tuổi xuân rồi cũng cạn cùn
Ý xuân tự tại không chùn không co
Làm người nếu sẵn lòng cho
Thì ai cũng được ấm no bằng mười

Có nhau làm kiếp con người
Cho nhau cho cả cõi người người ơi

***

CHO NHAU là một nghĩa cử đẹp trong cuộc sống. Đến như Trời Đất Thiên nhiên cón biết đem lại cho con Người của ngon, vật lạ huống chi con Người lại không biết cho nhau.

Nhưng cho nhau thứ gì là quý? Nhà thơ thấy trong cái thời buổi loài Người bị ma đưa lối, quỷ dẫn đường, cuộc sống thì người - ma lẫn lộn này được làm CON NGƯỜI đúng nghĩa mới là hay, là quý nhất! Nên nhà thơ quyết định CHO NGƯỜI.

CHO NGƯỜI là cho nhau những trải nghiệm, cho nhau những lời khuyên... làm người như thế nào để trở thành Người tử tế, làm Người có nhân, có nghĩa, có tình...? Để con Người là có chất người.

Các cụ xưa vẫn thường hay dạy con cháu ĐI NGÀY ĐÀNG,

HỌC SÀNG KHÔN với độ dày từng trải, với chặng đường đủ dài. Nhà thơ Phan Văn Hi thật có cái nhìn sắc bén, sự hiểu biết sâu rộng và một quan niệm sống thật đúng đắn về sự ĐƯỢC - MẤT, về ĐỐI NHÂN XỬ THẾ.... Anh so sánh những ý niệm sáng suốt của con Người như mùa xuân. Mùa xuân của đất trời thì cho cây cối đâm chồi nảy lộc. Ý nghĩ, lời khuyên đúng của người sẽ giúp được người.

Anh trút hết tâm tư, tình cảm vào thơ để đến hôm nay đem ra cho nhau.

Đọc 112 bài thơ trong CHO NHAU CHO NGƯỜI của nhà thơ Phan Văn Hi, tôi như thấy mình đi được cả chặng đường dài, đọc được cả trăm cuốn sách với những kiến thức tinh túy để học làm người. Thật sự tập thơ này anh cho ra quý, thiệt quý! Chẳng có món quà TẠ ƠN nào quý giá hơn!

Tâm ý của anh:

Tuổi xuân rồi cũng sẽ cùn
Ý xuân tự tại không chùn không co
Làm người nếu sẵn lòng cho
Thì ai cũng được ấm no bằng mười

Cho nhau làm kiếp con người
Cho nhau cho cả cõi người người ơi

Với CHO NHAU CHO NGƯỜI nhất định sẽ được nhiều bạn đọc đón nhận một cách trân trọng.

Cảm ơn nhà thơ Phan Văn Hi!

05/11/2018

Trần Thị Hồng Châu

NHÀ THƠ VN. PHAN VĂN HI VÀ NHỮNG VẦN THƠ TÂM HUYẾT

BÙI THU PHONG

Chúng ta có thể nói không ngoa rằng: Bác Phan Văn Hi - Một vầng sao sáng trong làng văn học Việt Nam. Người được hâm mộ và kính trọng không chỉ ở tài năng sáng tác văn chương mà còn tỏa sáng ở tấm lòng vì một xã hội văn minh, biết cộng sinh và tiến bộ.

Nói như nhạc sĩ quá cố Trịnh Công Sơn: Người sống trên đời cần có một tấm lòng... Ở đây, bác Phan Văn Hi - một nhà thơ đã từng trải qua những giông tố cuộc đời. Để rồi từ đó, cảm nhận một cách sâu sắc rằng: Trong lúc con người đang đau khổ giữa cuộc đời, hay đang gặp khó khăn trong cuộc sống, hoặc bị bế tắc trong công việc, gia đình, trắc trở về tình duyên... Những lúc như vậy, con người rất rất cần những bàn tay dang ra, những tấm lòng mở rộng để "CHO NHAU CHO NGƯỜI" để an ủi, giúp đỡ và khích lệ cùng nhau vượt qua những giông tố cuộc đời và cập bến một cách bình an như ý.

Là một nhà thơ đã kinh qua nhiều trải nghiệm, với cách nhìn sắc bén, bác Phan Văn Hi đã quan sát, chiêm nghiệm nên thấy và hiểu sức sống mãnh liệt của con người và vạn vật.

"Ở một góc sân nhà cạnh lối đi ra
Có cây mãng cầu ta
Xé bê tông xẻ nắng gội sương đội mưa nghinh gió
Vùng lên! Vươn lên!
Cành khỏe lá xanh đong đưa đầy nhựa sống..."

Sức sống tuy rất mãnh liệt nhưng luôn tiềm ẩn và còn mãi ngủ yên trong con người và thiên nhiên cây cỏ, nên cần có những con người, mang trong mình nỗi niềm đầy tâm huyết và kinh nghiệm biết cách khơi nguồn cho sức sống bùng phát, tuôn tràn, chảy đi khắp nơi, phủ kín một màu xanh đầy hy vọng cho nhân thế. Là kim chỉ nam cho thế hệ trẻ tin tưởng, nương vào, noi gương học tập, lao động và sáng tạo không ngừng, quyết tâm vượt qua những khó khăn, bế tắc hiện tại. Tự nhiên, giữa đất trời và sự sống sẽ mở một lối đi mới, mở ra một thế giới mới, một nhân sinh quan mới. Nơi đó, là cái đích cho lớp trẻ giăng buồm ra khơi, tìm ra một chân trời mới lạ, sẽ nở đầy hoa thơm cỏ lạ. Nơi ấy, những con người sống, luôn biết sống tương thân tương ái, biết thông cảm và giúp đỡ nhau cùng vượt qua những khó khăn và cùng nhau gặt hái những thành quả của thành công và hạnh phúc.

"Ở một góc hiên nhà cạnh lối đi ra
Có một nhành phong lan mềm nhẩn nha
Xuyên ngang hông chậu đất nung quá chật
Vượt ra ngoài thách thức với không gian
Đùa với gió ngoi lên ngụp xuống
Chắp cánh mượt mà réo nắng gọi sương
Mượt mài vói vói vươn vươn
Ngẩng cao đầu đu đưa chở đầy khát vọng
Một ngày không xa
Cây mãng cầu ta trĩu quả
Cành phong lan mềm mảnh khảnh trổ hoa."

Với cuộc đời, nhà thơ Phan Văn Hi, thông qua văn, thơ, chữ, nghĩa, luôn muốn cống hiến trọn vẹn cho nhân sinh bằng những hiểu biết và kinh nghiệm sống của riêng mình. Những kinh nghiệm ấy, được kế thừa từ lớp lớp cha ông mình, những thế hệ đi trước đã kết tinh lại, cộng với những trải nghiệm của bản thân, bác Phan Văn Hi đã gởi gắm qua văn thơ, với mong muốn cuộc đời sẽ vơi bớt đi những mảnh đời khổ đau, bất hạnh. Muốn vậy, con người phải biết dừng lại, suy nghĩ, chọn lọc phải sống thế nào cho hòa hợp với thiên nhiên, với xã hội, biết kế thừa những những nền văn hóa, đạo đức của cha ông truyền lại, biết chắt lọc những cái hay, những điều tốt đẹp của văn hoá ngoại lai, nhằm làm phong phú, đa dạng nền văn hóa nước nhà, giúp cho con người Việt Nam chúng ta, vốn rất yêu hòa bình và cái đẹp, biết cách sống thế nào đạt đến đích Chân - Thiện - Mỹ. Có như thế, mới xây dựng nên một xã hội luôn sống đoàn kết, biết yêu thương và giúp đỡ nhau, cùng sống chung bình đẳng, văn minh, và hạnh phúc như ước nguyện của bác Phan Văn Hi - một nhà văn, nhà thơ sống trọn vẹn tâm huyết cho đời.

21-11-2019

Bùi Thu Phong

NGÔN NGỮ
TẠP CHÍ VĂN HỌC NGHỆ THUẬT
SỐ ĐẶC BIỆT 15/6 2019
SỐ 4 1/11 2019

Văn học mới số 5 - Tháng 12 năm 2019

TRÂN TRỌNG GIỚI THIỆU ĐẾN QUÝ ĐỘC GIẢ
MỌI IN ẤN HAY MUA SÁCH
XIN LIÊN LẠC NXB VĂN HỌC MỚI
hanguyendu@gmail.com
vanhocmoi68@gmail.com
Sách có bán trên hệ thống toàn cầu AMAZON
https://www.amzon.com/s?k=VAN+HOC+MOI&ref=nb_sb_noss_2

www.ingramcontent.com/pod-product-compliance
Lightning Source LLC
LaVergne TN
LVHW040047051026
849525LV00002B/608